സമർപ്പണം

പൊന്നുമക്കൾ
നിമയ്ക്കും നിയയ്ക്കും

INSIGHT PUBLICA®
Nadakkavu, Kozhikode, Kerala, 673011
www.insightpublica.com
e-mail: insightpublica@gmail.com
Elayatte Magic Palam
K.V. Sudhakaran
(Malayalam)
First Edition: December 2019

ISBN 978-93-89155-78-5

എളയാട്ടെ മാജിക് പാലം

കെ.വി. സുധാകരൻ

INSIGHT PUBLICA

1975 നവംബർ അഞ്ചിന് കണ്ണൂർജില്ലയിലെ തിമിരി- എളയാട് എന്ന ഗ്രാമത്തിൽ ജനിച്ചു. പിതാവ് കുഞ്ഞിരാമൻ, മാതാവ് ഓമന കെ. വി. പയ്യന്നൂർ കോളേജിലും കാലിക്കറ്റ് യൂണിവേഴ്സിറ്റിയിലുമായിരുന്നു പഠനം. 1996ൽ കാലിക്കറ്റ് സർവ്വകലാശാല ഇന്റർസോൺ കലോൽസവത്തിൽ മലയാളം കവിതാരചനയിൽ ഒന്നാമതെത്തി. 1997ൽ ഭാഷാപോഷിണി സാഹിത്യ പ്രതിഭാപുരസ്കാരം, 2000ൽ മാതൃഭൂമി ആഴ്ചപ്പതിപ്പ് നടത്തിയ കലാലയ കഥാമൽസരത്തിൽ രണ്ടാം സ്ഥാനം. 2000ൽ മസ്കറ്റ് ഇന്ത്യൻ സോഷ്യൽ ക്ലബ്ബ് അവാർഡ്, 2013ൽ മെട്രോ മനോരമ കഥാപുരസ്കാരം എന്നിവ ലഭിച്ചിട്ടുണ്ട്. മാതൃഭൂമി കാസർഗോഡ് ബ്യൂറോയിൽ ആറ് വർഷം ലേഖകനായിരുന്നു. എന്റോസൾഫാൻ വിരുദ്ധ പ്രവർത്തനത്തിൽ ഫോട്ടോഗ്രാഫർ മധുരാജിനൊപ്പം ശ്രദ്ധേയ റിപ്പോർട്ടുകൾ തയ്യാറാക്കിയിട്ടുണ്ട്. ഗവൺമെന്റ് ബ്രണ്ണൻ കോളേജിൽ അധ്യാപകനായിരിക്കേ 2017 ആഗസ്റ്റ് 15 ന് അന്തരിച്ചു. ഭാര്യ: ഷിൽന. പി.വി, മക്കൾ: നിമമിത്ര സുധാകരൻ, നിയമാൻ വി സുധാകരൻ.

കെ.വി. സുധാകരൻ

ഉള്ളടക്കം

സാന്നിധ്യത്തേക്കാൾ സാന്നിധ്യം

ഷിൽന സുധാകരൻ

മാഷുമായുള്ള ചങ്ങാത്തം തുടങ്ങുന്നത് 1995 ൽ ഞാൻ എട്ടാം തരത്തിൽ പഠിക്കുമ്പോഴാണ്. അവിചാരിതമായി വായിക്കാനിടയായ ഒരു കവിതയിൽ കമ്പം തോന്നി കവിക്ക് ഒരു നാലുവരി എഴുതി പോസ്റ്റ് ചെയ്തു. കവിയുടെ പേരും കോഴ്സിന്റെ പേരും എഴുതി പയ്യന്നൂർ കോളേജിലേക്കയച്ച ആ കവർ കൃത്യസ്ഥാനത്ത് എത്തുകയും ഒരാഴ്ച്ചക്കകം മറുപടി ലഭിക്കുകയും ചെയ്തു. ആ സൗഹൃദം യാതൊരു കളങ്കവുമില്ലാതെ 2006 വരെ തുടരുകയും അതേവർഷം ഏപ്രിലിൽ ഞങ്ങൾ വിവാഹിതരാവുകയും ചെയ്തു. അന്നദ്ദേഹം മാതൃഭൂമി കാസർഗോഡ് ബ്യൂറോയിൽ ജോലിചെയ്യുകയാണ്. അതൊരു സ്ഥിരം ജോലിയായിരുന്നില്ല. മാഷുടെ ജീവിതത്തിലേക്ക് ഞാൻ കടന്നു വരുമ്പോൾ അദ്ദേഹം ഏറെക്കുറെ എഴുത്ത് നിർത്തിയിരുന്നു. പത്രപ്രവർത്തകന്റെ ജോലി മാഷ് ഇഷ്ടപ്പെട്ടിരുന്നുവെങ്കിലും കെ. വി. സുധാകരൻ എന്ന പ്രതിഭ ആ പത്രപ്രവർത്തന തിരക്കിൽ മുങ്ങിപ്പോയി. ഭാര്യ എന്ന നിലയിൽ അദ്ദേഹത്തിന് എഴുതുവാനുള്ള പ്രചോദനം എങ്ങനെയാണ് കൊടുക്കേണ്ടതെന്ന കാര്യത്തിൽ ഞാനെപ്പോഴും ആശങ്കപ്പെട്ടു. പിന്നീട് 2007 ൽ മാതൃഭൂമിയിലെ സേവനം എന്നന്നേക്കുമായി മതിയാക്കിക്കൊണ്ട് മാഷ് ഹയർ സെക്കണ്ടറി അധ്യാപകനായി ജോലിയിൽ പ്രവേശിച്ചു. കൂടെ പഠിച്ചവരെല്ലാം കോളേജ് അധ്യാപകരായി നിയമിക്കപ്പെട്ടെങ്കിലും കുറച്ചധികം കാത്തിരുന്ന ശേഷമാണ് അദ്ദേഹത്തിന് കോളേജിൽ നിയമനം ലഭിക്കുന്നത്. ആ കാലങ്ങളിലാണ് പിന്നീട് എഴുത്തിലേക്ക് തിരിച്ചു വരുന്നത്. കവിതയിൽ നിന്നും കഥയിലേക്കുള്ള കൂടുമാറ്റത്തിന്റെ ആദ്യപടിയായിരുന്നു മാതൃഭൂമി കഥാപുരസ്കാരത്തിൽ രണ്ടാമതെത്തിയ ജാനറ്റ് തബലയിലലിഞ്ഞ് എന്ന കഥ. കോഴിക്കോട് യൂണിവേഴ്സിറ്റി കാമ്പസിൽ എം. എസ്സ് പഠിക്കുമ്പോഴാണ് ആ

കഥയെഴുതുന്നത്. വളരെയധികം വായിക്കപ്പെടുകയും ചർച്ചചെയ്യ പ്പെടുകയും ചെയ്ത ഒരു കഥയായിരുന്നു അത്. ഇന്നും അദ്ദേഹത്തെ ആളുകൾ ഓർത്തിരുന്നത് ജാനറ്റിന്റെ സ്രഷ്ടാവ് എന്ന നിലയിലാണ്.

മാതൃഭൂമി കാസർഗോഡ് ബ്യൂറോയിൽ ജോലിചെയ്യുന്ന സമയത്ത് കെ. എം. അഹമ്മദ് മാഷിന്റെ ഉടമസ്ഥതയിലുള്ള ഉത്തരദേശം എന്ന പത്രത്തിലേക്ക് പ്രതിജനഭിന്നവിചിത്രമാർഗ്ഗം എന്ന മറ്റൊരു നോവലെറ്റ് എഴുതുകയുണ്ടായി. അപ്പോഴേക്കും കഥയാണ് തട്ടകം എന്ന് മാഷ് തിരിച്ചറിഞ്ഞിരുന്നു. പിന്നീട് സ്വന്തം നാടായ എളയാടി നെക്കുറിച്ച് എളയാട്ടെ മാജിക്ക് പാലം എന്ന മറ്റൊരു കഥകൂടി എഴുതു കയുണ്ടായി. 2006ൽ ഏപ്രിൽ 23 ന് ഞങ്ങളുടെ വിവാഹം കഴിഞ്ഞ് ആദ്യദിവസം ഞാനും മാഷും ഒരുമിച്ചിരുന്ന് സമ്മാനപ്പൊതികളും ആശംസാക്കുറിപ്പുകളും തുറന്നു നോക്കിയത്. അവിടെ വെച്ചാണ് കെ. എം. അഹമ്മദ് എന്ന പേര് ഞാനാദ്യമായി കേൾക്കുന്നത്. ഉത്തര ദേശം എന്ന് അച്ചടിച്ച ഒരു കവറിനു മുകളിലായി കെ. എം. അഹമ്മദ് എന്ന് വലിയ അക്ഷരത്തിൽ എഴുതിയിട്ടുണ്ടായിരുന്നു. ശ്രദ്ധയോടെ ആ കവർ തുറന്നു നോക്കിയപ്പോൾ അതിൽ ആയിരത്തിന്റെ പത്ത് പുതുപുത്തൻ നോട്ടുകളാണുണ്ടായിരുന്നത്. നിറഞ്ഞ കണ്ണുകളോടെ മാഷ് ആ കവറിൽ ഉമ്മവെച്ചു.

ഒരാഴ്ച്ച കഴിഞ്ഞ് മാധ്യമസുഹൃത്തുക്കൾ കാസർഗോഡ് ഒരുക്കിയ വിരുന്നിൽ പങ്കെടുക്കാൻ പോയ സമയത്താണ് ആദ്യമായി അഹമ്മദ് മാഷെ കാണുന്നത്. കാസർഗോഡ് ഗവൺമെന്റ് ഗസ്റ്റ്ഹൗസിൽ വെച്ചായിരുന്നു അത്. അഹമ്മദ് മാഷെ കാണുമ്പോൾ തന്നെ കാൽ തൊട്ട് വന്ദിക്കണമെന്ന് മാഷ് എന്നോട് ആദ്യമേ ശട്ടം കെട്ടിയി രുന്നു. എന്റെ പ്രവൃത്തിയിൽ വിശ്വാസം വരാത്ത അഹമ്മദ് മാഷ് അപ്പോൾ എന്നോട് ചോദിച്ചു ഈ വേല ഇവന്റെ തലയിൽ ഉദിച്ച തല്ലേ എന്ന്. പിരിയുംനേരം എന്റെ കൈകൾ ചേർത്തുപിടിച്ച് അദ്ദേഹം പറഞ്ഞു: അലസനായ ഈ പ്രതിഭയെ ഞാൻ നിന്നെ ഏൽപ്പിക്കുന്നു. വെള്ളമൊഴിച്ച് വളർത്തേണ്ടത് നീയാണ്. ആ സ്നേഹവായ്പ്പ കണ്ട പ്പോൾത്തന്നെ മാഷുടെ കണ്ണുനിറയാനുണ്ടായ കാരണം എനിക്കു മനസ്സിലായി. അഹമ്മദ് മാഷെയോർമ്മിക്കാതെ മാഷ് പിന്നീട് ഒരു കഥയും എഴുതി പൂർത്തിയാക്കിയിട്ടില്ല. ഉത്തരദേശത്തിന്റെ പേര് പ്രിന്റ് ചെയ്ത ആ കവർ അന്നും ഇന്നും ആ എഴുത്തുമേശയുടെ വലിപ്പിലുണ്ട്. മാഷുടെ അസാന്നിധ്യത്തിൽ കണ്ണ് നിറയുമ്പോഴെ ല്ലാം ഞാൻ അഹമ്മദ് മാഷെയോർമ്മിക്കും. എന്നെയേൽപ്പിച്ച ആ പ്രതിഭയെ തിരിച്ചേൽപ്പിച്ചിരിക്കുന്നു മാഷേ എന്ന് മനസ്സിൽ പറയും. ഏറ്റവും സ്നേഹിച്ചിരുന്ന, ബഹുമാനിച്ചിരുന്ന അഹമ്മദ് മാഷ് എന്ന

ഗുരുവിനടുത്തേക്കാണല്ലോ എന്റെ മാഷും പോയത് എന്നോർത്ത് സമാധാനിക്കും.പത്രപ്രവർത്തനത്തിൽ നിന്നുമാറി കോളേജ് അധ്യാപകവൃത്തിയിൽ ചേർന്ന ശേഷമാണ് പിന്നീട് കാര്യമായ എഴുത്ത് തുടങ്ങിയത്. ആ സമയത്തെഴുതിയ ബൂർഷ്വാ മാനിഫെസ്റ്റോ എന്ന കഥ മനോരമ മെട്രോ കഥാപുരസ്കാരത്തിൽ രണ്ടാമതെത്തി. പിന്നീട് തുടരെത്തുടരെ കഥകൾ എഴുതി. ഈ സമാഹാരത്തിൽ ചേർത്തിരിക്കുന്ന ഒട്ടുമിക്ക കഥകളും 2014-2017 കാലത്ത് എഴുതിയവയാണ്.

അരക്ഷിതമായ ബാല്യത്തിന്റെ ഓർമ്മകളിൽ നിന്നുമാണ് മാഷ് ഓരോ കഥകളും മെനഞ്ഞെടുത്തിരുന്നത്. കഥയുടെ ആശയം ഉള്ളിൽ തോന്നിയാൽ ദിവസങ്ങളോളം ഉണ്ണാതെ ഉറങ്ങാതെ കാത്തിരിക്കുമായിരുന്നു. പിന്നീട് പൊട്ടുന്നനെയിരുന്ന് ഒറ്റ ഇരുപ്പിന് എഴുതി തീർക്കും. എഴുതിക്കഴിഞ്ഞശേഷം എന്നെക്കൊണ്ട് വായിപ്പിക്കും. പിന്നീട് എന്നെക്കൊണ്ട് തന്നെ പകർത്തി എഴുതിപ്പിക്കുകയും ചെയ്യും. മാഷ്ടെ ജീവിതത്തിലേക്കു ഞാൻ വന്നതിനുശേഷം അദ്ദേഹമെഴുതിയ എല്ലാ കഥകളും കഥാപാത്രങ്ങളും മാഷോളം തന്നെ എനിക്കും പരിചിതരാണ്. പത്ത് കഥകൾ അടങ്ങിയ ഒരു കഥാസമാഹാരം പ്രസിദ്ധീകരിക്കണമെന്നാണ് അദ്ദേഹം ആഗ്രഹിച്ചിരുന്നത്. മാതൃഭൂമി ബുക്സിനും ഡി.സിയ്ക്കും പബ്ലിഷിംഗിന് അനുവാദം ചോദിച്ചുകൊണ്ട് കഥകൾ അയച്ചിരുന്നു. എന്നാൽ അവ മടക്കിയപ്പോൾ ഒരു എഴുത്തുകാരൻ എന്ന നിലയിൽ അദ്ദേഹം അതീവ ദുഃഖിതനായിരുന്നു.

തന്റെ എല്ലാ ദുഃഖങ്ങളിലും സന്തോഷങ്ങളിലും കൂടെയുണ്ടായിരുന്ന അച്ഛന്റെയും അമ്മയുടെയും കാലം കഴിയുംമുമ്പേ ആദ്യപുസ്തകം ഇറക്കണമെന്ന് അദ്ദേഹം ആത്മാർത്ഥമായി ആഗ്രഹിച്ചിരുന്നത്. കുഞ്ഞുങ്ങളില്ലാത്ത ദുഃഖം അലട്ടുമ്പോഴൊക്കെയും അദ്ദേഹം വീണ്ടും വീണ്ടും കഥകളെഴുതി. കണ്ണീർ കൊണ്ടു നനഞ്ഞ എന്റെ രാത്രികളിൽ അദ്ദേഹം ഒരുപാടൊരുപാട് കഥകൾ പറഞ്ഞ് എന്നെ ആശ്വസിപ്പിച്ചു. പുസ്തകം എന്ന ആഗ്രഹം നീണ്ടുനീണ്ടുപോവുമ്പോഴൊക്കെയും അദ്ദേഹം പറഞ്ഞിരുന്നത് പുസ്തകം പിറക്കും മുമ്പേ നമ്മുടെ ഇരട്ടപ്പെൺകുട്ടികൾ പിറക്കുമെന്നായിരുന്നു. എല്ലാം പറഞ്ഞും ആഗ്രഹിച്ചും അങ്ങനെയൊരുനാൾ ഞങ്ങളുടെ എല്ലാവരുടെയും ജീവിതത്തിൽനിന്ന് എന്നന്നേക്കുമായി ഇറങ്ങിനടന്നു. മരണം എന്ന സത്യം മനസ്സുകൊണ്ട് അംഗീകരിച്ചു കഴിഞ്ഞപ്പോൾ ബാക്കിയായത് ഞാൻ മാത്രമായിരുന്നു. കുഞ്ഞുങ്ങൾ എന്ന പ്രതീക്ഷ, കഥാസമാഹാരം എന്ന ആഗ്രഹം. അദ്ദേഹത്തിനുവേണ്ടി ഇവ രണ്ടും ചെയ്തുതീർക്കുവാൻ എനിക്കുമാത്രമെ കഴിയൂ എന്ന സത്യം

വേദനയോടെ ഞാൻ മനസ്സിലാക്കുന്നു. മനക്കരുത്തോടെ മുന്നോട്ട് നടന്ന് കഥാസമാഹാരം എന്ന ലക്ഷ്യത്തിലേക്കുള്ള യാത്രയിൽ കൂടെ നിന്നത് മാഷുടെ സഹപ്രവർത്തകരും സുഹൃത്തുക്കളുമാണ്. ഇതിൽ എന്റെ പങ്ക് ലവലേശമില്ല.ഓരോരുത്തരുടേയും പേരെടുത്ത് പറയുക ദുഷ്കരമാണ്.എല്ലാവർക്കും നന്ദി സ്നേഹം.. ഇത് മാഷുടെ ആദ്യത്തേതും അവസാനത്തേതുമായ കഥാസമാഹാരമാണ്. ഇനിയൊരു കഥയെഴുതാൻ അദ്ദേഹം നമ്മോടൊപ്പമില്ല. പക്ഷെ എനിക്കറിയാം മാഷ് ചിരിക്കുന്നുണ്ട്. സന്തോഷിക്കുന്നുണ്ട്. കാരണം ഈ പുസ്തകം ഏറ്റുവാങ്ങുന്നത് അച്ഛനെ അറിയാത്ത എന്നാൽ ഏറ്റവുമധികം അച്ഛനെ അറിയുന്ന അദ്ദേഹത്തിന്റെ രണ്ട് പെൺകുഞ്ഞുങ്ങളാണ്. അവർക്കല്ലാതെ മറ്റാർക്കാണ് ഈ പുസ്തകം സമർപ്പിക്കേണ്ടത്?

ചങ്ങാത്തം

ബി.മുരളി

കെ.വി.സുധാകരന് ഒരുപാടു ചങ്ങാതിമാർ ഉണ്ടായിരുന്നിരിക്കാം. അല്ലാതെയാവാൻ വഴിയില്ല. അവർക്ക് അയാളിൽ നിന്ന് ഇറങ്ങിപ്പോകാൻ കഴിയില്ല, സുധാകരനെ ഞാൻ അറിഞ്ഞിടത്തോളം.

കാരണം ഞാൻ കുറഞ്ഞകാലമേ ആയിരുന്നുള്ളു സുധാകരനുമായി അടുത്തു തുടങ്ങിയിട്ട്. ഇപ്പോൾ എന്റെ മുന്നിൽ, ആത്മാർഥതയുള്ള ഒരു മലയാളം അധ്യാപകനുമാത്രം കളയാതെ സൂക്ഷിക്കാനാകുന്ന വൃത്തിയുള്ള കൈയക്ഷരത്തിലെ ഒരു കത്ത് ഇരിക്കുന്നു. ഒപ്പം സുധാകരന്റെ കഥകളുടെ ഡിടിപിയും. കത്ത് എനിക്ക് എഴുതിയതല്ല. എന്റെ സുഹൃത്ത് ഷിബു എസ്.വയലകത്തിന് സുധാകരൻ എഴുതിയതാണ്. ഒപ്പം അയാളുടെ കഥകളും. ഷിബുവും ഭാഷാപോഷിണിയിലെ ഡോ. കെ.എം.വേണുഗോപാലും സുധാകരന് ഇഷ്ടമുള്ളവരായിരുന്നു. ഷിബു സൂക്ഷിച്ചിരുന്ന കത്തും കഥകളും ഞാൻ വാങ്ങി. സുധാകരനെ വീണ്ടും വായിക്കാൻ.

ഫോട്ടോസ്റ്റാറ്റുകളിൽ ആദ്യംതന്നെ കാണുന്നത് ഞെട്ടിപ്പിക്കുന്ന ഒരു കൊച്ചുകഥയാണ്. 'മാതൃഭൂമി' വാരാന്ത്യത്തിൽ വന്നത് : 'മറവി'. കുഞ്ഞിനെ റയിൽവേ സ്റ്റേഷനിൽ വച്ചുമറന്ന് ട്രെയിനിൽ കയറിയ മാതാപിതാക്കൾ. മറവിയെപ്പറ്റി ഇരുവരും പരസ്പരം പഴി പറയുന്നു, നിസംഗരായി. അടുത്ത സ്റ്റേഷനിൽ ഇറങ്ങി തിരിച്ചുപോയി നോക്കാം എന്നു തീരുമാനിക്കുന്നു.

കഥ തീരുമ്പോൾ ഇങ്ങനെ: 'അവിടെ കൈയും കാലുമിളക്കി അലസമായി അതു കിടന്നിരുന്നു. അവരെനോക്കി ഒരു കള്ളച്ചിരിയോടെ അതു പറഞ്ഞു: ഞാനും മറന്നേക്കാം!'

കുഞ്ഞ് അവനോ അവളോ അല്ല! 'അത്!' ഇതല്ലേ കഥ!.

ഈ കഥയുടെ ഞരമ്പിൽ സുധാകരന്റെ ജീവിതമുണ്ടല്ലോ എന്ന് ഞാനോർക്കുന്നു.

സൗഹൃദത്തെ മറന്നുവയ്ക്കുകയോ വഴിയിൽ വിടുകയോ ചെയ്തില്ല സുധാകരൻ. അയാൾ പഠിപ്പിക്കുന്ന ബ്രണ്ണൻ കോളജിൽ ഒരു കഥാ–മാധ്യമ സെമിനാറിൽ വർത്തമാനം പറയാൻ പോയി. ഞാൻ ജനിച്ച ധർമടം എന്ന സ്ഥലം നാലര പതിറ്റാണ്ടുകൾ കഴിഞ്ഞ് ആദ്യം കാണുകയായിരുന്നു. അത് എന്റെ രഹസ്യമായിരുന്നതിനാൽ ഞാൻ സുധാകരനോട് പറഞ്ഞില്ല. കുടിയേറ്റത്തിന്റേതല്ല, തെക്കോട്ടുള്ള ഒരു കുടിയിറക്കത്തിന്റെ കഥയാണ് എന്റേത്!

സുധാകരനും സെമിനാറിൽ സംസാരിച്ചു. പിന്നെ അയാളുടെ കാറിൽ പലവഴിക്ക് വെറുതെ സഞ്ചരിച്ചു. കഥ പറഞ്ഞു. എന്റെ സ്നേഹിതയായ എഴുത്തു സുഹൃത്ത് അപ്പോൾ റയിൽവേ സ്റ്റേഷനിൽ വരുന്നു എന്ന് അറിയിക്കുന്നു. സുധാകരന് ആളെ അറിയില്ല. പിന്നീട് അവരുമായി സുധാകരൻ സൗഹൃദം സൂക്ഷിച്ചു. നമുക്ക് റയിൽവേ സ്റ്റേഷനിൽ പോകാം എന്നു സുധാകരൻ. അവിടെയെത്തി നേരം കുറേക്കഴിഞ്ഞിട്ടും ആൾ വന്നില്ല. എൻ.പ്രഭാകരൻ മാഷ് കോളജിൽ വന്നു, എന്നെ തിരക്കി എന്നറിയുന്നു. ഏറ്റവും പ്രിയമുള്ള എഴുത്തുകാരനെ എനിക്കു കണ്ടേ പറ്റൂ. വണ്ടി കോളജിലേക്കു വിടുന്നു. പകുതിദൂരം വിട്ടപ്പോൾ വീണ്ടും സുഹൃത്തിന്റെ വിളി:'എത്തി'.

സുധാകരൻ വണ്ടി സ്വയം തിരിച്ചുവിടുന്നു. എത്രദൂരം, എത്ര സമയം വേണമെങ്കിലും അയാൾ മറ്റുള്ളവർക്കുവേണ്ടി ഓടിക്കൊണ്ടിരിക്കും. സുധാകരന്റെ കഥകൾ അങ്ങനെ ഓടുന്ന മനുഷ്യരെപ്പറ്റിയാണ്. വഴിയിൽ ഉപേക്ഷിക്കാത്തവർ.

കഥയിൽ ഒതുങ്ങിയും പതുങ്ങിയും പൊടുന്നനെ പുറത്തുവന്നും സന്തോഷിക്കുന്നയാളായിരുന്നു കെ.വി.സുധാകരൻ. 'മാതൃഭൂമി' സമ്മാനം കിട്ടിയശേഷവും സുധാകരൻ കൂടുതൽ നേരവും ഒളിച്ചിരുന്നു. പിന്നെ പുസ്തകം വരണം എന്നു തോന്നിയപ്പോൾ എന്നോടു സംസാരിച്ചു. ഭാഷാപോഷിണിയിൽ അന്നേരം സുധാകരന്റെ കഥ വന്നിരുന്നു.

സൗഹൃദം മുതലാക്കി രണ്ടു പ്രമുഖ പ്രസാധകരോട് ഞാൻ സംസാരിച്ചു. വൈകും എന്ന് അവർ മാന്യതയോടെ ഉഴപ്പി. അടുത്ത പ്രസാധകനെ പിടിക്കാം എന്നു ഞാൻ തീരുമാനിച്ചു പറഞ്ഞു.

അപ്പോഴേക്കും കഥകൾ സ്മാരകമാക്കി കഥാകൃത്ത് അപ്രത്യക്ഷനായി. മറഞ്ഞു.

സുധാകരന്റെ കഥകളും അയാൾ ആലിംഗനം ചെയ്തുനിർത്തിയ സൗഹൃദവും വിളക്കുകൾ കത്തിക്കുന്നു. ഇവിടെ പ്രകാശിതമാകുന്നു.

'ദാ നോക്കു വാനിൽ
പൂർണചന്ദ്രനായിവൻ വീണ്ടും'

ജാനറ്റ് തബലയിലലിഞ്ഞ്

തീർത്തും അപ്രതീക്ഷിതം എന്നേ ഈ ഫോൺകോളിനെക്കുറിച്ച് ജയന്ത് പറയാനിടയുള്ളൂ. കാരണം കഴിഞ്ഞ രണ്ടു വർഷത്തിനിടയിൽ ഒരിക്കലും ഫോൺ അവർക്കിടയിൽ കയറിവന്നിട്ടില്ല. സംശയാസ്പദമായ ഒരവസ്ഥയിലാണ് ഇന്നലെ രാവിലെ അവനവളെ കണ്ടത്. നഗരത്തിലെ ഏറ്റവും തിരക്കുള്ള സൗത്ത് ബസാറിലെ ഇടുങ്ങിയ റോഡിൽ, ഒരു മാരുതി കാർ ഒരു കുട്ടിയെ ഉരസിയെന്ന കാരണം പ്രമാണിച്ചുണ്ടായ വക്കാണത്തിനിടെ, ഒരു മിന്നായം പോലെ ഇളം മഞ്ഞ സ്കാർഫ് തലയിലേക്ക് വലിച്ചിട്ട്, ആ മാരുതിയിൽനിന്ന് ധൃതിയിൽ ഇറങ്ങി ആൾക്കൂട്ടത്തിൽ മറയുകയാണുണ്ടായത്. അപ്പോൾ അവൻ ഫുട്പാത്തിലെ ഒരു ഇളകിയ കോൺക്രീറ്റ് സ്ലാബിനോട് സൈക്കിൾ ചേർത്തുനിർത്തി തർക്കത്തിലേക്ക് എത്തിവലിയുകയായിരുന്നു. ആ തിരക്കിലും തന്നെയവൾ കണ്ടിരിക്കാമെന്ന് അവനൂഹിച്ചു. വൈകീട്ട് അവളുടെ ഹോസ്റ്റലിൽ പോവുകതന്നെ. അവനങ്ങനെ തീരുമാനിക്കേണ്ടിവന്നു.

ബ്രഷിൽ ഒരു സെന്റീമീറ്റർ കണക്കാക്കി 'ക്ലോസപ്പ്' പകരുമ്പോഴാണ് അവൻ തലേരാത്രിയിലെ സ്വപ്നത്തെക്കുറിച്ച് ഓർത്തത്... അത് വേനലിന്റെ തോട്ടമായിരുന്നു. അപ്പോൾ അല്ലാരഖായുടെ തബല ധിനിധിനിക്കുന്നുണ്ടായിരുന്നു. അതുപോലെതന്നെ ദ്രുതവിളംബിത സ്പന്ദനങ്ങളുമായി ഒരു ഹൃദയം ഉണക്കമരത്തിന്റെ ഏറ്റവും ഉയർന്ന, ആകാശത്തേക്ക് കൂർത്തിരുന്ന കൊമ്പിൽ കോർത്തിരുന്നു. അതിൽനിന്നൂറന്ന ഏറ്റവും ഒടുവിലത്തെ രക്തത്തുള്ളി താഴ്ന്നിറങ്ങി തായ്‌വേർ മുനമ്പിലെ ഏറ്റവും അവസാനത്തെ ബിന്ദുവിനേയും നനച്ചു. അപ്പോൾ ആ ഹൃദയത്തിന്റെ ഇരു പള്ളകളിലും കുനുകുനെ തൂവൽ കുരുത്തുവന്ന് രണ്ട് കുഞ്ഞിച്ചിറകുകളാകുന്നതും ഒടുവിൽ ഹൃദയം, അതു കോർത്തിരുന്ന കൊമ്പിൽ നിന്നുയർന്ന് നക്ഷത്ര രാശിയുടെ പ്രാചീനമായ ഏകാന്തതയിലേക്ക് പറന്നകലുന്നതും അവൻ കണ്ടു. അപ്പോഴേക്കും അവൻ ഉണർന്നിരുന്നു.

2

“സിയെച്ച്ത്രീ സിയെച്ച് ഓ ഓ യെച്ച്...യൂനോ ആൾ ആൽക്ക ഹോൾ കോമ്പൗണ്ട്സ് ആർ...” ബഹളത്തിനിടയിൽ അധ്യാപകന്റെ ശബ്ദം ഉച്ചത്തിലാവുകയും അപ്പോൾതന്നെ ലോങ്ബെല്ലടിക്കുകയും ചെയ്തു. “താങ്ക്യു സാർ...”

അന്തരീക്ഷത്തിൽ തിരക്കിന്റെ ശബ്ദം നിറഞ്ഞു. ഇടനാഴിയിൽ തിക്കും തിരക്കും. തോളിലൊരു തലോടൽ...

അക്വേഷ്യച്ചുവട്ടിലിരുന്ന് ജയന്ത്: ഛെ, ജാനിന്നാകെ കൊള മാക്കിയില്ലേ, ഒരവർ നശിപ്പിച്ചില്ലേ എന്ന് പതിഞ്ഞ ശബ്ദത്തിൽ അവളെ കുറ്റപ്പെടുത്തി. “നിനക്ക് സാറിനോട് എന്താത്ര ദേഷ്യം?”

അവൻ ജാനറ്റിന്റെ കണ്ണുകളിലേക്കുറ്റുനോക്കി. അക്വേറിയത്തിൽ ചത്തുമലർന്ന റോസ് ഫിഷിന്റെ കണ്ണുപോലെ നിർജ്ജീവമായിരുന്നു അവ.

അവൾ നിഷേധഭാവത്തിൽ തലയാട്ടി. അപ്പോൾ അവളുടെ മനസ്സു നിറയെ നീലവെളിച്ചമായിരുന്നു. ജാലകശീലകൾ ഫാനിനെ ഭയന്ന് വിറയ്ക്കുന്നുണ്ടായിരുന്നു. മദിപ്പിക്കുന്ന ഒരു ഗന്ധത്തോടൊപ്പം അപ്പുറത്തെ മുറിയിൽനിന്ന് അശ്ലീല സ്വരങ്ങളും കുണുങ്ങിച്ചിരിയും അരിച്ചെത്തുന്നുണ്ടായിരുന്നു. അവൾ മുറിയുടെ മൂലയിലെ ഇരുട്ടിലേക്ക് ചുരുണ്ടുകൂടാൻ ശ്രമിച്ചു...

“അയാൾ അയാളൊരു ദുഷ്ടനാണ്...അന്ന്...അന്ന് ആ മുറീന്ന്... പെട്ടെന്നവൾ തന്റെ വാ പൊത്തി ജയന്തിന്റെ മുഖത്തേയ്ക്കുതന്നെ സൂക്ഷിച്ചുനോക്കി. അരുതാത്തതെങ്കിലും കേട്ട ഭാവം...?”

ഇല്ല ഒന്നുമില്ല...ഇല്ലെന്നുറപ്പിച്ച് അവൾ നെടുവീർപ്പിട്ടു... ജയന്ത് ഉരുകുകയായിരുന്നു.

ശേഷം, അവളുടെ മുഖം പ്രേതത്തെ കണ്ടിട്ടെന്നവണ്ണം വിളറുകയും ജയന്തിനോട് എന്തോ ആംഗ്യം കാണിച്ച് കുറച്ചകലെ നിർത്തിയി രുന്ന കാറിനടുത്തേക്ക് ഓടിപ്പോകുകയും ചെയ്തു.

കണ്ണടവെച്ച ചുരുണ്ടമുടിയുള്ള ഒരാൾ കാറിൽ ചാരി നില്ക്കുന്നത് ജയന്ത് കണ്ടു.

3

മുറിയിലെ ചെമന്ന പ്രകാശത്തിൽ ജാനറ്റിനെ തലമുടി ചുഴറ്റിപ്പി ടിച്ച് വലിച്ചടുപ്പിച്ച് അയാൾ മുരണ്ടു. സ്വർണ്ണഫ്രെയിമുള്ള, അയാളുടെ കണ്ണടയ്ക്കുള്ളിൽ ചുവപ്പ് പടർന്നു. അവൾ വിതുമ്പുകയായിരുന്നു.

അയാളുടെ ആവശ്യത്തിനുമുന്നിൽ പകച്ചുനില്ക്കുകയാണ്. തുടർന്ന് നീലിമ പാവമാണെന്നും അവളെ ചതിക്കാനാവില്ലെന്നും തുളുമ്പി. കവിൾ മുറിയുന്ന ഒരടിയേറ്റ് നിലത്തുവീണ അവൾ, താൻ ഒരേ സമയം ഒരിരയും ചൂണ്ടയുമാണെന്ന തിരിച്ചറിവിൽ പുളയുമ്പോൾ ഒരു ചെറുപ്പക്കാരനാൽ കോരിയെടുക്കപ്പെട്ടു. അപ്പോൾ മുറിയുടെ ഏതെങ്കിലും കോണിൽ ക്യാമറ കണ്ണു തുറന്നിട്ടുണ്ടാകുമെന്ന് കണ്ണുകൾ ഇറുക്കിയടച്ചുകൊണ്ട് അവളോർത്തു.

4

ഫ്രീ അവറുകളിൽ കുട്ടികൾ മിക്കവാറും പുറത്തുപോകുമ്പോൾ, തനിച്ചാവുന്ന ജാനറ്റിന്റെ അടുത്ത്-അവളിരിക്കുന്നത് ഏറ്റവും പിന്നിലാണ്- ഡസ്കിൽ അവൻ വന്നിരിക്കാറുണ്ട്. അങ്ങനെ ഇരിക്കുമ്പോൾ അവന്റെ കുസൃതിക്കണ്ണുകൾ അവളുടെ ടോപ്പിന്റെ മുൻകഴുത്തിലൂടെ മാറിലേക്കു താഴും. ഒരിക്കൽ അവനീ കൗതുകത്തിൽ ഏർപ്പെട്ടുകൊണ്ടിരിക്കുമ്പോൾ, ജാനറ്റ് ടോപ്പിന്റെ കൊളുത്തുകൾ വിടുവിച്ചു. ജയന്ത് അടികൊണ്ടതുപോലെ മുഖം വെട്ടിച്ചപ്പോൾ അവൾ പറഞ്ഞു.

"ജയന്ത് നല്ല കുട്ടിയല്ലേ...കണ്ടോളൂ..."

കുറ്റബോധത്തോടെ സോറി പറയാൻ തിരിഞ്ഞപ്പോഴും നോട്ടം അറിയാതെ അങ്ങോട്ടു പാഞ്ഞു. മാറിലെ മിനുപ്പിൽ അവിടവിടെ പൊട്ടുപോലെ പൊള്ളിക്കരുവാളിച്ച പാടുകൾ...!

5

മൗനത്തിനുവേണ്ടി മാത്രമുള്ള നിമിഷങ്ങളായിരുന്നു അവ. കുട്ടികൾ കൂട്ടംതെറ്റി തുടങ്ങിയിരുന്നു. അസർ നമസ്കാരത്തിനുള്ള വാങ്ക് വിളി കേൾക്കായി. ഇപ്പോൾ ജയന്ത് ജാനറ്റിനെ നെയ്തുചേർക്കാൻ പണിപ്പെടുകയാണ്.

...വാസ്തവത്തിൽ ഇങ്ങനെയൊരു വയലൻസ് ആദ്യമായിട്ടല്ലല്ലോ ജാനറ്റിൽനിന്നുണ്ടാവുന്നത്. കഴിഞ്ഞ ബുധനാഴ്ചയാണ് അടുത്തിരുന്നിരുന്ന നീലിമയുടെ ചെവി കടിച്ചുമുറിക്കാനും കുപ്പിവളകൾ ഞെരിച്ചുടയ്ക്കാനും നോക്കിയത്. അതിനുള്ള കാരണമെന്തായിരുന്നു എന്ന ചോദ്യത്തിന് "അവളെന്നോട് വല്ലാതെ അടുക്കാൻ ശ്രമിക്കുന്നു" എന്ന രസകരമായ ഉത്തരമാണ് കിട്ടിയത്. എന്തിനാണ് ആകെയുള്ള ഒരു കൂട്ടുകാരിയെ പിണക്കുന്നത് എന്ന ചോദ്യത്തിന് മറുപടിയുണ്ടായതുമില്ല. മുൻപൊരു ദിവസത്തെ കെമിസ്ട്രിക്ലാസ്

സംഭവവും അവന് ഓർമവന്നു.

അവളിൽ പല ദുരൂഹതകളും ഉള്ളതായി പലപ്പോഴും ജയന്തിനു തോന്നിയിട്ടുണ്ട്. ഇതിനിടയ്ക്ക് പാർക്കിൽവെച്ച് ഒരു ടൂവാല കാട്ടി, മണത്തുനോക്കാനാവശ്യപ്പെട്ടത് അവനോർത്തു. അതിന് വൃത്തികെട്ട ഒരു മണമുണ്ടായിരുന്നു. മുഖം ചുളിച്ച അവനോട് 'ഇതാണ് ആണിന്റെ മണം' എന്നു പറഞ്ഞ് പേടിപ്പിക്കുന്ന ഒരു ചിരി ചിരിക്കുകയുണ്ടായി അവൾ.

ഫിസിക്സ് സാർ അവളെ നുള്ളിയതാണ് ഇന്നത്തെ പരാക്രമങ്ങൾക്കു കാരണം. ചോദ്യത്തിന് ഉത്തരം കിട്ടാഞ്ഞിട്ടാണ് സാറവളെ നുള്ളിയത്. സാറിന്റെ കൈ തട്ടിത്തെറിപ്പിച്ച് എന്തൊക്കെ ബഹളമാണവളുണ്ടാക്കിയത്...

പലതും കൂട്ടിവായിച്ചപ്പോൾ ചില സംശയങ്ങൾ തോന്നിയെങ്കിലും ഒന്നുമവൻ ചോദിച്ചില്ല. എന്തെന്നാൽ മമ്മയുടെ സങ്കീർത്തനപ്പുസ്തകത്തിലെ പേരറിയാത്ത ഒരു മാലഖയുടെ പരിവേഷമായിരുന്നു അവന്റെ ജാനറ്റിന്...

ജാനറ്റും എന്തോ ചിന്തിച്ചിരിക്കയാണ്. അവൾ അക്കേഷ്യയുടെ ചുവട്ടിലേക്ക് ചാരിയിരുന്നു. കൈയിൽ ഒരു അക്കേഷ്യവിത്തുണ്ടായിരുന്നു. അവളതിന്റെ മഞ്ഞ നിറമുള്ള പൊക്കിൾക്കൊടി വലിച്ചു നീട്ടുകയാണ്. ജയന്താണു പറഞ്ഞുതുടങ്ങിയത്.

"നിനക്കെന്തുപറ്റീ ജാൻ..." അവൻ വിക്കിപ്പോയി. "വേദനിച്ചിട്ടാണോ നീയീ കോപ്രായങ്ങളൊക്കെ കാട്ടിയത്?"

അപ്പോൾ അവനു താങ്ങാനാവാത്തത്ര രൂക്ഷമായ നോട്ടം അവളിൽനിന്നുണ്ടാവുകയും ക്രമേണ അത് ആർദ്രമാവുകയും ചെയ്തു. ജയന്ത് പേടിച്ച് മുഖം താഴ്ത്തിക്കളഞ്ഞു. അവളാകട്ടെ മിന്നൽ വേഗത്തിൽ അവന്റെ ഇരുകൈയും പിടിച്ചെടുത്ത് തന്റെ ചെവികളിൽ നുള്ളാൻ നിർദ്ദേശിച്ചു. ഭീതിയോടെ കൈ പിൻവലിക്കാനവൻ ശ്രമിച്ചെങ്കിലും ആ നോട്ടത്തിനു വഴങ്ങി നിമിഷങ്ങളോളം അവളുടെ ചെവി അമർത്തി നുള്ളുമ്പോൾ ജയന്ത് സ്വന്തം നഖങ്ങളെ ശപിക്കുകയായിരുന്നു.

6

അപ്പോൾ മൂതിയുടെ മലമുടി ചൂഴ്ന്ന് നിഷാദം പിണഞ്ഞിറങ്ങുകയായിരുന്നു. സിതാറിന്റെ വിഹ്വലമായ ഞരക്കങ്ങളിൽ. ദായനിൽ ജന്മസഞ്ചിതമായ മൃത്യുവിന്റെ ചിറകടി പെരുകിക്കൊണ്ടിരുന്നു. സാക്കിർ ഹുസൈൻ പിടഞ്ഞുപിടഞ്ഞൊതുങ്ങുകയും തഴച്ചുതളിർത്തുയരുകയും

ചെയ്യുന്നു.

ഇതു മരണത്തിന്റെ സംഗീതമാണ്. അവൾ പിറുപിറുത്തു. സന്ധ്യകളുടെ ഭയം അവളുടെ കണ്ണിൽ നിറഞ്ഞൊഴുകി.

"എനിക്ക് സന്ധ്യകളെ പേടിയാ..." ഇന്നലെ സന്ധ്യയ്ക്ക് അവൾ പറഞ്ഞത് അവനോർത്തു: "അപ്പൊഴത്തെ മരണത്തിന്റെ മണമുള്ള കാറ്റും ഉലയുന്ന മെഴുക്തിരീം ഒക്കെ..."

"നീയിത് ഓഫാക്കുമോ?" അവൻ തെല്ലുൾഭയത്തോടെ യാചനാസ്വരത്തിൽ ചോദിച്ചു. ജാനറ്റ് പെട്ടെന്ന് സ്റ്റീരിയോ ഓഫ് ചെയ്തത് ജയന്തിനെ കുറച്ചൊന്നുമല്ല അത്ഭുതപ്പെടുത്തിയത്.

അല്പനേരം അതായത് ജാനറ്റ് സംസാരിച്ചു തുടങ്ങുന്നതുവരെയുണ്ടായിരുന്ന തണുത്ത നിശ്ശബ്ദതയിൽ, അവൻ അവളുടെ കാതിലേക്കാണ് നോക്കിയിരുന്നത്. ഇരുചെവിത്തുമ്പും കരുവാളിച്ചിരിക്കുന്നു.

"ഇപ്പം തബലീല് സാക്കിർ ഹുസൈനായിരുന്നു. നെനക്ക് തബ്ല യിഷ്ടല്ലേ...നോക്ക് തബലീല് അപാരമായ സാധ്യതയാണ്..."

അവളെഴുന്നേറ്റ് മുറിയുടെ മൂലയ്ക്ക് കട്ടിലിന് താഴെ വെച്ചിരുന്ന 'കാര്യർ' വലിച്ചെടുക്കാൻ തത്രപ്പെട്ടു. അതുമെടുത്ത് ജയന്തിനു മുന്നിൽ നിലത്ത് ചമ്രം പടിഞ്ഞിരുന്നു. തുണിസഞ്ചിയുടെ കഴുത്തിൽ കെട്ടിയ ചരഴിച്ച് തബലയ്ക്ക് ശ്വാസം നൽകി.

"നിനക്കറിയ്യോ...തബ്ലയ്ക്ക് ഒരു സൊരേള്ളൂ...അതാണിതിന്റെ പരിമിതി. പിന്നെ ഒരു പെണ്ണ് തബല വായിക്ക്യോന്നാണ് നിന്റെ സംശ്യമെന്നാല് ദ നോക്കിക്കോ..."

ജാനറ്റ് തബലയിലലിഞ്ഞു.

"തബലീം നീയും നല്ല സാമ്യം..." ജയന്തിന് പ്രസന്നത വീണ്ടുകിട്ടി.

"അതെ രണ്ടും അകമ്പടി വാദ്യമാണ്." അവളുടെ കണ്ണ് നിറഞ്ഞു നിറഞ്ഞു വന്നു. അതിലേക്കു നോക്കിയരിക്കേ, കുറച്ചകലെ തീവണ്ടിയുടെ ചൂളം വിളിയുയർന്നു. നാലുമണിയായി വിഷമത്തോടെ അവൻ എഴുന്നേറ്റു.

അന്നും കരഞ്ഞുകലങ്ങിയ കണ്ണുകളും വിളർത്ത് മുഖവുമായി അവൾ എഴുന്നേറ്റു. നേരം നന്നേ പുലർന്നിരുന്നു. അവൾ ജനൽ തുറന്നില്ല. പകുതി വെളിച്ചത്തെ ഈയിടെയായി പേടിയാണ്. ബാത്ത്റൂമിൽ കയറി മുഖം കഴുകി. മാറിലും ചുണ്ടിലും വല്ലാത്ത നീറ്റൽ. അവൾ കണ്ണാടിയിൽ കണ്ട പ്രതിബിംബത്തെ അവജ്ഞതയോടെ നോക്കുകയോ കാറിത്തുപ്പുകയോ ചെയ്തില്ല.

തുണിയൊക്കെ വാരിവലിച്ച് ശരീരത്തിലിട്ട ശേഷം അവൾ തറയിലിരുന്നു. സിഗരറ്റുകുറ്റികളും തീപ്പെട്ടികമ്പുകളും...തറയിൽ, അവളുമിരുന്നു.

വാതിൽ തുറന്നപ്പോൾ, തീരുമാനപൂർവം പുറത്തിറക്കിയ അവൾ ഇളം മഞ്ഞ സ്കാർഫ് തലയിലേക്ക് വലിച്ചിട്ടുകയും കോറിഡോറിലൂടെ വേഗത്തിൽ നടന്ന് മെറൂൺ നിറമുള്ള മാരുതിയിൽ കയറുകയും ചെയ്തു.

7

ഇപ്പോൾ ജാനറ്റ് തന്റെ മുറിയുടെ ചുമരിൽ നിറഞ്ഞിരിക്കുന്ന യേശുവിന്റെ ക്രൂശിതരൂപത്തിനുമുന്നിൽ മുട്ടുകുത്തിയിരിക്കയാണ്. അവൾ കരയുകയും കണ്ണുനീർ വേദപുസ്തത്തെ നനച്ചുകൊണ്ട് ചാലിടുകയും ചെയ്തു.

അപ്പോൾ അവളുടെ ചുമരിൽ നിറഞ്ഞുനിന്ന ക്രൂശിത ക്രിസ്തു പാപത്തിന്റെ ശമ്പളം മരണമാണല്ലോ എന്നോർത്ത് എന്തോ പിറുപിറുത്ത ശേഷം മുഖം നെഞ്ചിലേക്ക് കൂടുതൽ താഴ്ത്താൻ ശ്രമിച്ചു.

അനന്തരം വേദപുസ്തകമടച്ചുവെച്ച് എഴുന്നേറ്റ് മേശയുടെ അടുത്തുവരികയും ഒരു പേപ്പറിൽ എന്തോ കുറിക്കുകയും ചെയ്തു. വൈകിയാലും അഥവാ ജയന്ത് വരികയാണെങ്കിൽ വേവലാതിപ്പെടേണ്ടല്ലോ.

കൊന്തയിലെ കുരിശിൽമുത്തി, എന്തോ ചിന്തിച്ചുകൊണ്ട് സ്റ്റീരിയോ ഓൺചെയ്തു, വെളിയിലാരുമില്ലെന്ന് ഉറപ്പുവരുത്തി, ധൃതിയിലിറങ്ങിയ അവൾ ഹോസ്റ്റലിന്റെ പിൻഭാഗത്തേക്കാണ് നടന്നത്.

8

ജയന്ത് എത്തിയപ്പോൾ മൂന്ന് അമ്പതായി. മൂന്നരയ്ക്കെത്താനാണ് രാവിലെ അവൾ ഫോൺചെയ്തു പറഞ്ഞത്. ഗേറ്റ് കീപ്പർ വർഗീസ് അവനോട് പരിചയഭാവത്തിൽ ചിരിച്ചു. അവിടെ വന്നുപോകുന്ന ഓരോരുത്തന്റേയും മുഖഭാവം 'സസൂക്ഷമം' പഠിച്ച് അഭിപ്രായം പറയുക എന്നതാണ് അയാളുടെ ഹോബി: മുൻപൊരിക്കൽ, അവിടുത്തെ അന്തേവാസിയായ റോസിലിന്റെ വല്യമ്മ അവളെ കാണാൻ വന്നപ്പോൾ മുഖലക്ഷണം നോക്കി അയാൾ പറഞ്ഞൂത്രേ. പിന്നിലാരോ ഉള്ളതുപോലെയാണ് വല്യമ്മയുടെ നടത്തമെന്ന്. പിറ്റേന്ന് മടങ്ങിയ വല്യമ്മ കാർ തട്ടി തൽക്ഷണം മരിക്കുകയാണുണ്ടായത്.

അയാളെ കണ്ടപ്പോൾ ജാനറ്റ് അയാളെക്കുറിച്ചു പറഞ്ഞ ഇത്തരം കാര്യങ്ങൾ അവന്റെ മനസ്സിൽ മുട്ടി. മേട്രനോട് അനുവാദം വാങ്ങി,

പതിവുപോലെ ഒരു 'മിൽക്കി ബാറും' നൽകി ചിരിച്ചുകൊണ്ടവൻ നടന്നു. പ്രാർഥനയുടെ നൈരന്ത്യത്തിൽ ദീപ്തമായ മുഖമുള്ള അവരെ അവന് ഇഷ്ടമാണ്, തിരിച്ചും.

രണ്ടാം നിലയിൽ ജാനറ്റിന്റെ മുറി മാത്രമേ തുറന്നിട്ടുള്ളൂ. വാതിലും കവിഞ്ഞ് ലയത്രുപകത്തിന്റെ തുഷാരഗരിമയായി അല്ലാരാഖ ഒഴുകിവരുന്നുണ്ടായിരുന്നു. അവൾ പാട്ടു കേട്ടിരിക്കയാണോ? ഏപ്രിൽ രണ്ടിനാണല്ലോ എക്സാം.

'ഗുഡ് ഈവനിംഗ് ജാൻ' എന്നു പറഞ്ഞുകൊണ്ടാണ് അവൻ മുറിയിൽ കയറിയതെങ്കിലും അവൾ ഉണ്ടായിരുന്നില്ല. ജാൻ, ജാൻ എന്നു രണ്ടുതവണ വിളിച്ചശേഷം, ഈർഷ്യയോടെ സ്റ്റീരിയോ ഓഫാക്കാനാഞ്ഞ അവൻ അപ്പോഴാണ് മേശപ്പുറത്ത് നിവർത്തുവെച്ച് കുറിപ്പിൽ കണ്ണുടക്കിയത്.

അവന്റെ തല പെരുക്കേ, അകലെ നിന്നൊരു ചൂളം വിളി നാലുമണിപ്പൂവിനെ ഞെരിച്ചുകൊണ്ടു കടന്നുപോയി.

വിറയലോടെ കോണിപ്പടികളിറങ്ങിയ ജയന്ത് ഒരു നിലവിളിയായി ഗേറ്റു കടന്നു പോകുമ്പോൾ വിലപ്പെട്ടതെന്തോ നഷ്ടപ്പെട്ടു പോകുന്നവന്റെ വെപ്രാളമാണ് വർഗീസ് അവന്റെ മുഖത്തു വായിച്ചതത്രേ...!

●

ശ്രീ വൈതരണീ സഹായം

കാര്യങ്ങളെല്ലാം കൈവിട്ടുപോവുകയാണ്. പഴയ അടവുകളൊന്നും ഫലിക്കുന്നുമില്ല. ശിഷ്ടജീവിതം ആശങ്കാകുലവും ദുരിതപൂർണ്ണവുമായിരിക്കും. തിരിച്ചടികൾ തുടർച്ചയായി ഉണ്ടാവും. അന്യദേശവാസമോ കാരാഗൃഹവാസമോ ആവും ഫലം. അങ്ങനെയൊരു നിഗമനത്തിലെത്താൻ അയാളുടെ ജ്യോതിഷ ബുദ്ധി സമീപകാല അനുഭവങ്ങൾ നിരത്തി നിർബന്ധിച്ചു. എത്ര മാരകമായി ആലോചിച്ചിട്ടും പ്രായോഗികമായ ഒരു പോംവഴി തെളിഞ്ഞില്ല. അയാൾ ഇഷ്ടദേവതയായ വൈതരണീദേവീയെ കഠിനമായി ധ്യാനിച്ചു.

നാലുദിവസം മുമ്പാണ് ഒരു എ.ടി.എം മെഷീൻ അപ്പാടെ പൊക്കാനൊരു ശ്രമം നടത്തിയത്. ബീറ്റ് പോലീസിന്റെ കൈയിൽ നിന്ന് തലനാരിഴക്കാണ് രക്ഷപ്പെട്ടത്. മരണപ്പാച്ചിലിൽ പണിയായുധങ്ങളെല്ലാം നഷ്ടപ്പെട്ടു.

കൊച്ചുണ്ണിയപ്പാപ്പനെ പോലെ വാഴക്കുല മോഷ്ടിച്ചിട്ടൊന്നും ഇന്നത്തെ കാലത്ത് ജീവിക്കാനാവില്ല. മാത്രമല്ല, പണ്ടത്തെ നിക്കറിട്ട പോലീസല്ല ഇന്ന്... ഹൈടെക്കാണ്. നമ്മുടെ വിരുദ്ധരായ സത്യസന്ധന്മാരുടെ കോർപ്പറേറ്റ് അതിലും ഹൈടെക്കാണ്.

അവരെപ്പോഴും നിങ്ങളിൽ ഒരു മോഷ്ടാവിനെ പ്രതീക്ഷിക്കുന്നു. അതുകൊണ്ട് മുൻകരുതൽ എടുക്കുന്നു, ഒളിക്യാമറയും അലാറവും ബയോമെടിക് പൂട്ടും തേങ്ങാക്കൊല! നമ്മൾ രാത്രിമാത്രം കക്കുന്നു. അവർ രാവും പകലും നിങ്ങളുടെ കണ്ണുകെട്ടികക്കുന്നു.

എവിടെനിന്നോ ആ 'തെണ്ടിച്ചോർ' വന്ന് ബാങ്ക് കുത്തിപ്പൊളിക്കുന്ന വിദ്യ പുറത്താക്കി നമ്മുടെ ചോറിൽ മണ്ണുവാരിയിട്ടു. ഇനിയൊരു കക്കൂസ് മുറിപോലും പൊളിക്കാനാവുമെന്ന് തോന്നുന്നില്ല. വെറുതെ പട്ടിണികിടന്ന് ചാകേണ്ടെന്ന് കരുതിയാണ് ഇന്നലെ രാത്രി ഒരു എൻ. ആർ. ഐ. വ്യവസായിയുടെ വീട് കുത്തിത്തുറന്നത്. തപ്പിപ്പെറുക്കി കിട്ടിയത് ആകെ എട്ടുപവനാണ്. ഇപ്പോഴത്തെ ജീവിതച്ചെലവ് വെച്ച് കണക്ക് കൂട്ടിയാൽ കഷ്ടിച്ച് അഞ്ചുദിവസം കഴിഞ്ഞുകൂടാം.

ഓ, ഇന്ന് പത്രങ്ങൾ വെണ്ടക്ക നിരത്തിയിട്ടുണ്ടാവും."വിദേശവ്യവസായിയുടെ വീട്ടിൽ വൻകവർച്ച" യെന്ന്. കവർച്ചപോലും.. കവർച്ച! എട്ടുപവനാണെങ്കിലും സ്വർണ്ണം വിൽക്കലൊക്കെ വലിയ പാടാണ്. ആർക്കെങ്കിലും സംശയം തോന്നിയാൽ പെട്ടു. ലിക്വിഡ് ക്യാഷാണെങ്കിൽ റിസ്കില്ല. അതാണ് എ.ടി. എമ്മിലൊന്നു കൈവച്ചത്.

അയാൾ പത്രമെടുത്ത് നിവർത്തി. രാജ്യത്തെ വിവിധ മോഷണങ്ങളെപ്പറ്റിയുള്ള വാർത്തകൾ വായിച്ച് രോമാഞ്ചംകൊണ്ടു. തന്റെ ധീരകൃത്യം വാർത്തയാകാഞ്ഞത് അയാൾക്ക് അൽപം കുണ്ഠിതമുണ്ടാക്കി. ചിലപ്പോൾ സ്വർണ്ണം പോയത് വ്യവസായി അറിഞ്ഞിരിക്കില്ല. അയാൾ സമാധാനിക്കാൻ ശ്രമിച്ചു.

കറകളഞ്ഞ ഭക്തനായ അയാൾ തുടർന്ന് ഭക്തിവാർത്തകളാണ് വായിച്ചത്. "ഭണ്ഡാര വരവ് ഒന്നരക്കോടി കവിഞ്ഞു" എന്ന് നടുക്കുന്ന വിവരമായിരുന്നു അന്നത്തെ ഭക്തി വാർത്തയിൽ പ്രധാനം. ഒറ്റ വീർപ്പിന് വാർത്ത വായിച്ചു തീർത്ത് അയാൾ വൈതരണീ ദേവിയെ സ്തുതിച്ചു. ദേഹാധ്വാനമില്ലാത്തതും പോലീസ് ഭീതി ഒഴിഞ്ഞതുമായ ഉപജീവനമാർഗ്ഗം കാട്ടിത്തന്നല്ലോ ദേവീ. ഇതിനുപകാരസ്മരണയായി നൂറ്റൊന്നു ഭണ്ഡാരങ്ങൾ നടയിരുത്തിക്കൊള്ളാമേ...അയാൾ നേർച്ചയിട്ടു...

നക്ഷത്ര ഹോട്ടലിലെ വായു ശീതികരണിയുള്ള മുന്തിയ മുറിയുടെ വാതിൽ പൂട്ടി അയാളിറങ്ങി. നഗരത്തിലെ പ്രമുഖ ഫ്ളക്സ് ബോർഡ് നിർമ്മാണ സ്ഥാപനത്തിൽ ചെന്ന് കാര്യം പറഞ്ഞ് വേണ്ടത്ര വലുപ്പത്തിൽ കുറച്ച് ബോർഡ് ഉണ്ടാക്കാനേൽപ്പിച്ചു. ഉച്ചയോടെ കായംകുളത്തെ തറവാട്ട് വീട്ടിലേക്ക് തന്റെ വോക്സ് വാഗൺ കാറിൽകയറി പുറപ്പെട്ടു.

വീടിന്റെ വിശാലമായ തട്ടിൻപുറത്ത് കയറി തന്റെ മുൻഗാമികൾ നിക്ഷേപിച്ചുപോയ മുതലുകൾ പൊടിതട്ടിയെടുത്തു. നല്ല ഈടും ഉറപ്പുമുള്ള ആറെണ്ണം കിട്ടി. ഇതൊക്കെ എത്ര സാഹസപ്പെട്ടിട്ടാവും അപ്പനപ്പൂപ്പന്മാർ സംഘടിപ്പിച്ചത്! അയാൾ അതിശയിച്ചു. ഇനിയേതായാലും പൂട്ടും താക്കോലും വാങ്ങിയാൽ മതി. സംഗതി നടത്താം.

ആറെണ്ണവും ഒരാഴ്ചക്കുള്ളിൽ നഗരത്തിലെ വിവിധ കേന്ദ്രങ്ങളിൽ സ്ഥാപിക്കണമെന്ന് അയാൾ തീർച്ചപ്പെടുത്തി.

ജനത്തിരക്കേറിയ അമ്പലനടയിലും രണ്ടുപള്ളി നടകളിലുമായി മൂന്നെണ്ണവും, കുടുംബ കോടതി നട, മെഡിക്കൽ കോളേജ് ആശുപത്രി നട, ഷോപ്പിംഗ് മാൾ നട എന്നിവിടങ്ങളിൽ ഒരോന്നുവീതവും പരീക്ഷണാടിസ്ഥാനത്തിൽ വെയ്ക്കാം. തൽക്കാലം ഉരുക്കുകാലുകൾ നാട്ടി അതിന്മേൽ വെൽഡുചെയ്തുറപ്പിച്ചാൽ മതി. ദൈവകാര്യമായതിനാൽ

ഭക്തരാരും തടയില്ല. മനോഹരമായ ബോർഡും വെയ്ക്കണം.

ആസൂത്രണം ചെയ്ത പ്രകാരം ഒരാഴ്ച കൊണ്ട് അയാൾ ജോലി ഭംഗിയായി തീർത്തു. ആറെണ്ണവും താഴിട്ടുപൂട്ടി ഭദ്രമാക്കി. ആകർഷകമാക്കി എഴുതിതയ്യാറാക്കിയ ബോർഡും വെച്ചു. "ശ്രീ വൈതരണീ ശരണം" ഭക്തരുടെ മുന്നിൽ പ്രതിബന്ധങ്ങളോ...? വിവാഹ വിഘ്നം, ഗർഭതടസ്സം, ദാമ്പത്യ പ്രശ്നം, കുടുംബകലഹം, ദുർമരണഭയം തുടങ്ങിയ നാൽപത്തൊന്നു തരം മുട്ടുകൾക്ക് ശാശ്വതപരിഹാരം. ശ്രീ വൈതരണീ തുണ..."

പിറ്റേന്ന രാത്രി സ്യൂട്ട് റൂമിലെ കുളിർമയിലിരുന്ന് അന്നത്തെ വരവെണ്ണി തിട്ടപ്പെടുത്തി അയാൾ ഭക്തിനിർഭരമായി ചിരിച്ചു. പരീക്ഷണം വിജയം അറുപത്തയ്യായിരത്തി എഴുന്നൂറ്റി പത്തുരൂപ സൂക്ഷമുണ്ട്. മനസ്സമാധാനത്തിന്റെയും ശാന്തിയുടെയും ഔട്ട്ലെറ്റായി ഇനി തൊണ്ണൂറ്റഞ്ച് ഭണ്ഡാരങ്ങൾ കൂടി പലപല 'നട'കളിലായി സ്ഥാപിക്കണം. എന്നാലേ നേർച്ച വീടാനാവൂ. അതിന് ശ്രീ വൈതരണീ തുണ...

●

"ദ്രുത വിളംബിതമാം..."

"മധുരാ, കേട്ടില്ലേ, പത്തിരുപതുകൊല്ലം മുമ്പ് ഈ കുളത്തിൽ നിന്ന് കൊട്ടക്കണക്കിനാ മീൻ കോരിയിരുന്നതെന്ന്..."

ഞങ്ങൾ നിന്ന പാറക്കെട്ടിന് മുപ്പതടിയോളം താഴെ കിടക്കുന്ന ജലസമൃദ്ധമായ വലിയ കുളം ചൂണ്ടിക്കാട്ടി മോനപ്പഷെട്ടി തുളുവിൽ പറഞ്ഞത് ഞാൻ മധുവിന് തർജ്ജമ ചെയ്തുകൊടുത്തു. നേരം നട്ടുച്ചയായിരുന്നു. തീവെയിൽ കുളത്തിലെ നീലജലരാശിയിൽ മുങ്ങിക്കിടന്നിട്ടും സൂര്യബിംബം കത്തിജ്വലിക്കുന്നു.

"മെടിഞ്ചി, മുഗ്ഡു, ചറു മൊറൺടെ...സുമാർജാത്തിദ മീനുഉണ്ടു... അതു നാശമാഗി ഹോഗിതേ..." മോനപ്പ തുളുവും കന്നടവും കലർത്തി വിവരണം തുടരുമ്പോൾ മധു ക്യാമറയും തൂക്കി താഴോട്ടിറങ്ങി. ഉച്ചവെയിൽ ക്യാമറയ്ക്ക് അലോസരമുണ്ടാക്കുന്നതിനാൽ നല്ലൊരു ആംഗിൾ കിട്ടാൻ കഷ്ടപ്പെടുകയാണ്. മോനപ്പയുടെ ചൂണ്ടു വിരൽത്തുമ്പത്തെ കാഴ്ചയായി മധു അഞ്ചാറുപടമെടുത്തപ്പോൾ ദാഹവും വിശപ്പും വന്നു വിളിതുടങ്ങി.

കൊല്ലങ്കാന ടൗണിലെത്തി ഊണു കിട്ടുന്ന ഒരു ചായ്പുപുര ഹോട്ടലിന്റെ മുന്നിൽ വരെ ഞങ്ങളെ കൊണ്ടുവിട്ട് മോനപ്പഷെട്ടി യാത്രപറഞ്ഞു. അയാളുടെ ഭാര്യക്കു ശ്വാസംമുട്ടൽ കലശലാണ്, ഒന്നും വയ്യ... അതുകൊണ്ട് ഇനിയും വൈകാനാവില്ല.

ഊണിനു സാമ്പാറും മുള്ളങ്കിതോരനും കട്ടത്തൈരുമായിരുന്നു സഖാക്കൾ. മധുവിന്റെ സാമ്പാർ ഭ്രാന്ത് കണ്ട് ഞാൻ ചിരിച്ചു വശംകെട്ടു. നാലാം തവണയും സാമ്പാർ വാങ്ങി ആർത്തിയോടെ ശാപ്പിടുകയാണ്. കൈവെള്ളയും വിരലും നക്കി വെടിപ്പാക്കി എഴുന്നേറ്റപ്പോൾ ഞാൻ പരിഹസിച്ചു: "മധുരാ വിരല് മുരിങ്ങാക്കമ്പാണെന്നു കരുതി ചവക്കല്ലേ."

"ഒന്നു പോടാ, സാമ്പാർ നമ്മളെ വീക്ക്നെസ്സാ, ദേശീയ കറിയല്ലേ. പൊറോട്ടയും സാമ്പാറുംമാ നമ്മുടെ ഫേവറേറ്റ്"

“അതിലും ഭേദം അലുവയും മീൻചാറുമാ” ഞാൻ വിട്ടില്ല.

“നീ വലിയ മലയാളം പണ്ഡിറ്റല്ലേ...നിന്നോട് നമ്മളില്ലപ്പാ”

ഞാൻ ഊണിന്റെ കാശ് കൊടുക്കാൻ പഴ്സ് തപ്പുമ്പോൾ മധു ഇടിച്ചു കയറി.

“പറുവറ്റീ...നിന്റെ ഒടുക്കത്തെ എച്ചിത്തരം...ദാ പൈസ” മധു എന്നെ ക്ലീൻ ബൗൾഡ് ആക്കികളഞ്ഞു.

റോഡ് മുറിച്ചു കടന്ന് ജീപ്പിനടുത്തേക്ക് നടക്കുമ്പോൾ ഞാൻ വീണ്ടും നമ്പർ ഇറക്കി.

“ഇപ്പൊ വെട്ടിവിഴുങ്ങിയതെങ്ങിയതെന്താണെന്നറിയുമോ മധുരാ?”

“ചോറ് സാമ്പാറ് എന്താ?”

“ചോറും കറിയും തന്നെ...പക്ഷെ സാധനം മറ്റവനാ. ഇവിടുത്തെ വായുവിലും വെള്ളത്തിലുമെല്ലാമുണ്ട്.”

“അയ്യോ കൊഴപ്പാവ്വാടാ” മധുവിന് പരിഭ്രമം

“പ്രശ്നമൊന്നുമില്ല. അഞ്ചു പത്ത് കൊല്ലം കഴിയുമ്പോ ചില്ലറ ബുദ്ധിമാന്ദ്യം, ലേശം കാഴ്ചക്കുറവ്...അങ്ങനെ ചിലത് വരാം സൂക്ഷിച്ചോ...”

“പോടാ കുരുപ്പേ”

മധു കെറുവിച്ച് ജീപ്പിലേക്ക് വലിഞ്ഞുകയറി. ചിരി നിയന്ത്രിക്കാനാവാതെ പിന്നാലെ ഞാനും കയറി.

“ഇനിയേതു നരകത്തിലേക്കാ?” മധു കോട്ടുവായിട്ടുകൊണ്ട് ചോദിച്ചു. ഇവിടുന്ന് ഇരുപത് മിനുട്ട് ഓടിയാൽ വെച്ചിലപദവ് ഒരു സ്കൂൾ ഉണ്ടെന്നും അവിടുത്തെ കുറച്ചു കുട്ടികളെ കാണാമെന്നും ഞാൻ പറഞ്ഞു. അത്രടം വരെ ഒന്നു മയങ്ങാമെന്ന് പറഞ്ഞു മധു കണ്ണടച്ചു.

മൂന്നു ദിവസമായി കുന്നും മലയും കേറി ഇറങ്ങിയുള്ള ഈ അലച്ചിൽ അടിയന്തിരമായി തയ്യാറാക്കേണ്ട പരമ്പരയാണ്. സീയെം ഇരുപത്തിമൂന്നിന് കളക്ടറേറ്റിൽ സഹായധന പ്രഖ്യാപനം നടത്തുന്നുണ്ട്. അതിന് മുന്നോടിയായി പരമ്പര വന്നാൽ പത്രത്തിനത് വൻ ക്രെഡിറ്റാവും ഡെപ്യൂട്ടി എഡിറ്റർ ഗ്രീൻ സിഗ്നൽ തന്നതു മുതൽക്ക തുടങ്ങിയ പരക്കം പാച്ചിലാണ്.

മധു നല്ല ഉറക്കത്തിലായി...സാധു...ജോലി തുടങ്ങിയാൽ പിന്നെ കക്ഷിക്ക് വെപ്രാളമാണ് ഏതു സ്നാപ്പെടുക്കുമ്പോഴും അഭിപ്രായം ചോദിക്കും അപാര ക്ഷമയുമാണ് നല്ല ഒരു ഫോട്ടായ്ക്കുവേണ്ടി എന്ത് ത്യാഗവും സഹിക്കും.

മിനിഞ്ഞാന്ന് വാണീ നഗറിലെ നാരായണനായ്ക്ക് എന്ന ഇരുപ ത്തിയാറുകാരന്റെ വീട്ടിൽ വിവരങ്ങൾ അന്വേഷിച്ച് ചെന്നപ്പോൾ നാലു മണിക്കൂറാണ് മധു ഒരു സ്നാപ്പിനു വേണ്ടി ചെലവിട്ടത്. ബുദ്ധിമാന്ദ്യവും വളർച്ചാമുരടിപ്പും ബാധിച്ച നാരാണനായ്ക്ക് മുറ്റത്തും പറമ്പിലും ചുമ്മാനടപ്പാണ്. ഒപ്പം ഒരു നായയുമുണ്ട്. ഞാനപ്പോൾ അഞ്ചു വർഷം മുമ്പ് ഇതേ വിഷയത്തിൽ വന്ന ആദ്യ പരമ്പരയ്ക്കു വേണ്ടി മധു എടുത്ത ഫോട്ടോ ഓർത്തു.

അല്ലാ, പണ്ടത്തേ നിങ്ങളുടെ ഒരു ഫോട്ടോയുണ്ടല്ലോ... ഒരു പട്ടീം ഈ ചെക്കനും തമ്മിലുള്ള മൂകഭാഷണം... പറ്റിയാ അതിന്റെയൊരു ഫോളോ അപ്പ് ഫോട്ടോ കിട്ടും. നോക്ക്, അതേ പശ്ചാത്തലം. അതേ കഥാപാത്രങ്ങൾ... അഞ്ചു കൊല്ലത്തിനുമുമ്പുള്ള സന്ദർഭം റീക്രീയേറ്റ് ചെയ്യുക... ഒരു ഫോട്ടോഗ്രാഫർക്ക് ഇതിൽപരം ഭാഗ്യമുണ്ടാവ്വോ...?

"നീ കൊള്ളാം, പൊട്ടനാണെങ്കിലും ലേശം ഫോട്ടോസെൻസു ണ്ട് എന്നെ അഭിനന്ദിച്ചുകൊണ്ട് മധു പതുക്കെ മുറ്റത്തെ കയ്യാലക്കു പിന്നിൽ മറഞ്ഞു. അതോടെ ഞാൻപെട്ടു. സമയം പട്ടിയെപ്പോലെ തോന്നുന്ന വഴിക്കു നീങ്ങി. എനിക്കു മുഷിഞ്ഞു തുടങ്ങി. ആ കില്ലു പ്പട്ടിക്കുണ്ടോ ഞങ്ങളുടെ ആക്രാന്തം മനസ്സിലാവുന്നു...! പറമ്പിൽ ചുറ്റിനടന്നു. നന്നിച്ചു മൂത്രമൊഴിച്ചു കുരച്ചു... മോങ്ങി ഈ നേരമത്രയും പാവം നാരായണനായ്ക്ക് വീടിന്റെ ഇറങ്കല്ലിലിരുന്ന് പട്ടിയെ ഏതോ ഭാഷയിൽ വിളിക്കുകയായിരുന്നു. ഒടുവിൽ ദൈവം മധുവിന്റെ പക്ഷ ത്തേക്കു ചാഞ്ഞു. പട്ടി പഴയ ഫോട്ടോയയുടെ അതേ പൊസിഷ നിലെത്തി. ചരിത്രമുഹൂർത്തം! ആ നിമിഷാർധം മതിയായിരുന്നു മധുവിന്. പതിനെട്ടു സ്റ്റാപ്പാണു കാച്ചിയത്...! എനിക്കി സഹിക്കാ നായില്ല..."മധുരാ..." ആവേശത്തോടെ ഞാനോടിചെന്നു മധുവിനെ പൊക്കിയെടുത്തു.

"ങ്ഹേ. എവിടെയെത്തി...?" മധു ഞെട്ടിയുണർന്നു. അപ്പോഴാണ് അമളി മനസ്സിലായത്. ഓർക്കാതെ ഞാൻ വിളിച്ചത് വളരെയുറക്കേ യായിപ്പോയി. മിനിഞ്ഞാന്നത്തേ ത്രില്ലിൽ.

"ഒറങ്ങിക്കോ...ഇനിം പത്തുമിനിട്ട്ണ്ട്...?" ഡ്രൈവർ മഞ്ഞ പ്പല്ലുകാട്ടി ചിരിച്ചു. ഗിയർ ഫസ്റ്റിലേക്കു തട്ടി മുമ്പിൽ ചെങ്കുത്തായ കയറ്റമാണ്.

എന്റെ അഭ്യർത്ഥന മാനിച്ച് അയാൾ കന്നട പാട്ടു മാറ്റി മലയാളം പാട്ടുവെച്ചു. "പിറന്നൊരീമണ്ണും മായുകില്ലാ... നിറഞ്ഞൊരീ-കണ്ണും തോരുകില്ലാ..." മലേഷ്യാ വാസുദേവന്റെ പാട്ടാണ്... ഞാൻ ആരോ ടെന്നില്ലാതെ പറഞ്ഞു...

ഇതേ കയറ്റം തിരിച്ച് ഫസ്റ്റ് ഗിയറിൽ തന്നെ ഇറങ്ങുമ്പോൾ

ഞാൻ മധുവിനെ മക്കാറാക്കുകയായിരുന്നു. സ്കൂളിൽ വെച്ച് മധുകാട്ടിയ വിക്രിയകളാണ് വിഷയം "ഇക്കണെക്കിന് പുലിസ്റ്റർ പ്രൈസുകിട്ടിയ ലവൻ ആ ഫോട്ടോയെടുത്തപ്പോ നെഞ്ചത്തടിച്ച് നെലവിളിച്ചിട്ടുണ്ടാവും അല്ലേ മധുരാ..?" ഞാൻ മർമ്മത്തുതന്നെ കുത്താൻ നോക്കി.

"സുയിപ്പടിക്കണ്ടടാ സ്വലേ... എനിക്കതിന്റെ അവസ്ഥ കണ്ടിട്ട് സഹിച്ചില്ല. എന്തൊരു കഷ്ടമാണ്..." മധുവിമ്മിട്ടമൊതുക്കിക്കൊണ്ട് പറഞ്ഞു. ആ സ്കൂളിലെ 'സഹന' യെന്ന ഭംഗിയുള്ള കുട്ടിയുടെ ദൈന്യത കണ്ടാണ് മധു പൊട്ടിക്കരഞ്ഞത്. അതിക്രൂരമായ വേദന സഹിക്കുകയാണവൾ. പേരിനെ അന്വർത്ഥമാക്കും വിധം. മനോഹരമായിരുന്ന അവളുടെ കൈപ്പട ഇടറിച്ചിതറുന്നു. കാലുകൾ ചായുന്നു. പല തരം ആരോഗ്യ പ്രശ്നങ്ങളുള്ള ഒട്ടേറ കുട്ടികളേയും കണ്ടു.

"നമുക്കുമില്ലെടാ മക്കള്... നീയിതു കാണുന്നില്ലേ... വിഷമാടാ, കൊടും വിഷം... " മധുവിന് സങ്കടവും ക്ഷോഭവും സഹിക്കാനാകുന്നില്ല. ഞാൻ വിഷണ്ണനായി നിർഗുണനായി ഇരുന്നു. ഡ്രൈവറും ഒന്നും മിണ്ടുന്നില്ല. മടുത്തപ്പോൾ ഞാൻ ചോദിച്ചു.

"ഡ്രൈവാ... ഇനിയെങ്ങോട്ടാ...?"

അയാൾ തലമുടി ചിക്കിക്കൊണ്ട് ആലോചിച്ചു.

"ഇവിട്ന്ന് ആറുകിലോമീറ്ററ് അപ്രത്ത് പള്ളത്തടുക്കയിൽ ചോമണ്ണനായ്ക്കിന്റെ ഒരു മകളുണ്ട്... ഉമ്പകഷ്ടം..."

അങ്ങോട്ടു വിടാൻ നിർദ്ദേശിച്ചു.

"അവിടെക്കൂടി കയറി ഇന്നത്തെ കച്ചോടം നിർത്താം അല്ലേ മധുരാ..."

പ്ലാന്റേഷൻ കോർപ്പറേഷന്റെ തോട്ടത്തിന് ചേർന്നുള്ള ചെമ്മൺ റോഡിലൂടെ ജീപ്പ് കിതച്ച് നീങ്ങി. അലച്ചിലിന്റെ ക്ഷീണം ജീപ്പിനെയും ബാധിച്ചപോലെ.

കുന്നിൻ ചരിവിൽ കണ്ണെത്താ ദൂരത്തോളം കശുമാവുകൾ പടർന്ന് പന്തലിച്ച് കിടപ്പാണ്. വെളിമ്പ്രദേശങ്ങളിൽ കശുമാവു തൈകൾ വെച്ചുപിടിപ്പിച്ചിട്ടുണ്ട്. ഡ്രൈവർ വേഗം കൂട്ടിയപ്പോൾ പൊടിപടലങ്ങൾ പിന്നാലെ പറന്നു വന്നു.

ആകാശത്തു നിന്നുള്ള മരുന്നുതളി കാര്യമായി ബാധിച്ച പ്രദേശമാണിതെന്ന് ഡ്രൈവർ പറഞ്ഞു. ഇവിടെ ഗ്രാമീണർ കിണറിൽ നിന്നു വെള്ളം കോരാറില്ല. 'മദക്ക'കളാണ് കുടിവെള്ളത്തിനാശ്രയം.

ചോമണ്ണയുടെ വീട്ടിലെത്തുമ്പോൾ വെയിൽതാണു തുടങ്ങിയിരുന്നു. ജീപ്പിൽ നിന്നിറങ്ങുമ്പോഴും മധുവിന്റെ മുഖത്തു മ്ലാനത തന്നെ. എപ്പോഴും ഊർജ്ജ സ്വലനായിരിക്കുന്ന മധുവിനെ ഇങ്ങനെ വാടിക്കുഴഞ്ഞ നിലയിൽ മുമ്പ് കണ്ടിട്ടില്ല.

ചോമണ്ണയുടെ വീട്ടുകളത്തിലേക്കുകയറുമ്പോൾ ഭീകരനായ ഒരു പട്ടിയാണ് എതിരേറ്റത്. അത് മാരകമായി കുരച്ചു ചോമണ്ണയുടെ ഭാര്യ ഇറങ്ങി വന്ന് പട്ടിയെ ശാസിച്ചു അത് കുറച്ചകലെ മാറി നിന്ന് അപരിചിത ഭാവത്തിൽ രൂക്ഷമായി നോക്കി.

ഡ്രൈവർ കന്നടത്തിൽ വന്ന കാര്യം പറഞ്ഞപ്പോൾ ആ സ്ത്രീയുടെ മുഖം ഇരുളുന്നതു കണ്ടു. ഡ്രൈവർ പലതും പറഞ്ഞ് നിർബന്ധിച്ചപ്പോൾ പാതി മനസ്സോടെ മകളെ വിളിക്കാൻ അവർ സമ്മതിച്ചു.

വാതിൽ പടികടന്ന് ഇടറിയാടി നടന്നു വരുന്ന ആ കുട്ടിയെ കണ്ടപ്പോൾ മധു വിവശനാകുന്നത് ഞാൻ ശ്രദ്ധിച്ചു. പത്തു പന്ത്രണ്ടു വയസ്സുള്ള ചീർത്ത കുട്ടി. മുഖം നിറയേ നാവാണ്. ചെമന്നു തടിച്ച് പുറത്തേക്കു തുങ്ങിയാടുന്ന നാവ്.

"ജന്മനാ ഇങ്ങനെയാണ്..."ഡ്രൈവർ പറഞ്ഞു. "നാവ് അകത്തേക്കു വലിക്കാനാവില്ല...ബോർഡ്ന്ന് നൂറ്റമ്പതുരൂപാ പെൻഷനുണ്ടത്രേ..." അയാളുടെ സ്വരത്തിലലിഞ്ഞ രോഷം ഞാൻ തിരിച്ചറിഞ്ഞു.

കുറച്ചകലെ വിശ്രമിക്കുന്ന പട്ടിയെ ഞാൻ, വെറുതെ നോക്കി. വാതുറന്ന് നാക്കു പുറത്തേക്കിട്ട് 'ഹെഹെഹെ'യാക്കി ഉമിനീരിറ്റിച്ചും കൊണ്ട് ഇരിപ്പാണു സാധനം. എന്റെ ബുദ്ധി അതിക്രൂരമായാണു പിന്നീട് പ്രവർത്തിച്ചത്. ഞാൻ പതുക്കെ മധുവിനെ മുതുകിൽ തട്ടി വിളിച്ചു മാറ്റി നിർത്തി. എന്റെ സജഷൻ അവതരിപ്പിച്ചു.

"മിനിഞ്ഞാന്നത്തെ ഫോട്ടോ ഓർമ്മീണ്ടല്ലോ. ഇതാ മറ്റൊരു പട്ടി എപ്പിസോഡു കൂടി. കുട്ടിയെ വിളിച്ച് മുറ്റത്തിരുന്ന്. നാവു പുറത്തിട്ടിരിക്കുന്ന പട്ടിയും നാവകത്തേക്കെടുക്കാനാകാത്ത കുട്ടിയും ഒറ്റ ഫ്രെയിമിൽ കിട്ടണം. ദാറ്റ് വിൽബി ആൻ എക്സലന്റ് സ്റ്റാപ്പ്."

മധുവിനു നിഷേധിക്കാനാവില്ല. എന്നാലും ഉള്ളിലൊരു സംഘർഷം ഉള്ളതു പോലെ തോന്നി.

ഒന്നര മണിക്കൂർ മെനക്കെട്ടിട്ടും ആ ഒരു സ്നാപ്പ് കിട്ടിയില്ല. പട്ടി ആ കുട്ടിയുടെ അടുത്തെങ്ങും വന്നതേയില്ല. വെളിച്ചം തീർത്തും മങ്ങി. വൻമരങ്ങൾ ഇടതിങ്ങിയ ചുറ്റുവട്ടം വെളിച്ചത്തെ പതിയേ മായ്ച്ചുകൊണ്ടിരുന്നു. എന്റെ മുഖവും ഇച്ഛാ ഭംഗത്തിൽ ഇരുണ്ടു. "നമ്മുടെയത്ര ബുദ്ധി പട്ടിക്കില്ലല്ലോ മധുരാ..."ഞാനൊരു പുളിച്ച ചിരിചിരിച്ചു. "മടങ്ങാം..."

മധു ആശ്വാസത്തോടെ ക്യാമറ ബാഗിലേക്കു കിടത്തി സിബ്ബിട്ട ശേഷം ധൃതിപ്പെട്ട് നടന്നു. ഹെഡ്ലൈറ്റിട്ട് ജീപ്പ് നീങ്ങി. ഞാൻ തെല്ല് ഈർഷ്യയോടെയാണിരുന്നത്. ഫോട്ടോയ്ക്ക് നല്ലൊരു കാച്ച് വേർഡും കണ്ടു പിടിച്ചിരുന്നു. അതും പാഴായല്ലോ...

ഡ്രൈവർ എന്തിനോവേണ്ടി ജീപ്പിനകത്തെ ലൈറ്റിട്ടപ്പോൾ മധു എന്നെ തറപ്പിച്ചൊന്നു നോക്കി. എന്നിട്ട് ശബ്ദം താഴ്ത്തി പറഞ്ഞു. “പരമദുഷ്ടാ, നിന്റെയെല്ലാം മനസ്സിലാടാ എൻഡോസൾഫാൻ അമ്പതു നൂറ്റാണ്ടു കഴിഞ്ഞാലും പോവൂലാ...”

ഞാൻ ആകെ ഐസായിപ്പോയി. എന്റെ വലിയ പിഴ...!

പിറ്റേന്ന് രാവിലെ ബ്യൂറോയിലെത്തി ഫോട്ടോഷോപ്പ് തുറന്ന് കച്ചോടം തുടങ്ങുമ്പോൾ മധു വിളിച്ചു പറഞ്ഞു “ഫോട്ടോയ്ക്കെല്ലാം കാച്ച് വേർഡും ക്യാപ്ഷനും തന്നു സഹായിക്കെടാ. വന്നു നോക്ക്...”

“സ്വന്തായിട്ടങ്ങിട്ടാമതി. നിങ്ങളുടെ ചങ്ങായി ബിജുവർഗീസിനും രാമനാഥനും കാച്ചു വേഡുകൊടുത്ത വകയിൽ ചില്ലറ ബാലൻസുണ്ട്... നിങ്ങളും കടം പറയ്യോ മധുരാ...?” തലേന്നത്തെ ചമ്മൽ മാറ്റലാണ് എന്റെ ഉദ്ദേശ്യം.

“നീ നൊടിയാണ്ട് സംഗതി പറഡോ...എനിക്കിത് തീർത്ത് ഉച്ചക്ക് കണ്ണൂരത്തെണം...”മധു ചൂടായി.

“മധുരാ...ഒരു മിനിട്ടു...ഞാമ്പെര്ന്ന്...”എന്ന് പറഞ്ഞുകൊണ്ട് അപ്പോൾ അലറാൻ തുടങ്ങിയ മൊബൈൽ ചെവിയിൽ ചേർത്തു. എളേപ്പന്റെ മോനാണ്.

“കുഞ്ഞേട്ടാ, ഈ ദ്രുതവിളംബരത്തിന്റെ ലക്ഷണമെന്നാണ്...?”

“ന്ത്...പണ്ടാരത്തിനാടാ...”ഞാൻ മുഷിച്ചിലോടെ ചോദിച്ചു.

“പി.ടി ഭാസ്കരപണിക്കർ ക്വസ്സിനാണ്...”

“ഒലക്ക...ദ്രുതവിളംബരമല്ല, ദ്രുതവിളംബിതം...വിളംബിതം...”

അവനു ലക്ഷണം പറഞ്ഞു കൊടുത്തു ഫോൺ കട്ടാക്കി കമ്പ്യൂട്ടർ ക്യാബിനിലേക്കുകയറി. ചെമന്നു തുടുത്ത നാവു പുറത്തേക്കുതള്ളിയ ആ നിസ്സഹായത മോണിറ്ററിൽ...നൊമ്പരമുറഞ്ഞു പാതി കൂമ്പിയ കണ്ണുകൾ...

“ഇതാ ആദ്യ ദിവസത്തെ ഫോട്ടോ...” മധു പറഞ്ഞു. ഒരു ക്യാച്ച്വേഡ് പറ...ഞെട്ടണം കേട്ടാ...” ഞാൻ പതറി. എന്തു പറയും...ഈ ദൈന്യം ഏത് വാക്കുകളിലൊതുക്കും...? ഞാൻ പരുങ്ങി നില്ക്കുമ്പോൾ തൊട്ടു മുമ്പ് ഫോണിൽ പറഞ്ഞ ലക്ഷണ സൂത്രം മനസ്സിലേക്കിടിച്ചു കയറി.

ദ്രുതവിളംബിതമാം...നഭവ്വംഭരം...നഭവ്വഭരം...അല്ലാ അതുതന്നെ... വല്ലാത്തൊരാവേശത്തോടെ ഞാൻ അലറി നാവും ഭാരവും...നാവും ഭാരം...”

വിഷവൃത്തശാസ്ത്രം ജയിപ്പതാക...!

ഞാൻ തലകുമ്പിട്ട് കമ്പ്യൂട്ടർ ക്യാബിനിൽ നിന്നിറങ്ങി.

●

മാർസ് മിഷൻ

"ഇക്കൊച്ചും ടീമും പോയ് വന്നിട്ടുവേണം എന്റെ കാര്യത്തിനൊരു തീരുമാനമുണ്ടാക്കാൻ." സ്വല്പം വേദനയോടെ ആത്മാവിനെ തെര്യപ്പെടുത്തി അശ്രുതോഷ് സോഫയിലേക്ക് വിസ്തരിച്ച് ചാരി ക്കിടന്നു. വായിച്ചുകൊണ്ടിരുന്ന ന്യൂസ്പേപ്പർ മടിത്തട്ടിൽ തന്നെ മടക്കിവെച്ചു.

ഈ നിലയിൽ വരുന്ന രണ്ടുമണിക്കൂർ അയാൾ സ്വയം മറന്നുറ ങ്ങും അയാളുടെ ഇഹലോക ജീവിതത്തെ സംബന്ധിച്ചിടത്തോളം ഏറെ ആനന്ദം നല്കുന്നതാണ് ഈ സന്ധ്യാനിദ്ര. പട്ടി സ്വപ്നം കാണുമ്പോൾ കാട്ടാറുള്ള ചിലരസകരമായ ചേഷ്ടകളോടെ ഇത്തരം സന്ധ്യാനിദ്രകളെ അയാൾ തരണം ചെയ്യുന്നു. അശ്രുതോഷ് ഉണരും മുമ്പേ നമുക്കീ കഥയങ്ങു പറഞ്ഞു തീർക്കണം. കഥ കേൾക്കുന്നതോ പറയുന്നതോ ഇഷ്ടമില്ലാത്ത ഒരു സവിശേഷ ജന്മമായതുകൊണ്ട് അയാളെ ഉപദ്രവിക്കുന്നതും ശരിയല്ല.

നോക്കൂ, കണ്ണിൽ കണ്ണിൽ നോക്കി, ഒരേ ജ്യൂസ് ക്ലാസിനി രുവശത്തുമിരുന്ന് സ്ട്രോയിട്ട് വലിച്ചു കുടിക്കുന്ന കാല്പനികരെ കാണുമ്പോഴും നഗരമധ്യത്തിലെ ഗാന്ധിപാർക്കിൽ അടർത്തിമാ റ്റാൻ ജെ.സി.ബി വിളിക്കേണ്ട സാഹചര്യം സൃഷ്ടിച്ച്, വമ്പിച്ച ക്രമസ മാധാന പ്രശ്നമുണ്ടാക്കി, സദാചാര ഭീതിപടർത്തുന്ന സൈബർ-ന്യൂ ജെൻ കാമമോഹിതങ്ങളെ കാണുമ്പോഴും 'ട്രെമണ്ടസ്' മാളിലെ ബ്രാന്റ്സ് തുണിത്തരങ്ങൾ മാത്രം വില്ക്കുന്ന വിശാലമായ മാളത്തിൽ ഉടലുരുമ്മി വിലപേശുന്ന യുവമിഥുനങ്ങളെ കാണുമ്പോഴും എന്തിന ധികം, നഗരത്തിരക്കിലൂടെ മൂത്ത കൊച്ചിനെ മുന്നിലും ഇളയതിനെ നടുക്കും, അതിനു പിന്നിൽ ഭാര്യയെയുമിരുത്തി ഒരു പഴഞ്ചൻ സ്കൂട്ടറിൽ ട്രപ്പീസ് കളിക്കുന്ന കുടുംബനാഥനെ കാണുമ്പോഴുമെല്ലാം അശ്രുതോഷ് എന്ന ടെക്കിയുടെ മനസ്സ് കലങ്ങി മറിയുന്നത് എന്തു കൊണ്ടാവാം...? നെഞ്ചിലെ കൊളുത്തിവലിയുടെ നനവ് കണ്ണിൽ നിന്നു തുടച്ചുകളയുന്നത് എന്തുകൊണ്ടാവാം.?

"സിലിക്കൺ വാലിയിലെ സിനിക്" എന്ന് സഹപ്രവർത്തകർ നിന്ദാസ്തുതിക്കിരയാക്കാറുള്ള അശ്വതോഷ് സത്യത്തിൽ ഒരു പരമ സാധുവാണ്. അച്ഛനമ്മമാരുടെ ഇളയമകൻ. ഏക ആൺതരി അന്ധ വിശ്വാസങ്ങൾക്കും അനാചാരത്തിനുമെതിരെ നാവാം പടവാളിളക്കി പൊരുതിയ (നാക്കിട്ടലച്ച് എന്ന മലയാളത്തിൽ) വരും തലമുറകളെ ഉത്ബുദ്ധരാക്കി നേർവഴിക്ക് നയിച്ചവരുമാണ് അയാളുടെ അഭിവന്ദ്യ മാതാപിതാക്കൾ. ഇപ്പോൾ വിശ്രമജീവിതത്തിലാണ് ഇരുവരും. അതിന്റേതായിട്ടുള്ള അസ്കൃതകൾ അവരുടെ ജീവിതത്തിലുണ്ട്. ഓരോ അവധിക്കു വരവിലും അശ്വതോഷിനത് ബോധ്യപ്പെട്ടിരുന്നു. അനുഗ്രഹങ്ങൾ ചൊരിഞ്ഞും ആയുധങ്ങൾ ധരിച്ചും ദൈവം പലരൂപത്തിൽ വീട്ടിനുകാവൽനില്ക്കാൻ തുടങ്ങിയതോടെ അശ്വതോഷിന്റെ അവധിക്കുവരവിന്റെ ഇടവേളകൾ കൂടിക്കൂടിവന്നു.

ടീച്ചറമ്മയേയും മാഷെയും നാട്ടുകാർ ആദരിച്ചും ബഹുമാനിച്ചും പൊറുതിമുട്ടിക്കാൻ തുടങ്ങിയെന്ന് ചില സൂചനകളിൽ നിന്നും ഗ്രഹിച്ച അശ്വതോഷ് "നിങ്ങൾ രണ്ടാൾക്കും എന്റൊപ്പം വന്നൂടെ...?" എന്ന് ഒരു ദുർബലനിമിഷത്തിൽ ചോദിച്ചുപോയി. അതിൽ ജാങ്കോ പെട്ടുവെന്നു പറഞ്ഞാൽ മതിയല്ലോ. കൂട്ടംകുടുക്കയും ധാന്വന്തരം കുഴമ്പുമായി ഇരുവരും നാലാംനാൾ അശ്വതോഷിനൊപ്പം ഫ്ളൈറ്റ് കയറി.

നഗരവാസികളായതോടെ അച്ഛനും അമ്മയ്ക്കുമുണ്ടായ രൂപാന്തരം അശ്വതോഷിനെതെല്ലൊന്നുമല്ല അത്ഭുതപ്പെടുത്തിയത്. ഖാദിത്തുണിയും കളഭക്കുറിയും മുണ്ടും നേര്യതുമെല്ലാം രണ്ടേ രണ്ടു മാസം കൊണ്ട് ബർമുഡയും ടീഷർട്ടും ത്രീഫോർത്തും ലെഗ്ഗിൻസും കാഞ്ചീപുരവുമായി. അശ്വതോഷിന് ഉള്ളിൽ ലഡു പൊട്ടിത്തുടങ്ങി. അവരുടെ പട്ടിക്കാട്ട് സ്വഭാവമൊക്കെ മാറിയല്ലോ. ഇനിയെങ്കിലും തന്റെ കാര്യത്തിൽ വല്ല നീക്കുപോക്കുമുണ്ടായേക്കും. മൂത്തപെങ്ങന്മാർ മൂന്നുപേരും മൂന്നു വൻകരകളിലായി തങ്ങളാലാവും വിധം സന്തുഷ്ട കുടുംബമുണ്ടാക്കി കഴിയുന്നു. താനാണെങ്കിൽ ആൾപെരുമാറ്റം തീരെയില്ലാത്ത ഈ വൻകരയിലും. ബോറിംഗ്, മൊണോട്ടണസ്. നിറംകെട്ട ജീവിതം എന്നൊന്നും പറഞ്ഞാൽ പോരാ. ശരീരത്തിൽ ചലിക്കുന്ന ഏക അവയവം കൈവിരലുകളാണ്. തലച്ചോർ വെറുമൊരു ഓപ്പറേറ്റിംഗ് സിസ്റ്റവും.

മോണിട്ടറുദിക്കുമ്പോഴും വരണ്ടുണങ്ങുന്ന കണ്ണുകൾ ചുട്ടുനീറാൻ തുടങ്ങുമ്പോൾ സ്ക്രീൻ സേവറാക്കി വെച്ച കണ്ണീർത്തുള്ളി കണ്ടാസ്വദിക്കാൻ സിസ്റ്റം ഇടയ്ക്കിടെ റിഫ്രഷ് ചെയ്യുന്ന ശീലം അശ്വതോഷ് ഈയിടെയാണു തുടങ്ങിയിട്ടുണ്ട്. ഭക്ഷണത്തോടുള്ള വിരക്തി.

ജലപാനത്തിലുള്ള പിശുക്ക്, മലബന്ധാദി മധ്യവയസ്കരായ രോഗപീഡകളോടുള്ള ആഭിമുഖ്യം തുടങ്ങിയ ടെക്കീ-ജെൻ സ്വഭാവങ്ങളോടും അശ്രുതോഷ് നൂറുശതമാനം നീതി പുലർത്തി വന്നു. ഷിഫ്റ്റുകളിലൂടെയാണ് അയാൾ ജീവിതത്തെ രേഖപ്പെടുത്തുന്നതുതന്നെ.

സഹപ്രവർത്തക അരുണിമാറാവു ബോധം കെട്ടുവീണപ്പോൾ മാത്രമാണ് അശ്രുതോഷ് ആദ്യമായി ഒരു പെൺകുട്ടിയെ സ്പർശിച്ചതെന്നു പറയുമ്പോൾ ഇതേവരെ അയാളനുഭവിച്ചു വന്ന വൈകാരിക വരൾച്ച വ്യക്തമാണല്ലോ. ഒരു തിങ്കളാഴ്ചത്തെ മൂന്നാം ഷിഫ്റ്റിലാണതു സംഭവിച്ചത്. തൊട്ടപ്പുറത്തെ സീറ്റിലായിരുന്നു അരുണിമ. ഇടയ്ക്കെപ്പൊഴോ ഒന്നെണീക്കാൻ ശ്രമിക്കുന്നതുകണ്ടു. മറ്റ് യാതൊരു മുന്നറിയിപ്പും നല്കാതെ മുന്നിലെ കീബോർഡിലേക്ക് ഒടിഞ്ഞുകുത്തുന്നതും പിന്നെ ഒരു കിളിത്തൂവൽ പോലെ തറയിലേക്കു വീഴുന്നതും കണ്ടു. അപ്പോൾ അശ്രുതോഷ് ഒഴികെ മറ്റെല്ലാവരും കടുത്ത തിരക്കിലായിത്തീർന്നു.

അശ്രുതോഷിനിങ്ങനെ തോന്നേണ്ട കാര്യമൊന്നുമില്ല. ബോധം പോയാൽ കുറച്ചുനേരം കഴിഞ്ഞ് തിരിച്ചു വന്നോളും. അതാണല്ലോ അതിന്റെ ഒരിത് എന്നങ്ങു ചിന്തിച്ചാൽ മതി. കുഴഞ്ഞുവീണിട്ട് പത്തു മിനിട്ട് കഴിഞ്ഞിട്ടും എഴുന്നേല്ക്കാത്ത അരുണിമയെ അങ്ങനെ അവഗണിക്കാൻ അയാൾക്കു കഴിയില്ല. അതിനു പിന്നിൽ നിഗൂഢമായ ഒരു കാരണമുണ്ട്. ആരോടും പങ്കുവെക്കാത്തതിനാൽ നമുക്കതറിയാൻ ഇപ്പോൾ നിർവ്വാഹമില്ല.

അശ്രുതോഷ് പ്രത്യാശയോടെ മറ്റു സീറ്റുകളിലേക്കു നോക്കി. ആരും അനങ്ങുന്നില്ല. തികഞ്ഞ നിസ്സംഗത. അയാൾ നിർവികാരനായി എഴുന്നേറ്റ് അരുണിമയുടെ സീറ്റിലേക്കു ചെന്നു. ചെയറിനും ഡയസിനുമിടയിൽ ഒരു പ്രത്യേക രീതിയിൽ ചുരുണ്ടുകൂടി കിടക്കുകയാണവൾ വാരിയെടുത്തപ്പോൾ നെഞ്ചിൽ തട്ടിയ ഇളംചൂട് അയാളെ വല്ലാതാക്കി. അനന്തരം ആരെയും കൂസാതെ അവളെയുമെടുത്ത് പുറത്തേക്കു നടന്നു.

"ഷിവോസ് ഇൻ ഡീപ് സ്റ്റെസ്സ്" ഡോക്ടർ പറഞ്ഞു. അശ്രുതോഷിന്റെ പരൽക്കണ്ണ് വിറകൊണ്ടു. അന്നുതൊട്ടാണത്രേ അയാൾ ഒരു കണ്ണുനീർത്തുള്ളിയെ തന്റെ സ്ക്രീൻ സേവറായി നിയോഗിച്ചത്.

അമ്മയുമായുള്ള ഫോൺ സംഭാഷണത്തിനിടയിൽ താനനുഭവിക്കുന്ന സ്ട്രെയിനിനെക്കുറിച് അശ്രുതോഷ് ഒരിക്കൽ പറയുകയുണ്ടായി. അരുണിമറാവുവിന് സംഭവിച്ച കാര്യവും സൂചിപ്പിച്ചു. അപ്പോൾ 'ഓ, അതുശരി, കണ്ട ആന്ധ്രച്ചിയിലാ നിന്റെ നോട്ടം... അതൊന്നും നടക്കില്ല. എല്ലാം ഒത്തതുമതി.' എന്നായിരുന്നു ടീച്ചറമ്മയുടെ പ്രതികരണം.

അശ്രുതോഷിന്റെ ചൂണ്ടുവിരൽ പോകുന്നത് നേരെ ഡിലീറ്റ് ബട്ടണിലേക്കാണെന്നത് നമുക്ക കാണാം.

അശ്രുതോഷിന്റെ ഏകാന്തവിരസമായ ജീവിതത്തിന് അച്ഛനമ്മമാരുടെ വരവ് തെല്ല് ആശ്വാസം പകരുമെന്നാണ് നമ്മൾ പ്രതീക്ഷിച്ചത്. അശ്രുതോഷും അങ്ങനെ തന്നെ കരുതി. എന്നാൽ പരിണാമ സിദ്ധാന്തമനുസരിച്ച് മൂന്നുനാലു തലമുറകൊണ്ടു സംഭവിക്കേണ്ട മാറ്റം വെറും എട്ടാഴ്ചകൊണ്ട് ടീച്ചറമ്മയിലും മാഷച്ഛനിലും സംഭവിക്കുന്നതു കണ്ട് നിർവൃതിയടയേണ്ട ഗതികേടാണ് അയാൾക്കുണ്ടായത്. തന്റെ കാര്യത്തിൽ ഒരു പുരോഗതിയുമില്ല. അവരാണെങ്കിൽ വെച്ചടി വെച്ചടി മാറുകയാണ്. അമ്മ അടിവെച്ചടിവെച്ച് നീന്തൽകുളത്തിന്റെ പടവുവരെയെത്തി 'ഫിസിക്ക് കീപ്പ്' ചെയ്യാൻ. ഒരു തുള്ളി തൊടാത്ത മാഷ് നീന്തൽ കുളത്തിലെ താമരയായി പരിലസിച്ചു. അശ്രുതോഷാകട്ടെ പതിവായി ഇങ്ങനെ സോഫയിൽ കിടന്നു മയങ്ങാനും തുടങ്ങി.

പകലത്തെ ഷിഫ്റ്റു കഴിഞ്ഞ് ഫ്ളാറ്റിനെ രണ്ടാം താക്കോൽ കൊണ്ട് തുറന്ന് സ്വിമ്മിംഗ് പൂളിലെ അമ്മയേയും ക്ലബിലെ അച്ഛനേയും സ്മരിച്ച്കൊണ്ട് ഒരു കാപ്പിയുണ്ടാക്കിയശേഷം പത്രമോ മാഗസിനോ എടുത്ത് സോഫയിലേക്കു ചാരും. കാപ്പി തീരുന്നതുവരെ വായിക്കും. അതാണു കണക്ക്. പിന്നെ, പിന്നിലേക്ക് കൈപിണച്ച് ചാഞ്ഞുവലിഞ്ഞുകിടന്ന്, ദാ ഇപ്പോൾ കാണുന്നതുപോലെ കിടന്ന് സുഖമായി ഉറങ്ങും.

ലിഫ്റ്റ് പണിമുടക്കിയതിനാൽ മുകളിലേക്കുള്ള പടികൾ ഞാനും അനീറ്റയും ഒരുമിച്ചാണു കയറിയത്. അവൾ സ്റ്റെപ്പെടുത്ത് രണ്ടും മൂന്നും പടികൾ ചാടിക്കയറി. ബലത്തിന് എന്റെ ഇടതുകൈ മുറുക്കേ പിടിച്ചു. അവൾ വീഴാതിരിക്കാൻ ഞാൻ ഏറെ പണിപ്പെട്ടുവെന്ന് പറഞ്ഞാൽ മതിയല്ലോ.

"അങ്കിളിന്ന് ലീവാ..." അനീറ്റ ചോദിച്ചു.

"അത്...ഇന്ന് അങ്കിളിന്ന് ഓഫ്ഡേയാ..."

"ഓകേ...എൻജോയ്..." അവൾ വലതുകയ്യിന്റെ പെരുവിരൽ ഉയർത്തിക്കാണിച്ചു. അവളുടെ ഫ്ളാറ്റിന്റെ വാതില്ക്കലെത്തിയപ്പോൾ ബൈബൈ...സീയു എന്നുപറഞ്ഞ് ഓടിപ്പോയി. ഞാൻ മൃദുവായി ചിരിച്ചുകൊണ്ടും എന്റെ ഇരട്ടകളെ ഓർത്ത് ബേജാറായിക്കൊണ്ടും പടികൾ കയറി.

പിറ്റേന്ന് രാവിലെ കോളിംഗ് ബെൽ നിർത്താതെ അടിക്കുന്നതുകേട്ട് അലക്കുയന്ത്രം പ്രവർത്തിപ്പിക്കുന്നത് നിർത്തി ഞാൻ വന്നു വാതിൽ തുറന്നു. അനീറ്റയാണ്, എന്താണ് ഇത്ര രാവിലെ എന്ന്

അതിശയം പ്രകടിപ്പിച്ച് ഞാനവളെ അകത്തേക്കു വിളിച്ചു. മടിച്ചുമടിച്ച്, പെരുവിരൽ വായിലിട്ട് നുണഞ്ഞുകൊണ്ട് അവൾ അകത്തേക്കു കയറി സോഫയിൽ ചമ്രം പടിഞ്ഞിരുന്നു.

മുഖം കരഞ്ഞു കലങ്ങിയമട്ടുണ്ട്. മുടിയൊക്കെ ചിതറിക്കിടക്കുന്നു.

“വാട്ട് ഹാപ്പൻഡ് അനീറ്റാ...?”

“നത്തിംഗ് അങ്കിളേ...”

“അതെന്താ മുഖമൊക്കെ വാടിയിരിക്കുന്നേ...ആർ യൂ ക്രൈഡ്?”

“പപ്പേം മമ്മേം ന്നെ തല്ലി...അതാ അങ്കിൾ...”

“എന്തിനാ എന്റെ അനീറ്റയെ തല്ലിയത്? വികൃതി കാണിച്ചോ?”

അവൾ ആ ചോദ്യത്തിന് പ്രതികരിക്കാതെ കുറ്റവാളിയെപ്പോലെ എഴുന്നേറ്റുനിന്നു. മുഖം കുനിച്ച് കാൽപാദത്തിൽ നോക്കിനിന്നു. കൈകൾ മുന്നിൽ പിണച്ച് ശുക്കിയിട്ടിട്ടുണ്ട്...

ഞാൻ ഫ്രിഡ്ജിൽ നിന്ന് രണ്ട് ആപ്പിളെടുത്ത് പേനാക്കത്തി കൊണ്ട് നുറുക്കി ഒരു പ്ലേറ്റിലിട്ട് അവൾക്കു നേരെ നീട്ടി. അവൾ വേണ്ടെന്നു പറഞ്ഞ് തലയാട്ടി. പ്ലേറ്റ് ടീപ്പോയിൽ വെച്ചശേഷം ഞാനൊരു ചായയുണ്ടാക്കാൻ ഒരുങ്ങി. സ്റ്റൗ കത്തിച്ചു വെള്ളം വച്ചു.

“അങ്കിളുമെന്നെ ബീറ്റ് ചെയ്യോ...?” അവൾ മുഖമുയർത്തി. ദൈന്യം കലർന്ന ശബ്ദത്തിൽ ചോദിച്ചു. പതുക്കെ എന്റെ മുന്നിൽ വന്നു നിന്നു.

കൃത്യം ഏഴുമണിക്ക് ഉണരേണ്ട അയാളെ ഇന്ന് പത്തുമിനിട്ടു മുമ്പ് ടീച്ചറമ്മ കയറിവന്ന് ഉണർത്തിക്കോളും. ബാക്കി കഥ പറച്ചിൽ അവർ തമ്മിലാകട്ടെ. നമുക്കിവിടുന്ന് തല്ക്കാലം മാറാം.

“ഏതവളേ ഓർത്താടാ കെടക്കുന്നത്.?”

അശുതോഷ് ഞെട്ടിയെഴുന്നേറ്റ് കണ്ണട നേരെയാക്കി. ബട്ടർഫ്ളൈ സ്ട്രോക്ക് കഴിഞ്ഞെത്തിയ അമ്മയാണ്.

“ഇതേതാടാ ഈ കൊച്ച്...?” ടീച്ചറമ്മ അശുതോഷിന്റെ മടിയിൽ കിടക്കുന്ന ന്യൂസ്പേപ്പറിലേക്കു വിരൽചൂണ്ടി.

“ഓ...ഇതോ...ദാ ശ്രദ്ധിച്ചുനോക്ക്...” അയാൾ മനസ്സിൽ കള്ളച്ചിരി ചിരിച്ചുകൊണ്ട് പത്രം അമ്മയ്ക്കു നീട്ടി.

“ഓ എന്തോന്നു ശ്രദ്ധ[1]...” ടീച്ചറമ്മയുടെ മുഖം ചുളിഞ്ഞു.

“ഇതിലൊക്കെ വല്ല കാര്യണ്ടോ...?” നിസ്സാര ഭാവത്തിൽ അവർ പത്രം ടീപ്പോയിലേക്കിട്ടു.

---

1 ശ്രദ്ധ പ്രസാദ്: NASA ചൊവ്വ മിഷനായി തിരഞ്ഞെടുത്ത 100പേരിൽ ഒരാൾ.

"ഉം... ശരിയാ...വ്യാഴനും ബുധനുമൊക്കെ യഥാസ്ഥാനത്തു തന്നെ കിടന്നാമതിയായിരുന്നു. ചൊവ്വയിലിപ്പോൾ കാലാവസ്ഥ എന്തായിരിക്കുമോ എന്തോ? നേരാവണ്ണം മര്യാദയ്ക്ക് കറങ്ങുന്നൊക്കെയുണ്ടാവില്ലേ...പോയിട്ടു വന്നാലറിയാം."

"ആരു പോയിട്ടു വന്നിട്ട്?"

"അതേയ്, അമ്മേ നാസ ടീമിന്റെ മാർസ് മിഷനാണത്. എങ്ങാണ്ടെപ്പൊഴാ തിരിച്ചെത്ത്വാന്ന് ആരറിഞ്ഞു...?" അപ്പോൾ അയാളിൽ നിന്ന് ചൂടുള്ള ഒരു നെടുവീർപ്പ് ചൊവ്വയിലേക്കു വിക്ഷേപിക്കപ്പെട്ടു. "അതെന്താ നിന്റെ മൊഖത്തൊരു ഭൂഗ്യാസം...?" നീരസവും ശാസനയും സമം ചേർത്ത് ടീച്ചറമ്മ കണ്ണുരുട്ടി. ആ നോട്ടത്തിന്റെ പൊള്ളൽ താങ്ങാനാവാതെ അയാൾ മുഖം താഴ്ത്തി. പിന്നെ പതുക്കെ എഴുന്നേറ്റ് സ്വന്തം മുറിയിലേക്കു നടന്നു. അപ്പോളയാൾ ചുമരിന്മേൽ മാഷച്ഛൻ തൂക്കിയിട്ടതും ഫാനിന്റെ കാറ്റിനെ പരിഹസിച്ച് തള്ളിപ്പറക്കുന്നതുമായ പഞ്ചാംഗം കണ്ടു. അയാൾക്ക് മനസ്സു നിറച്ചും സങ്കടം വന്നു.

●

മീൻ വേട്ടക്കാരൻ

അങ്ങുയരത്തിൽ കമുകിൻ തലപ്പിൽതൊട്ട് ചെറാകത്തിയുടെ വായ്ത്തല പോലെ ചന്ദ്രക്കല കാണുന്നുണ്ട്. ചാണകം തേച്ച നിലത്ത് ചിതറിയ പളുങ്ക് ഗോട്ടികളിൽ റാന്തൽ വെട്ടം വീണതുപോലെ തിളങ്ങുന്ന നക്ഷത്രങ്ങൾ. കമുകിന്റെയും വാഴക്കൂട്ടങ്ങളുടെയും ഇരുണ്ട നിഴൽ വഴി പൂർണമായും ഇരുളിലാഴ്ത്തുന്നു. ഡിസംബറിലെ പിശറൻ കാറ്റ് ദീർഘ നിശ്വാസമയച്ച് വീശുന്നുണ്ട്. വലിയ തോട്ടിൽ തിരിഞ്ഞും മറിഞ്ഞും കിടന്ന് ഉറക്കമില്ലാതെ ഒഴുകുന്ന വെള്ളത്തിന്റെ കുളിര് ചൂടുചോരപോലും മരവിപ്പിക്കുന്നതാണ്. തോട്ടിറമ്പിലെ ഓടപ്പൊന്തയിൽ നിന്നും കുളക്കോഴികൾ ചിതറിയ ഓർമ്മപോലെ പായുന്നത് കേൾക്കാം. പകവെച്ച വിളിക്കുന്ന കീരാങ്കീരികളുടെ ഒച്ച കാതു തുളയ്ക്കുന്നുണ്ട് അടയ്ക്കചപ്പാൻവന്ന നരിച്ചീറുകൾ നിലാവിൽ ചീറിപ്പറന്നപ്പോൾ ഭയന്നുവിറച്ച് ഇരുളിലേക്കു ചുരുണ്ടുപോയി. ഭീഷണമായ രാത്രിയുടെ മിടിപ്പ് മരണഭയം പോലെ തൊണ്ടയ്ക്കകത്തു വിലങ്ങിവീർത്തു വന്നു. ആൾക്കാരൊക്കെ നേരത്തെതന്നെ വീടടങ്ങിക്കാണും. പാതിരാത്രി ഇതുവഴി ഇനിയാരു വരാൻ? എന്നാലും ആരെങ്കിലും കണ്ടാൽ കുഴപ്പമാകും.

നിലാവു പതുക്കെപ്പതുക്കെ നീലനിറം പകരുന്നതു പോലെ നിഴലുകൾ ഓരോന്നായി നിറം വെക്കുന്നു. ഇത്ര നേരമായിട്ടും ആശാനെയും കാണാനില്ല, രമേശട്ടനെയും കാണാനില്ല. വരാതിരിക്കുമോ? പത്തരക്കെത്താമെന്നാണവർ പറഞ്ഞത്. ഇവിടുന്നങ്ങോട്ട് ഇനിയും കാൽമണിക്കൂർ നടക്കാനുണ്ട്. കോളനിപ്പാലം വരെ കമുകിൻതോട്ടവും വയലും നേന്ത്രവാഴക്കന്നിട്ട പറമ്പുകളുമാണ്. ഇപ്പോഴെങ്കിലും ഇവിടം വിട്ടില്ലെങ്കിൽ അബദ്ധമാകുമല്ലോ... പേടി തെല്ലുനേരത്തേക്കു മാറ്റിവെക്കാനായി അവൻ തങ്ങളുടെ കളരിപരമ്പര ആശാനായ ജോസാശാന്റെ വീരസാഹസിക കൃത്യങ്ങൾ ഓർത്തെടുക്കാൻ തുടങ്ങി.

ബീഡി നാലഞ്ചുപുകയെടുത്ത് പതിവുപോലെ ചൂണ്ടുവിരൽ

കൊണ്ട് ചൊട്ടിത്തെറുപ്പിച്ച ശേഷം ആശാൻ പെട്ടന്നതാ നാലാളുയരത്തിൽ ചാടിയുയരന്ന് ഒരുറുപ്പികത്തുട്ട് ടോസ്സുചെയ്തതുപോലെ കറങ്ങിക്കറങ്ങി ചുവടുകൾ നിലത്തുറപ്പിച്ചു. പിന്നെ ശടേന്ന് വലതുപാദമൂന്നി പമ്പരം പോലെ തിരിഞ്ഞ് ഇടതുകാൽ വായുവിൽ നിവർത്തി വീശി. തുലാമാസത്തിൽ എവിടെ നിന്നോ പൊടിച്ചുയർന്ന മഴപ്പാറ്റകൾ അന്തം വിട്ട് നാലുപാടും ചിതറി. പെട്രോമാക്സിന്റെ വെളിച്ചത്തിൽ പന്ത്രണ്ടു ശിഷ്യന്മാർ ചുറ്റും വാപൊളിച്ചിരുന്നു പലരുടെയും പൊളിച്ച വായിലേക്ക് മഴപ്പാറ്റകൾ സന്തോഷത്തോടെ പറന്നുകയറി. മഴയുടെ ഊളൻ തണുപ്പുള്ള ഒരു കാറ്റ് അവിടെയെങ്ങും ചുറ്റിപ്പറ്റി നിന്നു.

"ഇടതുകാൽ നിലത്തൂന്നി, വലതുമുമ്പോട്ടുവെച്ച് താണുയർന്ന് തൊഴുതുനിവർന്ന്..." ആശാൻ വായ്ത്താരി പറഞ്ഞു തുടങ്ങി. പന്ത്രണ്ടു പേർ നിരന്നുനിന്ന് ചുവടുവെച്ചു.

പാറപ്പുറത്തെ നനഞ്ഞമണ്ണ് ചെത്തി വെടിപ്പാക്കി നിലംതല്ലി കൊണ്ടു തച്ചുറപ്പിച്ച് ചാണകം തേച്ചുമിനുക്കിയ തറയാണ് കളരി. കുളത്തിന്റെ ഒത്തനടുക്ക് അഞ്ചടി ഉയരത്തിൽ പുളിമരക്കുറ്റി നാട്ടി അതിന്മേലാണ് പെട്രോമാക്സ് വെച്ചിട്ടുള്ളത്. ആശാന്റെ പറപ്പൻ ചുവടുകൾക്കിടയിൽ ചിതറിപ്പോയ ഈയാം പാറ്റകൾ പെട്രോമാക്സിന്റെ എരിവെട്ടത്തിൽ നിർഭയം ഇരച്ചുനിന്നു. കരിഞ്ഞു വീണു. അതുങ്ങൾ കരിഞ്ഞ മണവുമായി ഊളൻകാറ്റ് പതുക്കേ പാറപ്പുറത്തേക്കു വീശിപ്പോയി.

"മെയ്ക്കുരുത്തും മനബലോം വേണം...ബോഡി ഒറച്ചാലേ മനസ്സും ഒറക്കു..." തൊഴുതു നമസ്കാരം കഴിഞ്ഞപ്പോൾ ആശാൻ നിർദേശിച്ചു. ഇനി ബാമപ്പ് ചെയ്യ്...കൊറഞ്ഞത് നൂറ് പുഷപ്പ് എടുത്തേക്കണം. മുപ്പതും നാപ്പതുമെടുക്കുന്നവർ എണ്ണം കൂട്ട്..."

ജോസാശാൻ കളത്തിന്റെ പുറത്തിറങ്ങി ഒരു ബീഡി കൊളുത്തി. നടുതല്ലിയൊടിച്ചിട്ട മൂർഖനെപ്പോലെ പാറപ്പരപ്പിലെ ഇരുട്ട് പെട്രോമാക്സിന്റെ വെളിച്ചപ്രവാഹത്തിലേക്ക് പകയോടെ ഫണമുയർത്തി. ഇരുണ്ടബീഡിപ്പുക വെളിച്ചത്തിൽ വിഭ്രമം വരച്ച് ഇരുട്ടിലേക്കു ലയിച്ചു. ബീഡി ചൂണ്ടുവിരൽ കൊണ്ട് ചൊട്ടിത്തെറിപ്പിച്ച് ആശാൻ അരയിലെ തോർത്ത് ഒന്നുകൂടി മുറുക്കിക്കെട്ടി.

പാറപ്പരപ്പിലെ കാഞ്ഞിരവും ഇരുൾമരങ്ങളും കുമുള്ളിന്റെയും കൊട്ടമുള്ളിന്റെയും ഇടതൂർന്ന കാടും പേരില്ലാത്ത കുറേ കുറ്റിച്ചെടികളും കളത്തെ ഒളിപ്പിച്ചുവെച്ചു. കുമനും കാലൻ കോഴിയും അപകട സൈറൺ നല്കാൻ ഇരുളിലെവിടെയൊക്കെയോ ജാഗ്രതയോടെ പതിയിരുന്നു. ഇലവീണാൽ കേൾക്കുന്ന നിശ്ശബ്ദതയിൽ ആശാന്റെ വായ്ത്താരിയും ശിഷ്യരുടെ ചുവടുകളും പെട്രോമാക്സിന്റെ എരിച്ചിലും

വെവ്വേറെ ഒച്ചകളായി തിരിച്ചറിയപ്പെട്ടു.

വ്യായാമ മുറകൾ കഴിഞ്ഞ് ശരീരത്തെ വിയർപ്പാറ്റാൻ വിട്ട് പന്ത്രണ്ടുപേരും കളത്തിന്റെ ഇരുവരമ്പുകളിലായി മുഖത്തോടുമുഖം നോക്കിയിരുന്നു. ഉള്ളിലെ ആശങ്കകൾ തികട്ടിവന്നു.

"പാനൂരും തലശ്ശേരീം മിനിയാന്ന് രാത്രി കൊയപ്പായ്ര്ന്നു..."

"അതെ നമ്മളെ സുരേശനീം കിഷോറിനീം നല്ല കൊത്താന്ന് കിട്ടീനത്രേ..."

"സുരേശന്റെ കൈ- വലത്തേക്കൈ മുറിഞ്ഞ് ഞുങ്ങീനീന്നാ കേട്ടത്..."

"കട്ക്കൻ ചന്ദ്രന്റെ സെറ്റാന്ന് വെട്ടീനീന്നാ രഹസ്യവിവരം..."

"നാരായണൻ കുട്ട്യേട്ടൻ പതിനൊന്നര പന്ത്രണ്ടുമണിക്ക് വെരുന്നാ ആശാൻ പറഞ്ഞത്. സാധനം കൊണ്ട്..."

"ഇതിപ്പം തൊടങ്ങീട്ട് ആറ് മാസ്സായി. ഇത്വരെ വെട്ട് തൊടങ്ങീറ്റ്ല്ലാ. ഓറേ ഭാഗത്ത്ന്ന് അറ്റാക്ക്ണ്ടായാപ്പന്താ ചെയ്യ്ന്നത്... "

"വടിവാള് വീശിവെട്ടാൻ കൊറച്ച് വായത്തട സംഘടിപ്പിക്കണം... ഒറ്റക്കൊത്തിന് തീർക്കണം പൊലയാടി മക്കളെ..." പതിഞ്ഞസ്വരത്തിൽ പറഞ്ഞുതുടങ്ങിയ രമേശേട്ടൻ കലികയറി വിറച്ചു. രമേശേട്ടന്റെ വാക്കുകേട്ടപ്പോൾ അവന് ആവേശം തോന്നി.

"നാറികള്...നമ്മളെ നാലാളെയാണ് ഒരാഴ്ചകൊണ്ട് തീർത്തത്... അവരെ ഒരാളക്കൊന്നതിന്...സഹിക്കന്ന്ല്ല..." സുഗുണേട്ടൻ എണീറ്റ് മാറിനിന്നു.

"മതി ഇനി എല്ലാരും എഴ്ന്നേറ്റ് നെരന്ന് നിക്കിൻ..."ആശാന്റെ കല്പനവന്നു. അവൻ ഉമിനീർ വിഴുങ്ങി. പഠിപ്പിച്ചതുപോലെ ശ്വാസോച്ഛ്വാസം ചെയ്യാനും നിർദേശം വന്നു. പന്ത്രണ്ടുപേർ ശ്വാസം വലിച്ചുവിടുന്ന ശബ്ദം മാത്രം. അതിനിടയിൽ കളത്തിലേക്ക് ഉരൽവണ്ണത്തിൽ പൊതിഞ്ഞുകെട്ടിയ ഒരു കമുകിൻപാളക്കെട്ട് വീണു. ഇരുമ്പുരസുന്നതിന്റെ പല്ലുപുളിക്കുന്ന കരകരപ്പ്. കയ്യിലെ മൂർച്ചയേറിയ പിച്ചാത്തികൊണ്ട് ആശാൻ അതിന്റെ കെട്ടുകൾ അറുത്തു. പാളകുത്തിക്കീറി. രണ്ടടിയിലേറെ നീളമുള്ള പത്തിരുപത് വടിവാൾ പ്രതികാരദാഹത്തോടെ പുറത്തുചാടി. എവിടെ നിന്നാണ് പാളക്കെട്ട് വന്നതെന്ന് ആരും കണ്ടില്ല. ആളാൻ തെല്ലനേരം ഇരുളിലേക്കു മാറിയതും, നാരായണൻ കുട്ടിയേട്ടൻ കാട്ടുപൂച്ചയെപ്പോലെ വന്നുപോയതാകും.

ആശാൻ വടിവാളുകൾ ഓരോന്നുമെടുത്ത് പരിശോധിച്ചു. കൈവെള്ളയിൽ വായ്ത്തല ഉരച്ച് മൂർച്ചനോക്കി. പെട്രോമാക്സിന്റെ

വെളിച്ചത്തിൽ വാസ്ത്തലകൾ ക്രൂരമായി തിളങ്ങി. ആശാൻ ഓരോരുത്തരായി വിളിച്ചു. എല്ലാവരും അനുസരണയോടെ തൊഴുതമർന്ന് വടിവാൾ ഏറ്റുവാങ്ങി. അവസാനത്തെയാൾ അവനാണ്. അവന്റെ തൊണ്ട വരണ്ടു. വിറച്ചുകൊണ്ട് തൊഴുതമർന്ന് രണ്ടുകയ്യും നീട്ടി. ചുട്ടുപഴുത്ത് കൈവെള്ളയിൽ കാരിരുമ്പിന്റെ തണുപ്പ് പടർന്നു. തിരിച്ചറിയാവുന്ന ഭയപ്രവാഹമായി അത് തലച്ചോറിലേക്കു പാഞ്ഞു.

“രമേശാ, എവൻ കൊള്ളില്ല...” വെറുപ്പനിറഞ്ഞ ശബ്ദം കേട്ട് അവൻ ഞെട്ടി. വഴുതി വീണ വടിവാൾ നിലത്തുതപ്പിയെടുക്കുമ്പോൾ കഴുത്തിനും താടിയെല്ലിനുമിടയിൽ ഒരു കൊളുത്തുവീണു. ആശാന്റെ കയ്യിലെ രണ്ട് ഇരുമ്പുവിരലുകൾ കട്ടിച്ചൂണ്ടപോലെ കൊങ്ങയ്ക്കു കൊളുത്തി അവൻ നിലത്തുനിന്നുയർന്നതും പെട്രോമാക്സിനു മുകളിലൂടെ പറന്ന് കളത്തിന്റെ വരമ്പിനപ്പുറത്തു വീണതും ഞൊടിയിടയിലാണ്...പുഴയിലെ കയത്തിൽ നിന്നും ചൂണ്ടക്കു കുരുങ്ങിയ ബ്രാലിനെ വലിച്ചു കരയ്ക്കടിക്കുന്ന അതേ ലാഘവത്തോടെ ഇത്രയും ചെയ്തശേഷം ആശാൻ പറയുന്നതുകേട്ടു:

“നത്തോലി... എവനെ കൂട്ടണ്ടായെന്ന് പലോണ പറഞ്ഞത്. വടിവാളും കോപ്പുമൊന്നും തൊടാനെവനാവൂലാ...”

“അല്ലാശാനേ...ഓൻ പത്തിലാന്ന് പഠിക്ക്ന്നത്...” രമേശേട്ടൻ പറയുന്നതു കേട്ടു. പിന്നൊന്നും കേട്ടില്ല. അറിഞ്ഞില്ല.

പിറ്റേന്ന് ഉണർന്നപ്പോൾ താടിയെല്ലിനുതാഴെ അവന് കടുത്ത നീറ്റൽ അനുഭവപ്പെട്ടു. മേലാസകലം വേദന. നടു അനക്കാൻ പറ്റുന്നില്ല. എന്താണിന്നലെ സംഭവിച്ചതെന്ന് ശരിക്കും ഓർക്കാൻ പറ്റുന്നുണ്ട്. നടുവടിച്ചാണു വീണത്. അതാണിത്ര വേദന. ബോധം പോയതുകൊണ്ട് ഇന്നലെ വൻപയർ പുഴുക്ക് കഴിക്കാനൊത്തില്ലല്ലോ എന്നോർത്ത് അവന് വിഷമം തോന്നി. സുഗുണേട്ടനാണ് പുഴുക്കുണ്ടാക്കുന്നത്. ചെറുപയറോ വൻപയറോ കടലയോ വെളുത്തുള്ളിയും കരിയാപ്പിലയും ഉണക്കപ്പറങ്കിയും ചേർത്തുണ്ടാക്കുന്ന ഗംഭീരൻ പുഴുക്ക് കളത്തിലെന്നുമുണ്ടാകും. ചിലദിവസം മീനോ കോഴിയോ പൊരിച്ചത്. ഓർത്തപ്പോൾ വായിലൂറിയവെള്ളം അവൻ നൊട്ടയിറക്കി. സത്യത്തിൽ തിന്നാനാണ് കളത്തിൽ പോകുന്നത്. അല്ലാതെ ‘അടിതടവെട്ട് കുത്ത്’ ഒന്നിലും താല്പര്യമില്ല. പിന്നെ ചെറുസാഹസികനായ രമേശേട്ടനോടുള്ള ആരാധനയും കാരണമാണ്. ഇപ്പോൾ ആശാനോടാണ് ഭയങ്കര ആരാധന. ആള് വലിയ അഭ്യാസിയാണത്രെ. പക്ഷേ, ഇന്നലത്തെ അപമാനവും വേദനയും ഓർത്തപ്പോൾ പകയാണ് തോന്നുന്നത്.

“എണീറ്റ് പല്ല് തേക്ക് കൊരങ്ങേ.. ന്നലെ നാലാള് കൂടീറ്റാ നിന്ന

കെട്ടിക്കൊണ്ടിനി. ഒണർച്ചീല്ല ബോധൂല്ല. കണ്ടോന്റെ ചവ്ട്ട്കൊണ്ട് ചാവാനാ കുർപ്പേ നിന്നപ്പോറ്റ്ന്ന്...” അമ്മ സുപ്രഭാതം തുടങ്ങി.

“ഈടീണ്ടായിര്ന്നോറ് വെട്ടും കുത്തും കൊണ്ട് ചത്തു...” പിന്നീട് ഒരു പൊട്ടിക്കരച്ചിലാണുണ്ടാവുക എന്നറിയുന്നതു കൊണ്ട് ഉരുണ്ടു പെരണ്ട് ഒരു കണക്കിന് അവൻ എണീറ്റു. വേച്ചുപോയി. ശരീരം പീരക്ക ഉടച്ചപോലെ.

മൺച്ചുമരിലെ കണ്ണാടിയിൽ നോക്കി. കീഴ്ത്താടിയിൽ കരുവാളിച്ച പാട്...

ഞാലിയിലെ പലകത്തട്ടിൽ നിന്ന് ബ്രഷും നമ്പൂതിരിപ്പൊടിയുമെടുത്ത് കുന്നിറമ്പിലെ ചില്ലിത്തോട്ടിലേക്കു നടന്നു. ഈ ചില്ലിത്തോട് വള്ളിച്ചാട്ടം ചാടുന്ന പത്ത് 'ബി'യിലെ റീത്താകുര്യനെപ്പോലെ തുള്ളിച്ചാടി ഒഴുകി വലിയ തോട്ടിൽ ചേരും. പിന്നെ രണ്ടും കൂടി ആടിപ്പാടി ഒഴുകും. പഞ്ചായത്ത് വിടുമ്പോൾ പഞ്ചായത്തിന്റെ കിഴക്കേ അതിരായ തോടുമായി ചേരും. പിന്നീട് സൈക്കിൾ സ്ലോ റെയ്സാണ് ഒഴുക്ക്.

ഈ തോടും പുഴയുമാണ് രമേശേട്ടന്റെ വിഹാരകേന്ദ്രം. മീൻവേട്ട തന്നെ പരിപാടി. ചൂണ്ട, വല, തോട്ട, നഞ്ച് അങ്ങനെ പലമാതിരി പണികൾ. തോട്ടയും നഞ്ചും പരിഷത്തുകാർ ഇടപെട്ടതിനാൽ നിർത്തി. എന്തെല്ലാം തരം മീനാണ് രമേശേട്ടൻ പിടിച്ചിരുന്നതെന്ന് അവനോർത്തുനോക്കി. ഒറ്റ തോട്ടയിലോ നഞ്ചിലോ പലതരം മീനുകൾ കിലോ കണക്കിനു കിട്ടും. ആരല്, മലഞ്ഞില്, ബ്രാല്, മുശി, വാള, ചൂട്ടാച്ചി, കുറുവ, പൂല്ലൻ, നെടഞ്ചൂരി...അങ്ങനെ ഓരോ മീനിന്റെയും പേര് പറയും രമേശേട്ടൻ.

മുമ്പ് ചൂണ്ടയിടാൻ പോകുമ്പോൾ അവനെയും കൂട്ടുമായിരുന്നു രമേശേട്ടൻ. ജോസാശാൻ വന്നശേഷം അയാളൊരു കൂട്ട്. തന്നെ വെല്ലുന്ന മീൻവേട്ടക്കാരനാണ് ആശാനെന്ന് രമേശേട്ടൻ കൂടെക്കൂടെപറയും. ഒരുപാട് അടവുകളറിയാമത്രേ. അവരിപ്പോൾ പകൽ മീൻപിടിക്കാറില്ല. നട്ടപ്പാതിരയ്ക്ക് കളത്തിലെ കളികഴിഞ്ഞ് വിയർപ്പാറ്റി പുഴക്കു തിന്നശേഷമാണ് മീൻവേട്ടക്ക് ഇറങ്ങുന്നത്. പുലർച്ചേ മടങ്ങിവരുമ്പോൾ രണ്ടുപേരുടെ കയ്യിലും ഓരോ പ്ലാസ്റ്റിക്ക് കൂട് നിറയെ പുഴമീനുണ്ടാകും. മീനും തൂക്കി കട്ടൻ ബീഡിയും വലിച്ച് കുന്നുകയറിപ്പോകുന്ന ആശാനെ നാലുനാലരപുലർച്ചേ തോട്ടത്തിൽ റബ്ബർ വെട്ടുന്ന ചിലർ മാത്രമേ കാണാറുള്ളൂ. പിന്നെ മൂപ്പരെകാണുന്ന ഏകക്കൂട്ടർ തിരഞ്ഞെടുക്കപ്പെട്ട് പന്ത്രണ്ട് ശിഷ്യരാണ്.

ഒത്തശരീരം വാടിയ വെളിച്ചങ്ങയുടെ നിറം, വീതിയുള്ള നെറ്റിയും ചെറുതാക്കിവെട്ടിയ മുടിയും, കത്തുന്ന കണ്ണും ഉറച്ചനടത്തവും.

മൊത്തത്തിൽ ഒരു എഡ്പ്പനാലിറ്റിയുണ്ടാ ആശാന്.

അരയ്ക്ക് തോർത്തുകൊണ്ട് സ്ഥിരം ഒരു കെട്ടുണ്ടാകും. അതിന്റെ ഏതെങ്കിലും അളുക്കിൽ ആറിഞ്ചു നീളമുള്ള കത്തി ഇറുക്കിയിട്ടുണ്ടാകും. അവനിതുവരെ കണ്ടിട്ടില്ല. രമേശേട്ടൻ പറഞ്ഞറിഞ്ഞതാണ്. അതൊരു പ്രത്യേകതരം കത്തിയാണത്രെ. കത്തിമുന ചൂണ്ടമുന പോലെയാണ്. കുത്തിവലിച്ചൊന്നിളക്കിയാൽ കുടൽമാല പീസ് പീസാകും. നെഞ്ചിലാണെങ്കിൽ ഞരമ്പ് കഷ്ണമാകും. തുന്നിചേർക്കാൻ പറ്റില്ല. മരണം...അതാണ് ആ കത്തി നല്കുന്ന ഉറപ്പ്.

മീനിന്റെ അവസ്ഥതന്നെ ചൂണ്ടയ്ക്ക് കുരുങ്ങിയാൽ പിന്നെ മരണം ഉറപ്പ്. പിടഞ്ഞു പിടഞ്ഞു തീരും. ഒരുതരം ചതിക്കളി...!

രമേശേട്ടൻ പുഴയിൽ പോയിനിന്നാൽ രാവിലെ തന്നെ ഒരു പങ്ക് മീൻ അവന് കൊടുക്കും. "ഒരീസം നിന്നീം കൂട്ടാം പൊഴേല് മീമ്പിടിക്കാൻ" എന്നു പുറത്തു തട്ടി പറയും. അവന്റെ ആവേശം കൂടും. ആശാന്റെയൊപ്പം രാത്രി മീൻവേട്ടയ്ക്ക് പോകണമെന്ന ഗൂഢമായ ഒരാഗ്രഹം അവനുണ്ട്. ആശാന്റെ സൂത്രപ്പണികൾ എന്തെല്ലാമാണെന്നറിയാനുള്ള ആകാംക്ഷ. ആശാനോട് സമ്മതം ചോദിച്ചാൽ ഒന്നാന്തരം ആട്ടാണു കിട്ടുക. അതുകൊണ്ട് രമേശട്ടനെതന്നെ സോപ്പിട്ടു കൂടാൻ അവൻ തീരുമാനിച്ചു.

കളത്തിലെ പരിശീലനം തകൃതിയായി നടക്കുന്നു. അവനൊഴികെ പതിനൊന്നുപേരും പല ഓപ്പറേഷനുകളിലായി പയറ്റിത്തെളിഞ്ഞു. പത്തിൽ പഠിക്കുന്നതിനാൽ തല്ക്കാലം അവനെ ഒഴിവാക്കിയതാണ്. കളത്തിലാകട്ടെ വളരെ പെട്ടെന്നാണു അവൻ കേമനായത്. അവന്റെ പ്രയോഗ രീതികളെ ആശാനടക്കം പ്രശംസിച്ചു.

"ചെറിയ ചെക്കനാണെങ്കിലും ആള് നരിയാ..." ചങ്ങാതിമാർ പുറത്തുതട്ടി.

കുറുവടിയും കത്തിയുമൊക്കെ കഴിഞ്ഞ് കൊടുവാൾ വെട്ടിലെത്തിയപ്പോൾ അവന്റെയുള്ളിൽ ചോരക്കൊതി മൂക്കാൻ തുടങ്ങി. അതു രമേശട്ടനു മനസ്സിലായെന്നു തോന്നുന്നു. 'പഠിച്ച് നന്നാവാൻ നോക്ക്' എന്ന് കൂടെക്കൂടെ അയാൾ ഉപദേശിക്കുന്നത് അതുകൊണ്ടാവും മുന ചൂണ്ടക്കുകുരുങ്ങിയ മീനുകളെ കൊല്ലാൻ ഭയവും അറപ്പുമായിരുന്നു അവന്. അവയുടെ അടയാത്ത കണ്ണുകൾ ദയനീയമായി നോക്കുമ്പോൾ പതറിപ്പോകും. പക്ഷേ ഇപ്പോൾ ആ പ്രശ്നമില്ല. ഈയിടയ്ക്ക് തോട്ടിൽ വലവെച്ചു പിടിച്ച പത്തുനൂറു മീനുകളെ ഒറ്റയിരുപ്പിനാണ് അവൻ കൊന്നുതള്ളിയത്. ചെകിളയ്ക്കു താഴെ പെരുവിരലമർത്തി ഒറ്റ ഞെക്ക്. അതോടെ തീരും പിടച്ചിൽ. കൊല്ലുന്നതിലുള്ള രസം ഒന്നു വേറെതന്നെയാണെന്ന് അവനു തോന്നിപ്പോയ്. രമേശേട്ടൻ

അതിൽ പിന്നെ മീൻപിടിക്കാൻ ഒപ്പം വിളിച്ചില്ല.

ക്രിസ്തുമസ്സിനു മുമ്പത്തെ പരീക്ഷ കഴിഞ്ഞ് അവധി തുടങ്ങി. പരീക്ഷയായതിനാൽ അമ്മ അവനെ കളത്തിൽപോകാൻ വിട്ടിരുന്നില്ല. അതുകൊണ്ട് അടവുകൾ എവിടെവരെയെത്തിയെന്നറിയാൻ ആർത്തിപിടിച്ച് രാവിലെ തന്നെ അവൻ ചാട്ടുളി വിട്ടപോലെ രമേശേട്ടന്റെ വീട്ടിലേക്കു നടന്നു. രമേശേട്ടൻ ജോസാശാന്റെ മലയിലാണെന്നറിഞ്ഞ് നിരാശനായി മടങ്ങി. വൈകിട്ട് മൂപ്പരെ സോപ്പിട്ട് എന്തായാലും ചൂണ്ടയിടാൻ പോകണം. വേറെ പണിയൊന്നുമില്ലല്ലോ.

തോട്ടിൻ കരയിലൂടെ ഒഴുക്കും മീനും നോക്കി കുറച്ചുനേരം നടന്നു. മുഷിയും വാളയും ഉണ്ടാകാനിടയുള്ള ചിലയിടങ്ങൾ നോക്കിവെച്ചു. കണ്ടത്തിലേക്കുള്ള ചാലിലും ചെളിക്കുണ്ടിലുമുണ്ടായിരുന്ന കണ്ണിച്ചാനുകൾ ഭയന്നു മുങ്ങി. തോട്ടും മീനും വിട്ട് റോഡിലൂടെ പരീക്ഷയ്ക്കെഴുതിയ ഉത്തരങ്ങൾ ഓരോന്ന് ആലോചിച്ചുനടന്നു. വായനശാലയ്ക്കടുത്തെത്തി ഒരുപാടാൾക്കാർ കൂടി നില്ക്കുന്നു. ടി.വി യിൽ വാർത്ത കേൾക്കുകയാണ്. കുറേപ്പേരുടെ മുഖം വാടിയിട്ടുണ്ട്.

നാട്ടിൽ വായനശാലയിൽ മാത്രമേ ടി.വിയുള്ളൂ. പിന്നെയൊന്നുള്ളത്. 'മിൽഖാ' പി.ടി മാഷുടെ വീട്ടിലാണ്. കായിക മാഷായതിനാൽ കട്ടപ്പക്കാരനാണ്. ടി.വി നോക്കാൻ ആരെയും അടുപ്പിക്കില്ല. നേതാക്കളാരെങ്കിലും മരിച്ചോ...? അവൻ നാലിൽ പഠിക്കുമ്പോഴാണ് പ്രധാനമന്ത്രി ഇന്ദിരാഗാന്ധി വെടികൊണ്ടു മരിച്ചത്. അന്ന് റേഡിയോ കേൾക്കാൻ വായനാശാലയിൽ ഒരുപാട് ജനമുണ്ടായിരുന്നു. അവൻ തിക്കിത്തിരക്കി ടി വി യിലേക്ക് ഏന്തിനോക്കി - ഏതോ വാർത്തയുടെ തുടർച്ചയാണു കേട്ടത്.

"...പിരിച്ചുവിടാൻ തീരുമാനമായത് അമേരിക്കയുടെ സി.ഐ.എയെക്കാളും ലോകരാജ്യങ്ങളിൽ വേരോട്ടമുള്ള വിപുലവും സുസംഘടിതവുമായ കെ.ജി.ബി ആയിരത്തിത്തൊള്ളായിരത്തി അമ്പത്തിനാല് ജനുവരി ഒന്നിനാണ് സ്ഥാപിതമായത്. ആയിരത്തിത്തൊള്ളായിരത്തി പതിനേഴ് മുതൽ വിവിധ പേരുകളിൽ പ്രവർത്തിച്ചുവരുന്ന കെ.ജി.ബിയുടെ പിരിച്ചുവിടലായി ബന്ധപ്പെട്ട് വാർത്തകളോട് ചെയർമാൻ വാഡിംബകാറ്റിൽ പ്രതികരിച്ചിട്ടില്ല. അതേസമയം നടപടിയെ യു.എസ് സ്വാഗതം ചെയ്തു. ലോകത്ത് ഏറ്റവും സമർത്ഥമായി വിവരശേഖരണം നടത്തുന്ന ചാരസംഘടനയെന്ന് ആയിരത്തിത്തൊള്ളായിരത്തി എൺപത്തി മൂന്നിൽ ടൈം മാഗസിൻ വിലയിരുത്തിയ കെ.ജി.ബി. കോളിളക്കം സൃഷ്ടിച്ച നിരവധി..."

വാർത്തവായന എരുമ മൂത്രമൊഴിക്കുന്ന പോലെ നിർത്താതെ

പോകുന്നതിനാൽ അവൻ മട്ടുത്ത് സ്ഥലം വിട്ടു. എങ്കിലും കുറച്ചു നാളായി വല്ലാത്തൊരു സങ്കടം നാട്ടിലാകെ പടർന്നിട്ടുണ്ട്. ശരീരം വില്ലുപോലെ വളച്ച് വലതുകൈ മുന്നോട്ട് നീട്ടി മുഷ്ടിചുരുട്ടി തൊണ്ട പൊട്ടുമാറ് മുദ്രാവാക്യം വിളിച്ചിരുന്ന നാട്ടിലെ ചെറുപ്പക്കാർക്കും ആവേശം കെട്ടപോലെ.

വൈകീട്ട് വീണ്ടും അവൻ രമേശട്ടന്റെ വീട്ടിലേക്കു നടന്നു. നില ത്തുകുത്തി നാട്ടിയ തേങ്ങാപ്പാരകൊണ്ട് തേങ്ങ പൊതിക്കുകയാണ് മൂപ്പർ. കൈത്തണ്ടയിലും ചുമലിലുമുള്ള ഉരുണ്ട മസിൽ ഇളകുന്ന അവനെ കണ്ടപ്പോൾ പൊങ്ങുനിറഞ്ഞ ഒരു തേങ്ങ പൊട്ടിച്ചു നീട്ടി. അതിലെ പൊങ്ങ് ഒരു രഹസ്യം പോലെ അടർത്തിയെടുത്ത് തിന്നു മ്പോൾ അവൻ ചെന്നകാര്യം പറഞ്ഞു.

"ഉം...ആ ചേതിക്ക് ചുമ്പയുണ്ട്. വളപ്പില് പോയിറ്റ് അഞ്ചുപത്ത് എരേനെ കെളച്ചിറ്റ് വാഅപ്പ്ളേക്കും ഞാനിത് തീർക്കാ..."

അവൻ ചുമ്പയുമെടുത്ത് പറമ്പിലേക്കു നടന്നു.

"ഞാനിന്ന് രണ്ട് മൂശീന്യോ കയിച്ചലിന്യോ പിടിച്ച് തെരാ..." തോട്ടിലേക്കു നടക്കുമ്പോൾ രമേശേട്ടൻ പറഞ്ഞു. അവനപ്പോൾ ടി വിയിൽ കണ്ടവാർത്തയാണ് ഓർത്തത്. മടിച്ചുമടിച്ച് അവൻ ചോദിച്ചു. "ഈ കേജീബീന്ന് പറഞ്ഞാലെന്താ...?"

രമേശേട്ടൻ പെട്ടെന്ന് തിരിഞ്ഞ് തുറിച്ചു നോക്കി. ചത്ത മീനി ന്റേതുപോലുള്ള കണ്ണുകളിൽ സംശയം കുറുകി. അവൻ തുപ്പലിറക്കി.

"ന്നു രാവിലെ വായനശാലയിലെ ടിവീല് കണ്ടതാ?..." ഒന്നു നീട്ടിമൂളി രമേശേട്ടൻ കാലു നീട്ടിവെച്ച് നടന്നു. ഒപ്പമെത്താൻ അവൻ ഓടി. തൊണ്ടച്ചൻ കുണ്ടിലെത്തി ചൂണ്ടയിൽ മണ്ണിര കോർത്ത് കയത്തിലേക്കിടുന്നതുവരെ അയാൾ ഒന്നും മിണ്ടിയില്ല. മീൻ കൊത്തു ന്നതും കാത്തിരിക്കുമ്പോൾ മുരടനക്കുന്നതു കേട്ടു.

"കേജീബിന്ന് പറഞ്ഞാ സോവ്യറ്റ് യൂണിയന്റെ ചാര സംഘട നയാണ്. കോമിലറ്റ് ഗോസുദാറസ്തെവെനോയ് ചാര സംഘടന യാണ് . കോമിലറ്റ് ഗോസുദാറസ്ത്വെനോയ് ബെതോപാസ്നോറ്റി" എന്നാണ് ഫുൾഫോമ്. അമേരിക്കയോട് കട്ടക്കട്ടപിടിച്ച് നിന്നത് കേബീജീബീണ്ടായതു കൊണ്ടാ. യൂണിയനകത്തെ വിരുദ്ധന്മാരെ പിടികൂടി കൊല്ലാനും ജയിലിടാനും കേജീബി സഹായിച്ചു. പണ്ടത്തേ ചെയർമാർ ആന്ത്രോപ്പോവൊക്കെ മിടുക്കനാ..." അവൻ വാ പൊളി ച്ചിരുന്നുപോയി. പാർട്ടി ക്ലാസിന്റെ ഗുണം. അല്ലാതെ പ്രീഡിഗ്രി തോറ്റ് പഠിത്തം നിർത്തിയ മൂപ്പർക്കിത്ര വിവരമോ? "ഗോർബച്ചേ വും കൂട്ടാളികളും അഞ്ചാംപത്തിക്കാര്ടെ പണിയാണെട്ത്തത്...

ഓന്റേമ്മേന്റെ ഗ്ലാസ്നോസ്റ്റ്... നമ്മളപ്പോൽത്തോന്റെ സ്വപ്നങ്ങളിലോ ഓനെല്ലാം മണ്ണ് വാരീട്ടത്."

ചൂണ്ടയിൽ കുരുങ്ങിയ ഒരു വാളയെ വലിച്ചു പൊക്കി, തുങ്ങി പിടയ്ക്കുന്ന അതിന്റെ ചെകിളക്കു താഴെ പെരുവിരലമർത്തിഞെക്കി രമേശേട്ടൻ ഗോർബച്ചേവിനോടുള്ള അരിശം തീർത്തു. 'ഗോർബ ച്ചേവ്' എന്നു പറയുമ്പോൾ വാപിളർന്നതു പോലെ പാവം വാള ആകാശത്തേക്കു വാ പിളർത്തി പിടഞ്ഞു ചത്തു.

കയിച്ചിലും വാളയും മുഷിയുമൊക്കയായി പത്തുപന്ത്രണ്ട് മീനെ പിടിച്ച് ക്കുവ ഇലയിൽ പൊതിഞ്ഞ് കാലും മുഖവും കഴുകി. തിരിച്ച് വരമ്പിലൂടെ വഴുക്കാതെ നടക്കുമ്പോൾ രമേശേട്ടൻ കുപ്പായക്കീശ യിൽ നിന്ന് ഒരു പൊട്ടിയ കൊന്തക്കുരിശെടുത്ത് നീട്ടി. "ഒരായ്ച്ചമുമ്പ് കളത്ത്ന്ന് കിട്ടിയതാ...ആരയാന്നറിയോ...?"

"ഇല്ലാ...ആശാന്റേതാ...?"

"അറീലാ. ഇപ്പോ അഞ്ചാറുദെവസായിറ്റ് ആശാൻ കളത്തില് വര്ന്നില്ലാ. എന്തോ നെല്ലോ പുല്ലോ വാറ്റിയത് കുടിച്ച് കെടക്ക്വാ. എന്താന്ന് നോക്കാനാ ഞാൻ രാവ്ലെ ആശാന്റെ മലക്ക് പോയത്."

"എന്ന്റ്റോ...?"

എന്ന്റ്റെന്ത്...? എന്തല്ലോ അത്തും പുത്തും പറയ്ന്ന്. സഖാവ് ലെനിനും പണ്ട് വാറ്റാ കുടിച്ചത്ന്നെല്ലാ പറയ്ന്നത് പ്രാന്തന്നെ...

"ലെനിൻ..." അവൻ മന്ത്രിച്ചു. ഒമ്പതിലെ സാമൂഹ്യം ബുക്കിലുണ്ട് ഫോട്ടം..."

"എന്ത്ന്നാ...?"

"ഒന്ന്വല്ലാ..."അവൻ ജോസാശാന്റെ മുഖമോർത്തു. കമുകിൻ തോട്ട ത്തിലൂടെ ഓരം പിടിച്ച് നടക്കുമ്പോൾ സ്വകാര്യമായി ചോദിച്ചു.

"രമേശേട്ടാ, ഈ ജോസാശാൻ ആരാ...?"

"വെല്ല്യ പാർട്ടിക്കാരനാ...പരോളിലിറങ്ങി മുങ്ങ്യതാ...രണ്ടുമൂന്നു കൊല്ലായി. മുങ്ങ്യതല്ല. പാർട്ടി മുക്കിയതാ. നമ്മക്ക് ആശാനെകൊ ണ്ട് ചെല കാര്യങ്ങള്ണ്ട്. തെക്കെവിട്യോ ആണ്. ആരോടും പറ്യണ്ട കേട്ടാ..."

അതോടെ അവൻ പൊങ്ങുനിറഞ്ഞ ഒരു തേങ്ങയായി. ആ വർത്ത മാനം അവിടെ അവസാനിച്ചു. പിന്നെ കുറേകഴിഞ്ഞ് ചോദിച്ചു.

'എന്നീം കുട്ട്വോ രാത്രിക്ക് മീമ്പിടിക്കാൻ...?'

"ങ്ഉം...നോക്കട്ടെ..."

ആശ്വാസമായി. രമേശേട്ടൻ നോക്കട്ടെ എന്നു പറഞ്ഞാൽ

ഉറപ്പാണ്.

പിന്നെ രണ്ടുമൂന്നു ദിവസം രമേശേട്ടനെ കണ്ടില്ല. എങ്കിലും അവൻ കൃത്യമായി വായനശാലയിൽ ചെന്ന് പുതിയ വാർത്തളെന്തെങ്കിലുമു ണ്ടോ എന്ന് ശ്രദ്ധിക്കും. ഇതിനിടയ്ക്ക് തന്റെ ക്രൗര്യം കുറച്ചുകൂടിയോ എന്നു അവൻ സംശയിച്ചു. ഒരു മനുഷ്യനെക്കൊല്ലാൻ...

ചുമലിൽ മരവിച്ച പിടുത്തം വീണു. വിറച്ചുപോയി. ടോർച്ച് മിന്നി പ്പൊലിഞ്ഞു. ഒരു മുരടനടക്കം "കൊറേ നേരായോ വന്നിറ്റ്...?" രമേ ശേട്ടൻ ചോദിച്ചു. ആശാൻ അവനേ മറികടന്നു നടന്നപ്പോൾ വാറ്റിന്റെ ചൂരടിച്ചു. കാത്തുനിന്നതിലെ മുഷിപ്പ് അവനൊരു മൂലലിലൊതുക്കി...

തോട്ടിൻ കരയിലൂടെ മൂന്നുപേരും നടന്നു. ആശാന്റെ ചുമലിൽ കുറേ കമ്പിച്ചുറ്റുകളും രമേശേട്ടന്റെ കയ്യിൽ മടക്കിക്കെട്ടിയ വലയുമുണ്ട്. നേർത്ത നിലാവിൽ തോട്ടുവക്കത്തെ ഈറ്റക്കാടും കൈതാളും നിന്നു വിറച്ചു. വയൽക്കരയായതിനാൽ തെരുവയും കുറുന്തോട്ടിയും കുമുള്ളും ഇടതൂർന്നുകിടക്കുന്നു. തൊട്ടാവാടിയുടേയും പാണലിന്റെയും മുള്ളുകൊ ണ്ട് അവന്റെ പാദവും കണങ്കാലും മുറിഞ്ഞു. വല്ലാത്ത നീറ്റൽ.

പന്തലിച്ചു കിടക്കുന്ന ഒരു വലിയ ചേറുമരം ചുറ്റിവളഞ്ഞ് കോള നിപ്പാലത്തിൽ കയറിയപ്പോൾ നല്ല നിലാവുകിട്ടി ജോസാശാൻ മേലോട്ടുനോക്കി അരയ്ക്കു കെട്ടിയ തോർത്തഴിച്ച് ഒന്നുകൂടി മുറുക്കിക്കെ ട്ടി ഒരു ബീഡി കത്തിച്ച് ഒറ്റ നടത്തം നടന്നു. അഞ്ചു മിനിട്ട് നടന്നു കാണും കുറേ ഈറ്റക്കൂട്ടങ്ങൾ വളർന്നുകിടക്കുന്ന സ്ഥലത്തെത്തി ഇടറോഡിന്റെ തിട്ട ചാടിയിറങ്ങി. തിട്ടക്കു കുറച്ചുതാഴെയായി ഒരു കയമുണ്ട്. ടോർച്ചടിച്ചപ്പോൾ കണ്ണുപുളിച്ചുപോയി. കയത്തിലേക്കു ചാഞ്ഞുകിടക്കുന്ന മരങ്ങളുടെ വേരുകൾ കെട്ടു പിണഞ്ഞ് വെള്ളത്തി ലാഴ്ന്നു കിടക്കുന്നു. ഇലതിങ്ങിയ ഇരുണ്ട ഈറ്റക്കാട് കയത്തിലേക്കു ചാഞ്ഞുവീഴുന്നു. ടോർച്ചിന്റെ മിന്നലേറ്റ് മയക്കം മുറിഞ്ഞുപോയ കുറേ രാപ്പക്ഷികൾ പരക്കം പറന്നു നിലാവു തെളിഞ്ഞിട്ടുണ്ട്.

അവനോട് ഒരു കല്ലിന്മേൽ ഇരിക്കാൻ പറഞ്ഞ് അവർ രണ്ടുപേരും കുറച്ചു മുമ്പോട്ടു നടന്നു. പുഴയിലിറങ്ങി വേനലായതിനാൽ പുഴയിൽ നീരൊഴുക്ക് കുറവാണ്. കരയോട്ടു ചേർന്ന് ഒരരികു മുഴുവൻ കറുത്ത കല്ലുകൾ കൂടിക്കിടക്കുന്നു. ചളിയുമുണ്ട്. അവരിറങ്ങിയ ഭാഗത്ത് ടോർച്ചടിച്ചപ്പോൾ കയത്തിന്റെ കുപ്പികഴുത്ത് കണ്ടു. ഇടുങ്ങിയ ശക്തി കൂടിയ ഒഴുക്ക്. രണ്ടുപേരും ചേർന്ന് ഇരുഭാഗത്തും കമ്പുനാട്ടിയ ശേഷം വലകെട്ടുന്നത് നിഴലുപോലെ കാണാം. തിരി വീണ്ടും പുഴയുടെ തിട്ടി ലേക്കു കയറി. അവനിരിക്കുന്ന സ്ഥലത്ത് വന്ന് ജോസാശാൻ ഒരു ബീഡികൂടികത്തിച്ചു. ബീഡി എരിച്ചു വലിക്കുമ്പോൾ ആശാന്റെ മുഖം പുകയ്ക്കിടയിലായി പ്രകാശിച്ചു. ഒരു ദിവ്യപരിവേഷം.

അപ്പോൾ ഇതാണ പരിപാടി പുഴയ്ക്ക് ഷോക്കടിപ്പിക്കൽ.

അഞ്ചുമിനിറ്റ് കഴിയട്ടെ എന്നപറഞ്ഞ് ആശാൻ കയത്തിന്റെ വക്കത്ത് കുത്തിയിരുന്നു. രമേശേട്ടൻ അസ്വസ്ഥനാണെന്ന തോന്നി. കൈപിടിച്ച് നില്പാണ്. ആശാന് അല്പം തരിപ്പുണ്ട്. മൂപ്പരും ഗൗരവത്തിലാണ്. എന്നാലും മൊത്തത്തിൽ അവന ത്രില്ലുതോന്നി. ഇനി മീൻപെറുക്കലാകും ബഹ്ഹരസം എന്തെല്ലാം മീനണ്ടാകും...?

രമേശേട്ടൻ ഒരു പ്ലാസ്റ്റിക് ചാക്കിന്റെ കെട്ടഴിക്കുകയാണ്. കയത്തിലേക്കറ്റു നോക്കി കുന്തിച്ചിരിക്കുന്ന ആശാനെ നിലാവിൽ തെളിഞ്ഞു കാണാം. അവൻ കയത്തിലേക്ക് ആർത്തിയോടെ നോക്കി വിരലുകടിച്ചു. ആശാൻ ചന്തിയുയർത്തി എണീക്കാനാഞ്ഞു. പിന്നെ കണ്ടത്...രമേശേട്ടന്റെ ബലിഷ്ഠമായ വലതുകാൽ നിലത്തുനിന്നുയരുന്നതും നട്ടനിവർത്തുന്ന ആശാന്റെ ചന്തിക്കുതാഴെ മർമ്മസ്ഥാനത്ത് തൊഴിക്കുന്നതുമാണ്. റൊമാരിയോയും റോബോർട്ടോബാജിയേയും അമ്പരന്നപോയേക്കാവുന്ന ഒരു കിടിലൻ കിക്ക്. മണ്ണട്ടയെപ്പോലെ ചുരുണ്ടുപോയ ആശാൻ നിലാവെട്ടം വിരണ്ടുവീഴുന്ന കയത്തിലേക്ക് അതിഗംഭീരമായി കറങ്ങിക്കറങ്ങി വീണു. കാട്ടെരണ്ടകൾ ഞെട്ടിത്തെറിച്ച് പറന്നു.

നിലാവുപുരണ്ട വൈദ്യുതി സ്ഫുലിംഗങ്ങൾ പാഞ്ഞുപോകുന്ന ഓളപ്പെരുക്കം നോക്കി അവൻ ശ്വാസം വിലങ്ങി നിന്നു.

"ആശാന് കുറ്റബോധം. നമ്മടെ സോവ്യറ്റ് നാടില്ലാണ്ടാവുംന്ന് പറഞ്ഞ് നാള സ്റ്റേഷനിൽ കീഴടങ്ങാൻ പോവ്വാ..." രമേശേട്ടൻ ഇരുണ്ട ഒച്ചയിൽ മുരണ്ടു.

"തീർക്കാൻ പറഞ്ഞു. ഒറ്റാൻപോന്നോറെ പിന്നെന്താ ചെയ്യാ...?" ഒരു നെട്ട വീർപ്പും കേട്ടു.

നിലാവു മഞ്ഞനേരം ഇരുണ്ടുയർന്ന് നെടുങ്ങനെ നില്ക്കുന്ന ആ രൂപത്തെ തുറിച്ചുനോക്കി അവൻ മനസ്സിലുരുവിട്ടു: "കെജീബി, കെജീബി."

നമ്മക്കെന്തിനായീ കുരിശ്ശ് എന്നു പിറുപിറുത്തുകൊണ്ട് രമേശേട്ടൻ കീശയിൽ നിന്ന് എന്തോ എടുത്ത് കയത്തിലേക്കു വലിച്ചെറിഞ്ഞു. പിന്നെ കരണ്ടുലൈനിൽ കൊളുത്തിയ രണ്ട് കമ്പികളിൽ ഒന്ന് പ്ലാസ്റ്റിക് ചാക്ക് ചുരുട്ടിപ്പിടിച്ച് എടുത്തുമാറ്റി.

"നമ്മക്ക് വേണ്ടാത്ത ഒന്നിനീം വെറ്തെ കൊല്ലരുത്..."

രമേശേട്ടൻ കാട്ടുപൂച്ചയെപ്പോലെ പമ്മിപ്പമ്മി നടന്നു വിശ്വസ്തനായി പിന്നാലെ അവനും നടന്നു.

ഇപ്പോൾ കുറേ മീൻ കയത്തിൽ ചത്തുപൊങ്ങികാണുമെന്ന്

അവനോർത്തു. വാള, മുഷി, ബ്രാൽ, കുറുവ, പുല്ലൻ, കയിച്ചിൽ, ചൂര... അവയ്ക്കൊപ്പം പുതിയൊരു മീൻകൂടി നാളത്തേക്കു കയത്തിൽ മാമോദീസ മുങ്ങിപ്പൊങ്ങും...അതിനെ താൻ 'ജോസ്മീൻ' എന്നപേരിട്ടു വിളിക്കും... അവനൊരു വഷളൻ ചിരിചിരിച്ചു.

●

ബൂർഷ്വാ മാനിഫെസ്റ്റോ

ഓഞ്ചിയം ട്രയൽ തുടങ്ങിയതിന്റെ അഞ്ചാംനാൾ ഒന്നുകൂടി കമ്യൂണിസ്റ്റ് മാനിഫെസ്റ്റോ വായിക്കണമെന്ന വിചിത്രമായ തോന്നൽ എനിക്കുണ്ടായി. ഇവിടെ ആരോടെങ്കിലും ചോദിച്ചാൽ ഒരു കോപ്പി കിട്ടുമെന്നിരിക്കേ എന്തിനാണ് നാട്ടിലേക്ക് പോവണമെന്ന് നിർബന്ധം പിടിക്കുന്നതെന്ന ഭാര്യയുടെ ചോദ്യത്തിനു മുന്നിൽ ചൂളിനിൽക്കാൻ മനസ്സില്ലാത്തതുകൊണ്ട് ഒരു കള്ളം മെനെഞ്ഞെടുക്കാൻ ഞാൻ നിർബന്ധിതനായി. നഗരത്തിന്റെ മട്ടുപ്പിൽ നിന്നു മാറി രണ്ടുദിവസം അമ്മയോടൊപ്പവും ഗ്രാമത്തോടൊപ്പവും ചെലവിടാം എന്ന പതിവുഗൃഹാതുര ലക്ഷ്യവും ഉണ്ട്. കേടായ ലാപ്ടോപ്പ് മാറ്റി 'ഡെല്ലി'ന്റെ പുതിയതൊന്ന് വാങ്ങണമെന്ന് അവൾ വരും ദിവസങ്ങളിൽ പറഞ്ഞേക്കുമെന്ന 'ഇന്റ്റിയൂഷൻ' എനിക്കുണ്ടായതാണ് മറ്റൊരു കാരണം.

"എനിക്ക് ലീവ് കിട്ടില്ല..." എന്റെ ബാങ്കുദ്യോഗസ്ഥ പറഞ്ഞു. നൂറുകൂട്ടം ജോലികകളുടെ ലിസ്റ്റ് കേട്ട് മനം പിരട്ടാൻ തുടങ്ങിയപ്പോൾ ഞാൻ പറഞ്ഞു. "വെള്ളിയാഴ്ച പോയി തിങ്കളാഴ്ച വരാം. എനിക്കും ലീവില്ല." ഓയെന്ന് അവളുടെ മുഖത്തെ വൃത്തികെട്ട നിസ്സംഗതയിൽ നിന്നു മറുപടി കിട്ടി.

ബസ്സിറങ്ങി വീട്ടിലേക്ക് നടക്കുമ്പോൾ കുറേവർഷം മുമ്പ് വായിച്ചതാണ് എന്നും, കൃത്യമായി പറഞ്ഞാൽ അത് കല്യാണത്തിനു രണ്ടുദിവസം മുമ്പാണ് എന്നും ഓർമ്മ പറഞ്ഞു. പിന്നീട് അതെവിടെ വെച്ചുവെന്ന ചോദ്യത്തിൻ വ്യക്തമായ മറുപടി തരാൻ കഴിയാതെ ഓർമ്മ, ഷെൽഫിലുണ്ടാവുമെന്ന ഒരു സാധ്യത മുന്നോട്ടു വെച്ചു. എന്താണിപ്പോൾ ഇങ്ങനെ തോന്നാൻ എന്നതിന് എല്ലാം ഒരു തോന്നലല്ലേ എന്നാവണമല്ലോ തീർച്ചയായും മറുപടി. കമ്യൂണിസ്റ്റ് മാനിഫെസ്റ്റോ ഒന്നുകൂടി വായിക്കണം എന്ന തോന്നൽ ഉറച്ച ഒരു തീരുമാനമായി വീട്ടിലേക്കുള്ള ഒതുക്കുകല്ലു ചവിട്ടികയറി. അമ്മ അതിശയം തെളിഞ്ഞ ചിരിയോടെ വരവേറ്റു. കുശലം പറഞ്ഞശേഷം ഞാൻ

പെട്ടെന്ന് വരാനുണ്ടായ കാരണം അമ്മയെ ധരിപ്പിച്ചു. പതിവില്ലാത്ത സംശയാഭാവത്തോടെ അമ്മ ഉറ്റുനോക്കുന്നതവഗണിച്ച് ഞാൻ മുറിയിൽ കയറി. മുറിയിലെ രണ്ടു ഷെൽഫുകളിലായി കുറെയേറെ പുസ്തകം സ്വന്തം അനാഥത്വത്തെക്കുറിച്ച് ഓർത്ത് വ്യാകുലപ്പെട്ട് വിളറിയ ചട്ടകൾക്കുള്ളിൽ മുഖം പൂഴ്ത്തിക്കിടപ്പായിരുന്നു. ഞാൻ അവയുടെ പുറം തലോടി സമാശ്വസിപ്പിച്ചു. എന്റെ തലോടലേൽക്കാൻ 'മാനിഫെസ്റ്റോ' മാത്രം മുഷ്ടി ചുരുട്ടി എഴുന്ന് നിൽക്കുന്നത് ഒരു തട്ടിൽ നോക്കിയിട്ടും കണ്ടില്ല. ഒന്നുകൂടി പേരു ചൊല്ലി പരതിയിട്ടും കാണാത്തതിനാലുണ്ടായ വിഷണ്ണത ഒരു ചൂടുകട്ടൻ മുഴുവൻ ഊതിയൂതി കുടിച്ചിട്ടും മാറാതെ നിന്നു. ഇനിയെവിടെ നോക്കും? ഇരുമ്പുമേശയുടെ നാക്ക് വലിച്ചു പുറത്തിട്ടും പഴയ പത്ര മാസികകൾ, അട്ടിയിട്ട റാക്ക് ചിറക് വിടത്തീട്ടും കട്ടിൽ കിടക്കപൊക്കിയും പരതി നോക്കി. ഇല്ല, എവിടേയുമില്ല.

മച്ചിട്ട പടിഞ്ഞാറ്റയും വടക്കിനിയും മറ്റ് രണ്ടു മുറികളും അടുക്കളയും ഇനിയെങ്ങനെ ഉഴുതുമറിക്കാതിരിക്കും? മാനിഫെസ്റ്റോ കണ്ടെത്താതെ ഒരു മനസ്സമാധാനവും കിട്ടില്ല. കടുത്ത തീരുമാനമാണല്ലോ എടുത്തു പോയത്! അപ്പോഴാണ് പാന്റ്സിന്റെ കീശയിൽ മൊബൈൽ ഫോൺ വിറക്കൊണ്ടത്. ഗ്യാലക്സി ഫോൺ, ഗർഭപാത്രത്തിൽ നിന്ന് ചോരകുഞ്ഞിനെയെന്നവണ്ണം ശ്രദ്ധയോടെ പുറത്തെടുത്ത് ഇരുകൈയ്യിലും പിടിച്ചു. അവളുടെ ചിരിക്കുന്ന മുഖം സ്ക്രീനിൽ തെളിഞ്ഞു. എത്തിയാലൊന്ന് വിളിച്ചൂടെ എന്ന പരിഭവത്തോടെ തുടങ്ങി, നുണയായി ഞാൻ പറഞ്ഞ സഹകരണ ബാങ്ക് ഡെപ്പോസിറ്റ് കാര്യത്തിലേക്ക് കടന്നു. ബാങ്ക് സെക്രട്ടറി എന്റെ അടുത്ത സുഹൃത്താണെന്നും അവർക്ക് ഒരു ഡെപ്പോസിറ്റ് ഓഫർ ചെയ്യാൻ അദ്ദേഹം വിളിച്ചു പറഞ്ഞിട്ടുണ്ടെന്നും അവളോട് കള്ളം പറഞ്ഞാണല്ലോ ഞാൻ മുങ്ങിയത് എന്ന് അപ്പോഴാണ് ഓർത്തത്. എത്ര ദുർബലമായ നുണയാണത്! ആ നുണ നുണയാണെന്നറിഞ്ഞുകൊണ്ടുതന്നെയാണ് അവളുടെ അന്വേഷണമെന്ന് എനിക്ക് മനസ്സിലായതായി ഭാവിക്കാതെ ങാ, ചന്ദ്രധരനെ നാളെ ബാങ്കിൽ ചെന്ന് കാണണം. രണ്ടുലക്ഷം രൂപയാണവർ ചോദിച്ചത്. അത്രയൊന്നും നമ്മുടെ പക്കൽ ഇല്ലല്ലോ. നിക്ഷേപസമാഹരണ മാസമായതിനാലാണ് അവനിത്ര നിർബന്ധം പിടിക്കുന്നതെന്നെല്ലാം തട്ടിവിട്ടു. ഇത്രയും നുണകൾ കോർത്തുപറഞ്ഞ സ്ഥിതിക്ക് അവൾക്കെന്താ വിശ്വസിച്ചാൽ എന്ന് ധാർഷ്ട്യത്തോടെ ചുണ്ടുകൂർപ്പിച്ചുനിൽക്കുമ്പോൾ അപ്പുവിന് ജലദോഷം കലശലാണെന്നും രാവിലെ ഫ്രിഡ്ജിൽ വെച്ച മീൻകറി വളിച്ചു പോയെന്നും ഇന്നുവാങ്ങിയ പച്ചക്കറിക്ക് നൂറ്റെൺപതു രൂപ ആയെന്നും ആക്ടീവയ്ക്ക് ഇരുന്നൂറു രൂപയ്ക്ക്

പെട്രോളടിച്ചെന്നും എന്നെ തെര്യപ്പെടുത്തി. 'പച്ചക്കറിക്കൊക്കെ എന്താ വില' എന്നാണ് എന്നിലെ മദ്ധ്യവർഗ്ഗജീവി പെട്ടെന്ന് പ്രതികരിച്ചത്. അവൾ പ്രതീക്ഷിച്ചിരിക്കുക അപ്പുവിന്റെ ജലദോഷത്തെക്കുറിച്ചുള്ള അന്വേഷണമാവും. 'കമ്യൂണിസ്റ്റ് മാനിഫെസ്റ്റോ' തലയ്ക്കുള്ളിൽ കത്തിനിൽക്കുമ്പോൾ കുടുംബകാര്യം അന്വേഷിക്കുന്നതിൽ അവിചാരിതമായുണ്ടായ പാളിച്ച ഒരു നിമിഷം എന്റെ ബോധമണ്ഡലത്തെ തളർത്തി. നിർവ്യാജമായ ഒരു ഖേദപ്രകടന രൂപേണ സംഭാഷണത്തെ വളച്ചൊടിച്ച് ഞാനതു പരിഹരിക്കാൻ ശ്രമിച്ചു. അവൾക്കു ദഹിച്ചില്ല എന്നത് "ടേക്ക്‌കെയർ, ഗുഡ്‌നൈറ്റ്" എന്ന് ത്ധടുതിയിൽ അവസാനിപ്പിച്ചതിന്റെ മൂർച്ചയിൽ നിന്നു മുറിഞ്ഞു.

റേഡിയോയിൽ 'വയലും വീടും' കേട്ടുകൊണ്ട് അമ്മ അടുക്കളയിൽ എനിക്ക് വിഭവങ്ങളുണ്ടാക്കാനുള്ള തിരക്കിലാണ്. നടുവകത്തെ ചുമരലമാരയിലെ റേഡിയോ ഒരു കൗതുകവസ്തുവിന്റെ ചമത്ക്കാര ഭംഗിയോടെ എന്റെ നോട്ടത്തെ സ്വീകരിച്ചു. എനിക്കോർമ്മവെച്ചനാൾ മുതൽ ആ റേഡിയോയുണ്ട്. എന്റെ പ്രായമായിട്ടുണ്ടാകും സിനിമാഗാനങ്ങളും നാടകവും വയലും വീടുമൊക്കെയായി കുട്ടിക്കാലത്തെ സമൃദ്ധമാക്കിയ ഓർമ്മ. ആ റേഡിയോ മാറ്റാനൊരുമ്പെടാത്ത അമ്മയുടെ നിർബന്ധബുദ്ധിയെ ഞാൻ മനസ്സാ അഭിനന്ദിക്കാറുണ്ട്. ഒരു ടെലിവിഷൻ വാങ്ങാൻ ഞങ്ങൾ എത്ര പറഞ്ഞിട്ടും തരിമ്പു പോലും കൂട്ടാക്കാത്ത അമ്മ ഒരു സ്വകാര്യസ്വത്തിപോലെ അതിനെ താലോലിച്ച്, തുടച്ച് കരുതലോടെ സൂക്ഷിക്കുന്നു. വല്ലപ്പോഴും അതിനെന്തെങ്കിലും അസ്വസ്ഥതവന്നാൽ അമ്മയുടെ സ്വസ്ഥതയും താറുമാറാകുന്നത് ശ്രദ്ധിച്ചിട്ടുണ്ട്.

ഫ്ളാറ്റിലെ പഴയ 'ഷാർപ്പ്' ടെലിവിഷൻ മാറ്റി രണ്ടുവർഷം മുമ്പാണ് സാംസങ്ങിന്റെ ഫ്ളാറ്റ് ടി.വി വാങ്ങിയത്. അതിന്റെ പികചർ ക്ലാരിറ്റി പോരെന്നു പറഞ്ഞ് എത്രയോദിവസങ്ങളുടെ നിറം കെടുത്തിയ അവളും കുട്ടികളും... പിടിവാശിക്കൊടുവിൽ കഴിഞ്ഞ മാസമാണ് സോണിയുടെ എൽ.ഇ.ഡി വാങ്ങിച്ചത്. പാന്റിന്റെ കീശയിൽ ആഡംബരപൂർവ്വം കിടക്കുന്ന ഗാലക്സിഫോൺ തെരുപ്പിടിച്ചുകൊണ്ട് ഇതെത്രാമത്തെ ഫോണാണെന്ന് ഓർത്തുനോക്കി. ഒമ്പതാമത്തെയൊ പത്താമത്തെയൊ? ഒരു കോളേജു മാഷുപയോഗിക്കുന്ന ഫോണിനും ഒരന്തസ്സുവേണ്ടെയെന്ന് കട്ടിലിൽ നടുവേദനയോടൊപ്പം തിരിഞ്ഞുകിടക്കുമ്പോൾ അവൾ ചോദിച്ചതിൽ നിന്നാണ് ഈ ഫോണിന്റെ പിറവി.

പ്ലാൻഡ് ഒബ്സോളിസൻസ്, കമ്പോള ചൂഷണം എന്നൊന്നും പറഞ്ഞാൽ നിനക്കു മനസ്സിലാവില്ല എന്ന മധുരോദാരമായ

കുറ്റപ്പെടുത്തലിൽ തൊട്ടുതുടങ്ങി തന്നിഷ്ട പ്രധാന്യവാദത്തിലേക്കു വികസിക്കുന്ന കടുംപിടുത്തം എത്രെയെത്ര തവണ സ്റ്റൗവിൽ തിളച്ചുതൂവുകയോ സോഫയിൽ ചുരുണ്ടുകൂടികിടക്കുകയോ ചെയ്തിട്ടില്ലായെന്ന് എണ്ണിപ്പെറുക്കിയെടുത്താൽ ഇതുവരേയുണ്ടായ കലഹങ്ങളെപ്പറ്റി ഒരു ഏകദേശ ധാരണ കിട്ടും. എന്തായാലും അതിനു മുതിരാതെ മറ്റൊരു ശ്രമത്തിലേക്കു നടന്ന് അമ്മ ഉപയോഗിക്കുന്ന മുറിക്കു മുന്നിലെത്തി. അതിനു തൊട്ടുള്ള മുറി അച്ഛനുപയോഗിച്ചിരുന്നതാണ്. ആ മുറി അമ്മയുടെ കാർക്കശ്യത്തിന്റെ താഴിട്ട് ഏറെ വർഷമായി പൂട്ടിക്കിടപ്പാണ്. അച്ഛന്റെ രക്തസാക്ഷിദിനത്തിലേ തുറക്കാറുള്ളൂ.

അമ്മയുടെ മുറിയിൽകയറി പരതിനോക്കാം. അമ്മ അടുക്കളയിൽ കറിക്കു നുറുക്കുന്ന ഈ നേരം സമർത്ഥമായി ഉപയോഗിച്ചാൽ ഒന്നുകിൽ കമ്യൂണിസ്റ്റ് മാനിഫെസ്റ്റോ, അല്ലെങ്കിൽ അടച്ചിട്ട മുറിയുടെ താക്കോൽ; ഏതെങ്കിലും കിട്ടുമെന്ന് ഞാൻ സങ്കല്പിച്ചു.

മുറി അരിച്ചു പെറുക്കി നോക്കി. 'പുസ്തകശ്രേണ' രണ്ടെണ്ണമാണു കിട്ടിയത്. ഏറെക്കൊല്ലമായി അമ്മയുടെ പ്രാർത്ഥനയേറ്റ് നിർമ്മമത്വത്തിന്റെ മഞ്ഞനിറം പ്രാപിച്ച സന്ധ്യാനാമവും ഹരിനാമകീർത്തനവും. അച്ഛന്റെ മുറിയുടെ താക്കോൽ കിട്ടിയതുമില്ല.

എനിക്കുണ്ടായ നിരാശയെ തെല്ലും വകവെയ്ക്കാതെ അടുക്കളപ്പടിയിൽ ചെന്ന് അമ്മയുടെ ജോലികൾ ശ്രദ്ധിച്ചു നിന്നു. വില്ലിച്ചുകൊണ്ടുള്ള ഈ നില്പിന് ഗൂഢമായ ഒരുദ്ദേശ്യമുണ്ട്. അമ്മയെ വരുതിയിലാക്കി താക്കോൽ വാങ്ങണം.

ഞാൻ കെറുവിച്ചപ്പോഴും അയവൊന്നും വരാതെ, ക്ഷീണിതയായി നിന്ന അമ്മയുടെ നോട്ടത്തിൽ തെല്ല് ഈർഷ്യയുണ്ടായിരുന്നു. കെഞ്ചിയിട്ട് കാര്യമില്ലെന്നുറപ്പിച്ച്, അടുക്കളപ്പടി ചവിട്ടിമെതിച്ച് പിൻവാങ്ങിയപ്പോൾ ക്ഷോഭം കലർന്ന ഒരു ദീനശബ്ദം പിന്നിലായി അമർന്നു കേട്ടു.

അവളെ വിളിച്ച് മാനിഫെസ്റ്റോ ഫ്ളാറ്റിലെങ്ങാനും ഉണ്ടോയെന്നു പരതിനോക്കാൻ പറഞ്ഞാലോ? വേണ്ട. ചിലപ്പോൾ നല്ല സുന്ദരൻ ആട്ടാണു കിട്ടുക. പിന്നെ ചോദ്യവും ഉത്തരവും സംശയങ്ങളും.

മുറ്റത്തിറങ്ങി കുറച്ചുനേരം സീരിയലിലെ കടമറ്റത്തു കത്തനാരെപ്പോലെ തലങ്ങും വിലങ്ങും നടന്നു. കാപ്പിച്ചെടികൾ പൂത്തതിന്റെ ഫെബ്രുവരി മണം മൂക്കിലേക്കു വലിഞ്ഞുകയറി. അപ്പോൾ ഞാനെന്റെ ബാല്യകാലത്തേക്കു മുങ്ങാംകുഴിയിടുകയും രാധടീച്ചറുടെ കയ്യിൽ നിന്ന് കാപ്പിവടികൊണ്ട് കിട്ടിയ അടിയോർത്ത് മാനസിക സംതുലനം കൈവരിക്കുകയും ചെയ്തു. അതോടെ നാല്പതുകാരന്റെ കൃത്രിമഗൗരവം കളഞ്ഞ് ഒരു കിണ്ടിക്കള്ളനെപ്പോലെ

ചെറുകാല്യപമ്മി പൂട്ടിയിട്ട മുറിക്കു മുന്നിലെത്തി.

ശരിയാണ്. പൂട്ട് തുറന്നുകിടപ്പുണ്ട്. ഞാൻ തള്ളിയപ്പോൾ അവിശ്വസനീയതയുടേതായ ഞരക്കത്തോടെ വാതിൽപാളികൾ തുറന്നു. അച്ഛന്റെ മുറിയുടെ താക്കോൽ അമ്മ തന്നെയാണ് എന്ന ഉത്കൃഷ്ട ചിന്തയിൽ അഭിരമിക്കേ കൃത്യമായി പവർക്കട്ടുവന്നു. പംക്ച്വാലിറ്റി എന്താണെന്ന് പവർകട്ടിനെ കണ്ടുപഠിക്കണം...!

തപ്പിത്തടഞ്ഞ് എന്റെ മുറിയിലേക്കു നീങ്ങുമ്പോൾ അമ്മ ടോർച്ചു തെളിയിച്ചു. ചടുലവേഗത്തിൽ ആ ടോർച്ച് തട്ടിപ്പറിച്ച് ഞാൻ അച്ഛന്റെ മുറിയിലേക്കോടി.

പഴക്കത്തിന്റെ ചോരയും നീരും മണക്കുന്നത് ഇങ്ങനേയാണെന്ന് മുറി എന്നെ ബോധ്യപ്പെടുത്തി. അച്ഛന്റെ നിശ്വാസത്തിന്റെ ചൂര് എന്നെ ഗ്രസിക്കുന്നതുപോലെ.

ചുമരുചേർന്ന് പഴയ ചൂടിക്കട്ടിലും പൊടിഞ്ഞുതിരുന്ന തഴപ്പായയും. ഒരു മരക്കസേരയും മൺകൂജയും. ഇതഃപര്യന്തമുള്ള ഓർമ്മയുടെ പൊടിനിറഞ്ഞ് വീർപ്പുമുട്ടുന്ന ഒരു ട്രങ്ക്പെട്ടി മുറിയുടെ മൂലയിൽ. ചിലന്തികൾ പല്ലികൾ പാറ്റകൾ തുടങ്ങി നാനാജാതി ജീവികൾക്ക് ഈ മുറി അഭയം നല്കുന്നുണ്ടെന്ന് ഏതാനും മിനിട്ടുകൾക്കുള്ളിൽ അറിവായി.

കമ്മ്യൂണിസ്റ്റ് മാനിഫെസ്റ്റോ കണ്ടുപിടിച്ചേ അടങ്ങൂ എന്ന ദൃഢനിശ്ചയത്തിന്റെ ടോർച്ചുവെട്ടത്തിൽ ഞാൻ ട്രങ്ക് പെട്ടി തുറന്നു. നിറം മങ്ങി വെള്ളപാണ്ട് പിടിച്ച് അവ്യക്തതയിലേക്ക് മായാൻ ശ്രമിക്കുന്ന അച്ഛന്റെയും അമ്മയുടെയും വിവാഹഫോട്ടോ, മാർക്സ്, ഏംഗൽസ്, പി.കൃഷ്ണപ്പിള്ള, അഴീക്കോടൻ രാഘവൻ എന്നിവരുടെ ചില്ലിട്ട് ഫ്രെയിം ചെയ്ത ഫോട്ടോകൾ. പിഞ്ഞിത്തുടങ്ങിയ ചെമന്ന കൊടി എന്നിവ ഈ പറഞ്ഞ ക്രമത്തിൽ എടുത്ത് പുറത്ത് വെച്ചു. പിന്നെ കട്ടി ബയൻഡുള്ള മൂന്ന് നോട്ടു ബുക്കുകൾ, ഒരടുക്ക് പുസ്തകം എന്നിവയും. ചട്ടയിളകിപോയ ഒരു പുസ്തകത്തിന്റെ പുറം പേജിൽ 'സ: കാന്തലോട്ട് ജയിലിൽ കാണാൻ വന്നപ്പോൾ തന്നത്'' എന്നെഴുതിയിരിക്കുന്നു. 'നിങ്ങളെന്നെ കമ്മ്യൂണിസ്റ്റാക്കി' എന്ന നാടകമാണതെന്ന് മനസ്സിലായി.

ആർദ്രമായ ജിജ്ഞാസയോടെ, ഓരോ പുസ്തകത്തിന്റേയും താൾമറിച്ചു. പാട്ടബാക്കി, സമത്വവാദി, മൂലധനം...''സ: ടി.വിയുടെ മരണവിവരമറിഞ്ഞത്, ജയിലിൽ വന്നുകണ്ട് ഈ പുസ്തകം നൽകിയ സഖാവ് പറഞ്ഞിട്ടാണ്'' എന്ന് ഉക്കുമരത്തിന്റെ നിഴലിൽ എന്ന പുസ്തകത്തിന്റെ ഒന്നാം പേജിൽ കുറിച്ചിരുന്നു. കവിയുടെ കാൽപ്പാടുകൾ, ജീവിതപ്പാത എന്നീ പുസ്തകങ്ങളിൽ 'കവി തിരുമുമ്പ് കൊടുത്തയച്ചത്'' എന്ന്

രേഖപ്പെടുത്തിയിട്ടുണ്ട്. 'കവിയുടെ കവിതകൾ ഇന്ന് നോട്ടുബുക്കിൽ പകർത്തിവെച്ചു' എന്നും കുറിച്ചിട്ടുണ്ട്. സ്വാഭാവികമായ കുതുഹല ത്തോടെ ഞാൻ ബാക്കി പുസ്തകങ്ങൾ മാറ്റിവെച്ച് നോട്ടുപുസ്തകങ്ങൾ പൊടിതട്ടി നിവർത്തി. ആദ്യം നോക്കിയ ബുക്കിൽ ഡയറിക്കുറിപ്പ് പോലെ തീയതികളിട്ട് ചെറുകുറിപ്പുകളുണ്ട്. പേജുകൾ മറിച്ചപ്പോൾ 'രക്തപതാകഗാനം' എന്നൊരു കവിത പകർത്തിയെഴുതിയതായി കണ്ടു.

'ഒഞ്ചിയം വെടിവെപ്പിനുമുമ്പ് എന്റെ കുട്ടിക്കാലത്ത് ഗായകനായ അച്ഛൻ നാടുനീളെ ചൊല്ലിനടന്ന പാട്ട്' എന്നൊരു കുറിപ്പും കവിത യ്ക്ക് ചുവടെ കണ്ടു. ഒരു മഷിത്തുള്ളി അവിടെപരന്നു കിടന്നിരുന്നു. തെല്ലൊരു ചിന്താഭാരത്തോടും നിരാശയോടും കൂടി ഞാൻ നദിയിൽ ചൂണ്ടയിടുന്നവന്റെ അത്യാശപേറി പെട്ടിയിലേക്ക് വീണ്ടും ടോർച്ച ടിച്ചുനോക്കി. എനിക്ക് നിരാശപ്പെടേണ്ടി വന്നില്ലേ, ഇരുണ്ട കട്ടും ചെമപ്പും ചട്ടയുള്ള ആ കുഞ്ഞു പുസ്തകം അതിൽ നിസ്സഹായനായി കിടപ്പുണ്ടായിരുന്നു. "കമ്യൂണിസ്റ്റ് മാനിഫെസ്റ്റോ"

പരമാനന്ദതുല്യനായി സ്വന്തം മുറിയിലേക്ക് നടക്കുമ്പോൾ ഇതേവരെ സ്വയം ഉന്നയിച്ചിരുന്ന ചോദ്യങ്ങൾക്ക് കൃത്യമായ മറുപടി കിട്ടി: "മനുഷ്യനും മനുഷ്യനും തമ്മിൽ നഗ്നമായ സ്വാർത്ഥമൊഴികെ, ഹൃദയശൂന്യമായ 'റൊക്കം കാശ്' ഒഴികെ, മറ്റൊരു ബന്ധവും ബൂർഷ്വാസി പ്രോത്സാഹിപ്പിക്കുന്നില്ല..."

"...അത് കുടുംബത്തിന്റെ വൈകാരികാവരണം എടുത്തുമാറ്റുകയും കുടുംബ ബന്ധത്തെ വെറുമൊരു പണത്തിന്റെ ബന്ധമാക്കി ചുരുക്കു കയും ചെയ്തിരിക്കുന്നു..."

അഹോ, ഞാൻ എത്ര ധന്യനായ ബൂർഷ്വാസി!

●

തിത്തിരിപ്പക്ഷി

"എണീക്കെടീ ഡർട്ടി പോണീ... നാണമില്ലാതെ കിടന്നുറങ്ങുന്നു. സ്കൂൾ ബസ് ഇപ്പോഴിങ്ങെത്തും..." മൂടിപ്പുതച്ചുകിടക്കുന്ന അഞ്ചു വയസ്സുകാരി അനീറ്റയുടെ ചെവിയും മുടിയും ചേർത്തു പിടിച്ചിളക്കി പരുപരുത്ത ശബ്ദത്തിൽ അവളുടെ മമ്മി ഗ്രേസ് വർഗീസ് ഒച്ചയിട്ടു. 'ഡേർട്ടി പോണീ' എന്നാണവൾ തന്റെ കുഞ്ഞിനെ പലപ്പോഴും ഓമനിച്ചു വിളിക്കുന്നത്. എന്നാൽ നല്ല മിടുക്കിയും ഒരു കുഞ്ഞുമാലാഖയെപ്പോലെ സുന്ദരിയുമാണ് അനീറ്റ. കുതിരക്കുട്ടിയുടേതായ സ്വഭാവങ്ങളൊന്നും അവൾക്കില്ല. എന്നല്ല, ഏതു കാര്യവും ഒറ്റത്തവണകേട്ടാൽ തന്നെ അവൾ പഠിച്ചിരിക്കും. പാട്ടിലും കളിയിലും താരമാണ്. പിന്നെന്തിനാണവളെ മമ്മി ഡർട്ടി പോണി എന്നു വിളിക്കുന്നത്? അത് അവർക്കേ അറിയൂ.

"പാതിരാത്രിവരെ കമ്പ്യൂട്ടറും നോക്കിക്കൊണ്ടിരിക്കും. നിന്റെ പപ്പയേക്കാൾ കഷ്ടം... ടോമിന് പിന്നെ നേരോം കാലോന്നുമില്ലല്ലോ... പെർവേർട്ടഡ് ബീസ്റ്റ്..." ഗ്രേസ് വർഗീസ് ശകാരം തുടർന്നുകൊണ്ട് അനീറ്റയുടെ പുതപ്പ് ശക്തിയായി വലിച്ചെടുത്ത് കട്ടിലിന്റെ മൂലയിലേക്കെറിഞ്ഞു. അവളുടെ പിൻഭാഗത്ത് നാലഞ്ചുതവണ അരിശം കനക്കും വിധം തല്ലി. അനീറ്റ ഞരങ്ങി. നഗരത്തിലപ്പോൾ എട്ടുമണിയുടെ സൈറൺ മുഴങ്ങി.

"അമ്മാ ഒരു പത്തു മിനിട്ട്. മോൾക്ക് തലവേദനിക്കുവാ..."

"തലവേദന...കമ്പ്യൂട്ടറും ഗെയിമും.. ഓൺലി ടെൻ മിനിട്ട്സ്... എണീറ്റില്ലെങ്കിൽ പറഞ്ഞേക്കാം..." ഗ്രേസ് ചവിട്ടിത്തുള്ളി പുറത്തേക്കു പോയി. ടോം ചെറിയാൻ അപ്പോഴും ഉണർന്നിരുന്നില്ല. തലേരാത്രിയുടെ മധുരമായ ആലസ്യത്തിൽ മയക്കം തന്നെ.

കിടപ്പുമുറിയുടെ മുന്നിലൂടെ പോകുമ്പോഴാണ് അനീറ്റയുടെ "റ്റെഡിബിയർ" വാതിലിനിപ്പുറം വീണു കിടക്കുന്നത് ഗ്രേസ് ശ്രദ്ധിച്ചത്. പല്ലിറുമ്മിക്കൊണ്ട് അത് കുനിഞ്ഞെടുത്ത് അവൾ സ്റ്റീൽ റാക്കിൻമേൽ തിരുകിവെച്ചു. കിടപ്പുമുറിയുടെ വാതിൽ ദേഷ്യത്തോടെ

വലിച്ചടച്ചു. തിരിച്ച് ഒന്നുകൂടെ അനീറ്റയുടെ മുറിയിൽ വന്നുനോക്കി. കമ്പ്യൂട്ടർ ലോഗ് ഔട്ട് ചെയ്തിട്ടില്ല. അവൾ മൗസ് ഇളക്കിയപ്പോൾ മോണിറ്റർ തെളിഞ്ഞു. അതോടൊപ്പം അവളുടെ മുഖവും ചെമന്നു. രക്തം ഇരച്ചുകയറി തലപ്പൊട്ടിപ്പോകുമോ എന്നവൾ ഭയന്നു വിറച്ചു കൊണ്ട് അവൾ സൈബർ ജാലകങ്ങൾ ഒന്നൊന്നായടച്ചു. "ഇന്നലെ പാതിരാത്രിവരെ ടോം ഇതിനാത്തായിരുന്നല്ലോ. രാത്രിയെപ്പോഴോ ആണ് ബെഡ്റൂമിൽ വന്നത്... അനീറ്റയപ്പോഴും ഉറങ്ങിയിട്ടുണ്ടാവി ല്ല... ദൈവമേ." കിടപ്പുമുറിയുടെ വാതിൽക്കൽ കണ്ട 'റ്റെഡിബേർ' ഇടിമിന്നലായി അവളുടെ മനസ്സുപിളർത്തി.

മനസ്സു നിയന്ത്രിച്ച് മുഖം അമർത്തിത്തിരുമ്മിയശേഷം അവൾ മുടി വാരി പിന്നിൽ കെട്ടിവച്ചു. കട്ടിലിൽ നിന്ന് അനീറ്റയെ ഇരുക ക്ഷത്തിലും പിടിച്ച് പൊക്കിയെടുത്ത് കുളിമുറിയിൽ കൊണ്ടിരുത്തി. ഷവർ തുറന്നിട്ടു. "ബ്ലഡി പോണി... മര്യാദക്കു കുളിച്ച് റെഡിയാക്.." ഗ്രേസ് അനീറ്റയുടെ ഷവർ പെയ്തുകൊണ്ടിരിക്കുന്ന തല പരുന്തു കാലു കൊണ്ടുപിടിക്കും പോലെ പിടിച്ചിളക്കി. കുളിമുറിയുടെ വാതിലടച്ച് അടുക്കളയിലേക്കു നടന്നു. ഡ്യൂട്ടിക്ക് ഇറങ്ങാൻ വൈകുന്നതിലുള്ള വെപ്രാളം അവളുടെ ചലനങ്ങളിൽ നിറഞ്ഞു.

"ടോം, ടോം.. ലുക്ക് ഞാനിറങ്ങുന്നു. ഈവനിംഗ് നമുക്കൊന്നു പുറത്തുപോകാം. അനീറ്റയെ സ്കൂളിൽ നിന്നും പിക് ചെയ്ത് ഒരു ഫൈവ് തേർട്ടിക്ക് മറൈൻ ഡ്രൈവിൽ വന്നാമതി... ഓകെ.. ദെൻ കോൾ മീ..."

അയാളൊന്നു മൂളി... പുതപ്പ് തലയിലേക്കു വലിച്ചിട്ടു ചുരുണ്ടു കിടന്നു. ഗ്രേസ് അനീറ്റയെയും കൂട്ടി ലിഫ്റ്റിൽ കയറി. അനീറ്റയെ സ്കൂൾ ബസിൽ കയറ്റിവിടാൻ സെക്യൂരിറ്റിയെ ഏല്പിച്ച് ഗ്രേസ് തന്നെ കാത്തുനില്ക്കുന്ന ഓഫീസ് വാനിൽ കയറി. ഗാർഡനിലെ ബെഞ്ചിൽ സ്കൂൾബാഗ് പുറത്തുനിന്നൂരി മാറ്റിവെച്ചശേഷം അനീറ്റ ചാഞ്ഞിരുന്നു. അവൾക്ക് ഉറക്കം വിട്ടുമാറിയിരുന്നില്ല. ഒന്നു കണ്ണ ടച്ചതേയുള്ളൂ. അപ്പോഴേക്കും അവളുടെ സഹപാഠി ജെനി ഡിക്രൂസ് ഓടിവന്ന് കൈപ്പടം പിടിച്ചുവലിച്ചു. അനീറ്റ ഭൂമികുലുക്കം പോലെ ഞെട്ടി. അവൾക്കാദ്യം ഒന്നും മനസ്സിലായില്ല. ഒരു നടുക്കം മാത്രം. "അനീറ്റാ, റ്റു ഡേ ഈസ് മാ ബർത്ത് ഡേ..." ജെനി ചുവടുവെച്ചുകൊണ്ട് താളത്തിൽ പറഞ്ഞു. അനീറ്റയ്ക്ക് അപ്പോഴാണ് മുന്നിൽ ജെനി യാണെന്നും താൻ ഗാർഡനിലാണെന്നും അപ്പുറത്ത് സ്കൂൾ ബസ് വന്നു ഹോണടിക്കുന്നുണ്ടെന്നുമെല്ലാം മനസ്സിലായത്. ജെനിയുടെ പപ്പ പാർക്കിംഗിൽ നിന്നും കാർ മുന്നോട്ടെടുത്ത് അനീറ്റയുടേയും ജെനിയുടേയും സമീപത്ത് നിർത്തി.

“അനീറ്റാ...ഇന്ന പപ്പയും എന്നോടൊപ്പം സ്കൂളിലേക്കാ...ഫ്രണ്ട്സിനൊക്കെ എന്റെ വക ബർത്ത്ഡേ ട്രീറ്റുണ്ട്... പപ്പാ തരും...” ജെനി ബൈ ബൈ പറഞ്ഞ് കാറിൽ കയറി.

ഹാപ്പി ബർത്ഡേ ജെനീ...എന്ന് രണ്ടു കൈയ്യും ഉയർത്തി വീശി എന്തോ ഒരുൾവിളിയിൽ അനീറ്റ ആശംസിച്ചു. എന്നിട്ട് ഗേറ്റിലേക്ക് ഓടിച്ചെന്ന സെക്യൂരിറ്റി അങ്കിൾ അവളെ സ്കൂൾ ബസിൽ കയറ്റി വിട്ടു.

വിൻഡോ സീറ്റിലിരുന്ന ശേഷം അവൾ വലതുകൈയുടെ പെരുവിരൽ കടിച്ചു തുടങ്ങി. മനസ്സിൽ സങ്കീർണ പ്രശ്നങ്ങൾ ഉടലെടുക്കുമ്പോൾ അവളങ്ങനെയാണ്. പെരുവിരൽ കടിക്കും. പിന്നെ സ്കൂൾബാഗിന്റെ വള്ളികൾ കടിച്ചുവലിക്കാൻ തുടങ്ങും. എന്നിട്ടും പ്രശ്നപരിഹാരം ഒരു കൈക്കുടന്നയോളം വരുന്ന അവളുടെ തലച്ചോറ് നിർദ്ദേശിച്ചില്ലെങ്കിൽ അത് അനുഭവിക്കും. തലവേദനയായി. മിക്കവാറും അനീറ്റയുടെ സംഘർഷങ്ങളെല്ലാം തലവേദനയിലാണ് അവസാനിക്കുക.

പിറന്നാളായതുകൊണ്ട് ജെനിക്ക് ഇന്ന് യൂണിഫോമിൽ നിന്നു മോചനം കിട്ടി. അവൾ നിറങ്ങൾ നിറഞ്ഞു തുളുമ്പുന്ന, അലുക്കും കിന്നരികളും വെച്ച പട്ടുകുപ്പായമാണിട്ടിരുന്നത്. തലയിൽ കടുംനീല റിബൺ തെറുത്തുമെടഞ്ഞ് കെട്ടിയിട്ടുണ്ട്. ജെനിയുടെ മമ്മ എത്ര നല്ല മമ്മയാ... അനീറ്റ കൊതിച്ചുപോയി. കണ്ണെഴുതി മുഖത്ത് പൗഡറും റൂഷും പുരട്ടി തിളങ്ങുന്ന പൊട്ടും തൊട്ട് ജെനി പപ്പയുടെ കൈപിടിച്ച് ഹാളിൽ നിന്നു. സിസ്റ്റർ ഡയാന മേശമേൽ ഒരു ഇളം പച്ച കംബളം വിരിച്ചു.

മേശയ്ക്കു ചുറ്റും ക്ലാസിലെ ഇരുപത്തിനാലു കുട്ടികളേയും ഒരുക്കി നിർത്തി പിറന്നാൾ കേക്കു മുറിക്കുമ്പോൾ ഹാപ്പി ബർത്ത്ഡേ ആശംസിക്കാനും വർണം വിതറാനും പൂക്കൾ നല്കാനും ഒക്കെയായി. അങ്ങനെ ആർഭാടപൂർവ്വമാണ് ഇവിടെ കുട്ടികളുടെ പിറന്നാൾ ആഘോഷിക്കുന്നത്.. അനീറ്റയുടെ പിറന്നാൾ ഡിസംബർ ഇരുപത്തിനാലിനാണ്. ഇനി പന്ത്രണ്ടു ദിവസം കൂടിയുണ്ട്.-പിറന്നാളെത്താൻ.

കമ്പളം വിരിച്ച് ഭംഗിയാക്കിയ മേശമേൽ ജെനിയുടെ പപ്പകൊണ്ടുവന്ന മനോഹരമായ കേക്ക് വെച്ചു സിസ്റ്റർ ഡയാനയും ടീച്ചർ സോണിയയും പിറന്നാൾ കുട്ടിയെ പ്രത്യേക നൃത്തച്ചുവടുകളോടെ ആനയിച്ചു. പിന്നാലെ ജെനിയുടെ പപ്പയും വന്നു. പപ്പ അവളെ ഒക്കത്തെടുത്ത് സോണിയടീച്ചർ നൽകിയ പേനാക്കത്തി കൈയിൽ കൊടുത്തു. പപ്പയും ജെനിയും ചേർന്ന് പിറന്നാൾ കേക്ക് മുറിച്ചപ്പോൾ സഹപാഠികൾ ഒരേ ഈണത്തിൽ ഹാപ്പി ബർത്ത്ഡേ റ്റു

യൂ ജെനീലാ...എന്ന പാട്ടുകയും ഗിൽറ്റും റോസാദളങ്ങളും വിതറുകയും ബലൂൺ പറത്തുകയും ചെയ്തു. അനീറ്റ തുടർച്ചയായി നാലുബലൂണുകൾ പറത്തിവിട്ടു. അവൾ ഇതളടർത്താതെ സൂക്ഷിച്ചുവെച്ച ഒരു റോസാപ്പൂ ബഹളത്തിനിടയിലൂടെ അരിച്ചുചെന്ന് ജെനീലയുടെ ഇരുകൈകളും ചേർത്തുപിടിച്ച് സമ്മാനിച്ചു. നേരത്തെ അറിഞ്ഞിരുന്നെങ്കിൽ അനീറ്റ എന്തെങ്കിലും പിറന്നാൾ സമ്മാനം കരുതുമായിരുന്ന തീർച്ച.

ജെനിയുടെ പപ്പ പുറത്ത് കാറിൽ കരുതിയിരുന്ന ചോക്കലേറ്റുകൾ, ഐസ്ക്രീം ബോക്സ് എന്നിവ കൊണ്ടുവന്നു. കുട്ടികൾ അച്ചടക്കത്തോടെ അവരവരുടെ ഇരിപ്പിടങ്ങളിൽ ഐസ്ക്രീം നുണഞ്ഞു ഓരോ ഡാർക്ക് ഫാന്റസിയും ചോക്കോബാറും കൂടി ജെനി അവരുടെ ഇരിപ്പിടങ്ങളിൽ ചെന്ന് സമ്മാനിച്ചു. അതിനു ശേഷം റ്റാ റ്റാ ബൈ എന്നും റ്റാങ്ക് യു മാ ഫ്രണ്ട്സ്...സീ യൂ റ്റുമാറോ എന്നും പറഞ്ഞ് പപ്പയുടെ കൂടെ ഇറങ്ങിപ്പോയി.

അലിഞ്ഞുവീണ് ക്ലാസ് വൃത്തികേടാക്കാതെ ചോക്കോബാർ പെട്ടെന്നു കഴിക്കാൻ സോണിയ ടീച്ചർ ആജ്ഞാപിച്ചതോടെ മുൻപിൻ നോക്കാതെ കുട്ടികൾ കവർ പൊട്ടിച്ച് നുണയാൻ തുടങ്ങി. ഓരോന്നാലോചിച്ച് അനീറ്റ ചോക്കോബാർ കടിച്ചുവലിച്ചു. കടിച്ചതിന്റെ കാഠിന്യത്തിൽ ചോക്കോബാർ പൊട്ടി തറയിൽ വീണു. അവൾ പരുങ്ങി. പതിയെ ഷൂകൊണ്ട് ചവിട്ടിയരച്ചു.

അനീറ്റ, അടർന്നു വീണതിൽ ശേഷിച്ച ഭാഗം ഈമ്പിക്കൊണ്ടിരിക്കുമ്പോൾ മറ്റു കുട്ടികൾ റൈം ചൊല്ലുന്നതുപോലെ ജെനിലക്ക് പിറന്നാൾ ആശംസ നേർന്നുകൊണ്ടിരുന്നു.

എന്നാൽ ഈ സമയം കമ്പ്യൂട്ടർ മോണിറ്ററിന്റെ നീലവെട്ടത്തിൽ തെളിയുന്ന പപ്പയുടെ മുറുകിയ മുഖവും പിന്നെ നിലത്ത് വീണുകിടക്കുന്ന തന്റെ കരടിക്കുട്ടിയുമാണ് അനീറ്റയുടെ കുഞ്ഞുമനസ്സിൽ തെളിഞ്ഞുവന്നത്. ഓരോന്നോർത്തുകൊണ്ട് ചോക്കോബാർ ആസ്വദിച്ച് നുണയാൻ തുടങ്ങി അവൾ. അതു തീരാറായപ്പോൾ നിരാശയും തോന്നി. മനസ്സിലെ നേർത്ത വെളിച്ചത്തിൽ നിഴലുകൾ ഉത്കടാസക്തിയോടെ ഇളകിമറിഞ്ഞു.

ലഞ്ച്ബ്രേക്കിന് അനീറ്റ കൂട്ടുകാരി അനാമികാ ഡേവിഡുമൊത്ത് ലഞ്ച് ഹാളിലിരുന്നു. തന്റെ ടിഫിനിലെ എഗ്റോസ്റ്റും ബ്രഡ്ഡും അനാമികയുടെ ടിഫിനിലെ മാഗിയും പങ്കിട്ടു. പിന്നെ രഹസ്യമായി ഓരോന്നു പറഞ്ഞു തുടങ്ങി. അനാമികയുടെ ചെമ്പക നിറമുള്ള മുഖം പലവിധ ഭാവങ്ങൾ പകർന്ന് അനീറ്റ പറയുന്നതുകേട്ടു. ഇരുഭാഗത്തും പിന്നിയിട്ട മുടി എച്ചിൽ കൈകൊണ്ടുതന്നെ ഓർക്കാതെയവൾ പിടിച്ചു വലിച്ചുകൊണ്ടിരുന്നു. ഒടുവിൽ അവിശ്വാസത്തോടെ അവൾ

ചോദിച്ചു.

"അനീറ്റാ ഇതൊക്കെ കണ്ടതാണോ?"

"ഓൺ ജീസസ്... സത്യമാ അനു.."

"ഓ ഗോഡ്... അതൊക്കെയെന്താ അനീറ്റാ...?"

"ഡോണ്ട് നോ അനു... കം..കം ടീച്ചറിസ് കമിംഗ്. വാഷ് ചെയ്യാം. നിന്റെ മുടിയലപ്പടി അഴുക്കാ അനു..." ഇരുവരും ഭക്ഷണപാത്രവുമെടുത്ത് വാഷ്ബേസിനിലേക്ക് ഓടി.

വൈകീട്ട് ടോം ചെറിയാൻ അനീറ്റയേയും കൂട്ടി മറൈൻ ഡ്രൈവിലെത്തി. ചാരുബെഞ്ചിൽ ഗ്രേസിനേയും കാത്തിരുന്നു. അനീറ്റ അവിടെ ചുറ്റിത്തിരിയുന്ന ആൾക്കാരേയെല്ലാം കൗതുകത്തോടെ നോക്കിക്കൊണ്ടിരുന്നു. സ്കൂൾ ബാഗ് കാറിലായതിനാൽ അവൾക്ക് പരിപൂർണ്ണ സ്വാതന്ത്ര്യം കിട്ടി. പപ്പയുടെ ദേഹത്തേക്കൊന്നും ചാടിക്കയറാതെ അവൾ ശ്രദ്ധിച്ചു. അതിനുപകരം നഗരത്തിരക്കിനെയും കായലിനെയും ശ്രദ്ധിച്ചു. അഞ്ച് മുക്കാലായപ്പോഴേക്കും ഗ്രേസ് എത്തി. കാത്തിരുന്നതിന്റെ ഈർഷ്യ പ്രകടിപ്പിച്ചുകൊണ്ടാണ് ടോം ചെറിയാൻ സംസാരിക്കാൻ തുടങ്ങിയത്. 'കൂൾഡൗൺ ടോം...' എന്നു തന്ത്രപൂർവം ഗ്രേസ് അയാളെ അടക്കി. അനീറ്റയുടെ കൈപിടിച്ച് വലിച്ചുകൊണ്ട് അവൾ കാറിനടുത്തേക്കെന്നപോലെ നടന്നു. ടോം ഒന്നും ഉരിയാടാതെ അവളെ അനുഗമിച്ചു.

"യൂ സ്ലെപ്റ്റ് ഹോൾഡിസ് ഡേ... ഈസ് ഇറ്റ്?"

"നോ... ഉറങ്ങിയില്ല. വോഷ് ചെയ്തു... അയേൺ ചെയ്തു."

"അങ്ങനെ സം റൊട്ടീൻസ്..."

"ഓ.കെ.. ഡ്രിങ്ക്സ് കഴിച്ചോ..."

"ഏയ്... രണ്ടു മൂന്നു ദിവസത്തെ ഉറക്കമില്ലേ... നിനക്കറിയില്ലേ"

"പോണീ...വാട്ട് യു വാണ്ട്...?"

"മമ്മ ഡോണ്ട് കോൾമീ പോണീ. ആം അനീറ്റ. ആൻഡ് ഐ ഹേറ്റ് യൂ..."

അനീറ്റ മുഖം വീർപ്പിച്ചു. ചുണ്ടുകോട്ടി പിൻതിരിഞ്ഞിരുന്നു.

"കൂൾ ഡൗൺ മൈ ബേബ്...മമ്മ ഒരു ജോക്ക് പറഞ്ഞതല്ലേ..."

"ജോക്ക്... മമ്മ ഓൾവെയ്സ് കോളിംഗ് ലൈക്ക് ദിസ്..."

"ഓഹ്...ഓക്കെ ഓക്കെ സോറി... അനീറ്റയ്ക്ക് എന്താ കഴിക്കാൻ വേണ്ടത്...?"

"ഒന്നും വേണ്ടാ..." അവൾ തല ആവർത്തിച്ച് വിലങ്ങനെ

ആട്ടിക്കൊണ്ടിരുന്നു. വെയ്റ്റർ വന്നപ്പോൾ ടോമും ഗ്രേസും ചേർന്ന് ഓർഡർ നല്കി. അപ്പോൾ അനീറ്റ പതുക്കെ മുഖമുയർത്തി. “എനിക്ക് ഒരു ചോക്കോബാർ വേണം. ജെനിയുടെ പപ്പ രാവിലെ എല്ലാവർക്കും കൊടുത്തതാ. ഹേർ ബർത്ത്ഡേ. എന്റെ ചോക്കോബാർ പൊട്ടി നിലത്തുവീണു.” അവളുടെ മുഖത്ത് നിരാശയോടൊപ്പം ഒരു ദുരൂഹ ഭാവവും കടന്നുവന്നു.

അനീറ്റ ചോക്കോബാർ നുണഞ്ഞുകൊണ്ടിരിക്കുമ്പോൾ ഗ്രേസ് ടോമിനോട് ‘കം ടോം’ എന്നു പറഞ്ഞ് എണീറ്റു എന്താണെന്നു ചോദിച്ചുകൊണ്ട് അനീറ്റയോട് അവിടെത്തന്നെ ഇരിക്കാൻ കണ്ണുകൊണ്ട് ആജ്ഞാപിച്ച് ടോമും കസേര നീക്കി എണീറ്റു. ഗ്രേസിന്റെ പിന്നാലെ പുറത്തെ ഹാൻഡ്റെയിലിനടുത്തേക്കു നടന്നു.

“ലുക്ക് ടോം... വി ഹാവ് റ്റു കൺട്രോൾ ഒർ അഗ്ളി ഹാബിറ്റ്സ്...”

“വൈ...എന്താണിപ്പോൾ തോന്നാൻ?”

“തോന്നി... അത്രേ ഉള്ളൂ.. അനീറ്റയുടെ റൂമിലെ സിസ്റ്റം, റ്റുഡേ ഇറ്റ്സെൽഫ് നമ്മുടെ ബഡ്റൂമിലേക്കു മാറ്റണം.”

“എന്തിന്? അതിനു മാത്രം ബെഡ്റൂമിൽ സ്പേസ് ഉണ്ടാകില്ല...”

“അതൊന്നും നോക്കണ്ട. പ്ലഗ് പോയിന്റുണ്ടല്ലോ. അതിനു കണക്കാക്കി അഡ്ജസ്റ്റ് ചെയ്യണം...”

ടോം ചെറിയാൻ ഗ്രേസിനെ തുറിച്ചു നോക്കി. അവളുടെ ആജ്ഞാസ്വരം അയാളെ ചൊടിപ്പിച്ചുവെന്നു വ്യക്തം. അയാൾ അനിഷ്ടത്തോടെ ഒന്നു മുരണ്ടു. കാറിന്റെ കീ തെരുപ്പിടിച്ചു.

“പിന്നേ ഇനി മുതൽ നമ്മൾ ബെഡ്റും ഡോർ പൂട്ടിയിട്ടേ കിടക്കാവൂ... അതുവേണം...”

“അനീറ്റ തൊട്ടപ്പുറത്ത് മുറിയിൽ തനിച്ചാവുന്നതുകൊണ്ട് നീ തന്നെയല്ലേ ബഡ്റൂമടക്കേണ്ടെന്നു പറഞ്ഞത്?” ഗ്രേസ് ടോമിന്റെ മുഖത്തേക്ക് തുറിച്ചുനോക്കി. അയാൾ അസ്വസ്ഥനായി. കണ്ണട നേരെയാക്കുമ്പോൾ മുഖം തുടുത്തു ചുവന്നു വന്നു. മൂക്ക് വിയർത്തു തുടങ്ങി. ദേഷ്യം വരുമ്പോഴുള്ള ലക്ഷണമാണ് ഇതെല്ലാം.

“അതേ... ബട്ട് ഇപ്പോൾ ഇങ്ങനെയാണു തോന്നുന്നത്...” ഗ്രേസിന്റെ മുഖം വലിഞ്ഞു മുറുകി. അല്പനേരം ഒന്നും മിണ്ടാതെ അതേ നില്പ് തുടർന്ന് പരസ്പരം മടുത്തപ്പോൾ അവർ തിരികെ സീറ്റിൽ വന്നിരുന്നു. അനീറ്റ വിദൂരമായ ലക്ഷ്യത്തിൽ കണ്ണുനട്ട് തൊട്ടപ്പുറത്തെ ഗ്ലാസ് ഡോറിനു സമീപം നില്ക്കുന്നതു കണ്ടു. അവൾ നുണഞ്ഞുകൊണ്ടിരുന്ന ചോക്കോബാർ ടേബിളിലെ വേസ്റ്റ്പാനിൽ അഴുകി അലിഞ്ഞുകൊണ്ടിരിക്കുന്നു.

“അനീറ്റാ...” തികട്ടിവന്ന അരിശം ശബ്ദായമാനമായി ഗ്രേസ് ഛർദ്ദിച്ചു.

“കം ഹിയർ...യൂ ഡർട്ടി പോണി...”

ടേബിളിനുസമീപത്തേക്കു മടിച്ചുമടിച്ചു നടന്നുവന്ന് അനീറ്റ നിന്നു. അപ്പോൾ ചുറ്റു പാടൊന്നും ശ്രദ്ധിക്കാതെ ഗ്രേസ് നിർദ്ദയം അവളുടെ തലയ്ക്ക് രണ്ട് കിഴുക്കു കൊടുത്തു. കാര്യമായി വേദനിച്ചതിനാൽ അനീറ്റ വിതുമ്പിപ്പോയി. ടോമാകട്ടെ ഗ്രേസിനെ ശാസനാപൂർവ്വം നോക്കുകയും അനീറ്റയെ പിടിച്ച് മടിയിലേക്കിരുത്തിക്കാൻ ശ്രമിക്കുകയും ചെയ്തു. ആ പ്രവൃത്തി തീരെ ഇഷ്ടപ്പെടാത്ത മട്ടിൽ ഗ്രേസ് മുഖം ചുളിച്ചു. പക്ഷേ ഒന്നുമവൾ പറഞ്ഞില്ല; മൊബൈൽഫോൺ ടേബിളിൽ വെച്ച് അതിന്മേൽ വിരലുകൊണ്ട് തലോടിക്കൊണ്ടിരുന്നു. അനീറ്റ ഏങ്ങിക്കൊണ്ട് ടേബിളിൽ പിടിച്ചിരുന്നു. പപ്പയേയും മമ്മിയേയും മാറിമാറിനോക്കി.

പാർക്കിംഗിൽ കാർ ഒതുക്കിവെച്ചിറങ്ങുമ്പോൾ മറുവശത്തെ ട്രാക്കിൽ നിന്ന് അനീറ്റ “അങ്കിൾ അങ്കിൾ...” എന്നു വിളിച്ച് ഓടി എന്റെ സമീപത്തെത്തി. ടോമിനേയും ഗ്രേസിനേയും കയ്യുയർത്തിക്കാട്ടി നമസ്കാരം പറഞ്ഞ് ഞാൻ അനീറ്റയെ ചേർത്തുപിടിച്ച് വിശേഷങ്ങൾ തിരക്കി. അവൾ നിർത്താതെ പറഞ്ഞു. ചിലപ്പോൾ നഴ്സറിപ്പാട്ട് പാടും പോലെ ഒഴുക്കനെ. ചിലപ്പോൾ ചന്നംപിന്നം ചാറ്റൽ മഴപോലെ.

ലിഫ്റ്റ് പണിമുടക്കിയതിനാൽ മുകളിലേക്കുള്ള പടികൾ ഞാനും അനീറ്റയും ഒരുമിച്ചാണു കയറിയത്. അവൾ സ്റ്റെപ്പെടുത്ത് കണ്ടും മൂന്നും പടികൾ ചാടിക്കയറി. ബലത്തിന് എന്റെ ഇടതുകൈ മുറുക്കേ പിടിച്ചു. അവൾ വീഴാതിരിക്കാൻ ഞാൻ ഏറെ പണിപ്പെട്ടുവെന്ന് പറഞ്ഞാൽ മതിയല്ലോ.

“അങ്കിളിന്ന് ലീവാ...” അനീറ്റ ചോദിച്ചു.

“അത്...ഇന്ന് അങ്കിളിന്ന് ഓഫ്ഡേയാ...”

“ഓകേ...എൻജോയ്...” അവൾ വലതുകയ്യിന്റെ പെരുവിരൽ ഉയർത്തിക്കാണിച്ചു. അവളുടെ ഫ്ളാറ്റിന്റെ വാതില്ക്കലെത്തിയപ്പോൾ ബൈബൈ... സീയൂ എന്നുപറഞ്ഞ് ഓടിപ്പോയി. ഞാൻ മൃദുവായി ചിരിച്ചുകൊണ്ടും എന്റെ ഇരട്ടകളെ ഓർത്ത് ബേജാറായിക്കൊണ്ടും പടികൾ കയറി.

പിറ്റേന്ന് രാവിലെ കോളിംഗ് ബെൽ നിർത്താതെ അടിക്കുന്നതുകേട്ട് അലക്കുയന്ത്രം പ്രവർത്തിപ്പിക്കുന്നത് നിർത്തി ഞാൻ വന്നു വാതിൽ തുറന്നു. അനീറ്റയാണ്, എന്താണ് ഇത്ര രാവിലെ എന്ന്

അതിശയം പ്രകടിപ്പിച്ച് ഞാനവളെ അകത്തേക്കു വിളിച്ചു. മടിച്ചുമടിച്ച്, പെരുവിരൽ വായിലിട്ട് നുണഞ്ഞുകൊണ്ട് അവൾ അകത്തേക്കു കയറി സോഫയിൽ ചമ്രം പടിഞ്ഞിരുന്നു.

മുഖം കരഞ്ഞു കലങ്ങിയമട്ടുണ്ട്. മുടിയൊക്കെ ചിതറിക്കിടക്കുന്നു.

"വാട്ട് ഹാപ്പൻഡ് അനീറ്റാ...?"

"നത്തിംഗ് അങ്കിളേ..."

"അതെന്താ മുഖമൊക്കെ വാടിയിരിക്കുന്നേ... ആർ യൂ ക്രൈഡ്?"

"പപ്പേം മമ്മേം ന്നെ തല്ലി... അതാ അങ്കിൾ..."

"എന്തിനാ എന്റെ അനീറ്റയെ തല്ലിയത്? വികൃതി കാണിച്ചോ?"

അവൾ ആ ചോദ്യത്തിന് പ്രതികരിക്കാതെ കുറ്റവാളിയെപ്പോലെ എഴുന്നേറ്റുനിന്നു. മുഖം കുനിച്ച് കാൽപാദത്തിൽ നോക്കിനിന്നു. കൈകൾ മുന്നിൽ പിണച്ച് തൂക്കിയിട്ടിട്ടുണ്ട്...

ഞാൻ ഫ്രിഡ്ജിൽ നിന്ന് രണ്ട് ആപ്പിളെടുത്ത് പേനാക്കത്തി കൊണ്ട് നുറുക്കി ഒരു പ്ലേറ്റിലിട്ട് അവൾക്കു നേരെ നീട്ടി. അവൾ വേണ്ടെന്നു പറഞ്ഞ് തലയാട്ടി. പ്ലേറ്റ് ടീപ്പോയിൽ വെച്ചശേഷം ഞാനൊരു ചായയുണ്ടാക്കാൻ ഒരുങ്ങി. സ്റ്റൗ കത്തിച്ചു വെള്ളം വച്ചു.

"അങ്കിളുമെന്നെ ബീറ്റ് ചെയ്യോ...?" അവൾ മുഖമുയർത്തി. ദൈന്യം കലർന്ന ശബ്ദത്തിൽ ചോദിച്ചു. പതുക്കെ എന്റെ മുന്നിൽ വന്നു നിന്നു.

"ഇല്ലാ... അനീറ്റ പറയൂ... എന്തിനാ പപ്പയും മമ്മയും അടിച്ചത്...?"

"അത്..." അവൾ പെരുവിരൽ വായിലിട്ട് കടിക്കാൻ തുടങ്ങി..." അത് അങ്കിളേ... ഞാനങ്ങനെ ചോദിച്ചിട്ടാ... പപ്പ തന്നില്ലാ... ന്നിട്ട് തല്ലി..."

"ന്താ ചോദിച്ചത്? ടോയ്സ് ആണോ? ബിസ്കറ്റ്... ഐസ്ക്രീം... കിന്റർജോയ്... അല്ലാ ഡാർക്ക് ഫാന്റസിയാണോ..." എനിക്കറിയാവുന്ന ചോക്ക്ളേറ്റുകളുടെയൊക്കെ പേരു പറഞ്ഞുകൊണ്ട് ഞാനവളുടെ സമീപത്തേക്ക് ചെന്നു.

ഞാൻ ഓരോന്നു ചോദിക്കുമ്പോഴും നിഷേധാർത്ഥത്തിൽ അവൾ തല വിലങ്ങനെ ഇളക്കിക്കൊണ്ടിരുന്നു.

"അങ്കിളിനോട് പറ... അനീറ്റ കരയാതിരിക്കാൻ അങ്കിൾ എന്തു വേണേലും തരുമല്ലോ..." എന്നു പറഞ്ഞ് എക്കിളിക്കൂട്ടികൊണ്ട് ഞാനവളെ ഉത്സാഹഭരിതയാക്കാൻ നോക്കി. അനീറ്റയുടെ കുഞ്ഞു മുഖത്ത് തെളിച്ചം ഉണ്ടാകുന്നത് ഞാൻ ശ്രദ്ധിച്ചു തലവെട്ടിച്ചുകൊണ്ട് അവളൊന്ന് വിതുമ്പിചിരിച്ചു.

പിന്നെ വിശ്വാസത്തോടെ പതുക്കെ സമീപത്തേക്കു വന്നു. എന്റെ

അടിവയറിനു താഴെ കുഞ്ഞിക്കൈകൊണ്ടു തൊട്ടു. എന്റെ ശരീരമാസകലം കിരുങ്ങിപ്പോയി. നെഞ്ചിൽ ഒരു ചുടലത്തീക്കൊള്ളികൊണ്ട് കുത്തിയപോലെ പൊള്ളിപ്പിടഞ്ഞു. പെട്ടെന്ന് ഒരുൾപ്രേരണയുടെ ബലത്തിൽ ഞാനവളെ പിന്നെ ഇരുകക്ഷത്തിലും പിടിച്ച് ഉക്കിയെടുത്തു നെഞ്ചോടു ചേർത്തു. കണ്ണുരണ്ടും പലതവണ മുറുക്കെ ചിമ്മിത്തുറന്നു. അസ്വസ്ഥത പുറത്തു കാട്ടാതെ ഞാൻ ചോദിച്ചു.

"എന്തിനാ മോളങ്ങനെ ചോദിച്ചേ..."

"ഞാനെപ്പോഴും കാണുന്നതാ അങ്കിളേ..." അവൾ വിതുമ്പി. എന്തു പറയേണ്ടു എന്ന് ഒരു നിശ്ചയവുമില്ലാതെ ഞാൻ അനീറ്റയുടെ പുറത്ത് തലോടിക്കൊണ്ടിരുന്നു. ഞാൻ എന്റെ ഇരട്ട പെൺകുഞ്ഞുങ്ങളെ ഓർത്തു നീറി. എന്താണുണ്ടായതെന്ന എന്റെ ഉദ്വേഗം കലർന്ന ചോദ്യത്തിന് അനീറ്റ നല്കിയ മറുപടിയാണ് നമ്മൾ ഇതുവരെ പറഞ്ഞുവന്ന കഥ.

●

തൊലിപ്പുറം

എറിച്ചു നില്ക്കുന്ന നരച്ച ഒറ്റമുടിയുടെ ക്ലോസപ്പിൽ വാർധക്യത്തിന്റെ എത്തിനോട്ടം കണ്ട് അന്ധാളിക്കുകയും തുടർന്ന് വ്യാകുലഭാവം പകർന്ന് സ്ക്രീനിൽ നിന്ന് നിഷ്ക്രമിക്കുകയും ചെയ്യുന്ന സിനിമാകഥാപാത്രങ്ങളെ ഓർത്തുകൊണ്ടാണ് ദേവദാസ് എന്നും രാവിലെ കണ്ണാടി നോക്കുന്നത്. നാല്പതിലേക്കു കാലെടുത്തു വെച്ചപ്പോൾ തുടങ്ങിയ ആധിയാണ്. നരച്ചോ, തൊലി ചുളിഞ്ഞോ, മുഖത്തിന്റെ തിളക്കം കുറഞ്ഞോ എന്നൊക്കെ സസൂക്ഷ്മം പരിശോധിച്ചാലേ ഇപ്പോഴയാൾക്കു തൃപ്തിവരാറുള്ളൂ. പ്രഭാതകൃത്യങ്ങൾ ക്കിടയിലെ അരമണിക്കൂർ കോൺഫിഡൻസ് ബിൽഡിംഗിനായി അയാൾ മാറ്റി വെച്ചു കഴിഞ്ഞു.

തിങ്കളാഴ്ച രാവിലെ നാക്കു വടിക്കുമ്പോഴാണ് അയാളുടെ ഉള്ളുലച്ച ആ 'പാട്' കണ്ടത്. വലത്തേ കടവായക്കും താടിക്കുമിടയിൽ ഒരു തിണർപ്പുപോലെ. ഇന്നലെ വെയിലുകൊണ്ടപ്പോൾ അവിടെ ചൊറിച്ചിലുണ്ടായിരുന്നുവെന്ന് അയാൾ ഓർത്തു. വാഷ്ബേസിനിൽ കാറിത്തുപ്പി വായ കഴുകിയശേഷം അയാൾ ഭാര്യയെ വിളിച്ചു. പുട്ടിനൊപ്പം ആവി കയറി വേവുന്ന അവൾ എന്തായെന്തായെന്ന് ഓടിയെത്തി.

"ദേ, ഇവ്ടെ നോക്കിയേ..." ചൂണ്ടുവിരൽകൊണ്ട് പാടിൽ തൊട്ടശേഷം: "ഇവ്ടെ എന്തെങ്കിലും കാണ്ന്ന്ണ്ടോ...?"

അവൾ കണ്ണ് കൂർപ്പിച്ചു: "ഇല്ലല്ലോ... ന്തേ?"

"അല്ലാ ഒരു തെണർപ്പ് പോലിണ്ടോ...? നീ ഒന്നൂടെ സൂക്ഷിച്ച് നോക്ക്" അടുപ്പത്തെ പുട്ടുകുറ്റിയോട് പെരുമാറുന്നപോലെയാണ് ഭാര്യയുടെ മുഖപരിശോധനയെന്നു തോന്നി അയാൾ വീണ്ടും കണ്ണാടിയെ ആശ്രയിച്ചു. ഭാര്യ സാരിത്തുമ്പുകൊണ്ട് മൂക്കുതുടച്ച് ഭർത്താവിനെ ഒന്നു ലേസർ സ്കാൻ ചെയ്തശേഷം "ദേ ദേ സമയം ആറര ആയിട്ടോ, ബേം നോക്ക് ട്രെയിനയിന്റെ പാട്ടിന് പോവുംട്ടോ..." എന്ന് ഓർമ്മിപ്പിച്ചു.

അയാൾ ചുമർ ക്ലോക്കിൽ നോക്കി. കോളേജിലെ വലിയ

ക്ലോക്കിനു താഴെ പ്രതിഷ്ഠിച്ച പഞ്ചിംഗ് മെഷീനേ ഓർത്തു. അതോടെ കാര്യങ്ങളൊക്കെ ഒന്നുഷാറായി. 'മൂക്കിലേ വായിലേ' എന്തൊക്കെയോ വാരിത്തിന്ന് ബാഗുമെടുത്ത് സ്കൂട്ടറിൽ കയറി റയിൽവേ സ്റ്റേഷനിലേക്കു പാഞ്ഞു. ഇതിനിടയ്ക്കു കിട്ടിയ മുക്കാൽ മിനിട്ടുകൊണ്ട് മുഖത്ത് കാലിഞ്ചു കനത്തിൽ പൗഡർ തേച്ചു പിടിപ്പിക്കാനും കക്ഷത്തിൽ സ്പ്രേയഭിഷേകം ചെയ്യാനും മറന്നില്ല.

കോളേജിലെത്തും വരെ മുഖത്തെ കലകളുടെ കാര്യം ദേവദാസ് ഓർത്തില്ല. ക്ലാസിൽ പോകുംമുമ്പ് മുടിചീകിവെക്കാൻ കണ്ണാടി നോക്കിയതാണ് പ്രശ്നമായത്. പലതവണ മുഖം തിരുമ്മിയും ഞെരടിയും തിണർപ്പിനെ കൈകാര്യം ചെയ്തു. ഗുണമുണ്ടായില്ല. അയാൾ അറച്ചറച്ചാണ് ക്ലാസിലേക്കു നടന്നത്.

'ആഗോള കോർപ്പറേറ്റ് അധിനിവേശവും മലയാളി നാഗരിക ജീവിതവും' എന്ന വിഷയത്തിൽ തിസീസ് തയ്യാറാക്കാൻ രണ്ടു വർഷം മുമ്പ് ഏതാനും ആഴ്ചകൾ തുടർച്ചയായി ഉറക്കമൊഴിച്ചതിന്റെ ഫലമായി കൺതടങ്ങളിൽ വ്യാപിച്ച കറുപ്പുമാറ്റാൻ പെട്ടപാട് ആ നടപ്പിൽ അയാളോർത്തു. രണ്ടു രണ്ടര മാസം ഫെയർ ആൻഡ് ലവ്ലി തേക്കേണ്ടി വന്നു. അക്കാലത്തനുഭവിച്ച മാനസിക സംഘർഷം ചില്ലറയല്ല. ഓരോരുത്തനും ഓരോന്നു ചോദിക്കും. കമന്റിടും. ഒരുതരം വെർബൽ ടോർച്ചറിംഗ് തന്നെ. മടുത്തുപോയി.

ക്ലാസു കഴിഞ്ഞിറങ്ങി അയാൾ നേരെ നടന്നത് ബാത്ത്റൂമിലേക്കാണ്. വാതിലടച്ച് കുറ്റിയിട്ട് പോക്കറ്റിൽ നിന്ന് മൊബൈൽ ഫോണെടുത്ത് ടൈറ്റ് ക്ലോസപ്പിൽ രണ്ടു മൂന്നു സെൽഫി- ഇടതുകവിൾ, വലതുകവിൾ എന്നു ഭാഗിച്ച്- പകർത്തി. തേച്ചും തോണ്ടിയും ഇമേജുകൾ പല വലിപ്പത്തിലാക്കി നിരീക്ഷിച്ചു. പാടുകൾ പടരുന്നുണ്ടോ... 'പൊട്ടുതല'യാണോ... ചുണങ്ങാണോ...? ടീച്ചേഴ്സും കുട്ടികളും ഇനി ഓരോന്നു ചോദിക്കും... മുൻകാല അനുഭവംകൂടി തികട്ടിക്കയറി വന്നതോടെ അയാൾ വല്ലാതെ അസ്വസ്ഥനായി. പഞ്ചിംഗ് ടൈംമാകും വരെ ഇതിനാത്തുതന്നെ ഇരുന്നാലോ എന്നുപോലും ചിന്തിച്ചു.

തുടർന്നുള്ള അവറൊന്നും ക്ലാസിൽ പോകാതെ ടവ്വാലകൊണ്ട് മുഖം തുടച്ചും മറച്ചും പലവിധ വിക്രിയകൾ കാട്ടിയും ദേവദാസ് ഡിപ്പാർട്ടുമെന്റിൽ തന്നെ പമ്മിയിരുന്നു.

'മിസ്സ്' മാരിൽ സുന്ദരിയും ഫാഷണബിളുമായ ഡയാനക്കൊച്ച് കുടെക്കൂടെ തലയുയർത്തി നോക്കുന്നതിൽ വല്ല അപാകവും... ഏയ്, ഉണ്ടെങ്കിൽ ഡാറ്റ ഓണാക്കുമ്പോൾ ഇരമ്പിക്കയറുന്ന വാട്സാപ്പ് സന്ദേശങ്ങൾപോലെ ചറപറാ ചോദ്യങ്ങൾ വന്നേനെ. പിംപിൾ തങ്കമെന്നു വിളിച്ച് കളിയാക്കാറുള്ള തങ്കമണിടീച്ചറുടെ മുഖത്തെങ്ങനെ

നോക്കും? ഹസ്തരേഖാ വിദഗ്ധനായ പുരുഷു സാറെക്കൊണ്ട് ഒന്നുമുഖലക്ഷണം നോക്കിയാലേ...? 'കഷ്ടകാലം വരുമ്പോഴാ കരിമങ്ങലം കേറ്വാന്ന്' അമ്മ പറയാറുണ്ട്. വൈകിക്കൂടാ. നാളെത്തന്നെ സ്കിൻ സ്പെഷലിസ്റ്റിനെ കാണിക്കണം. അയാൾ വിഹ്വലനായി നഖം കടിച്ച് തുപ്പി.

'ഇൻസ്റ്റിറ്റ്യൂട്ട് ഓഫ് അപ്ലൈഡ് ഡർമറ്റോളജി' യിലെ അതിപ്രഗത്ഭഡോക്ടറെത്തന്നെ ഗൂഗിൾ അയാൾക്കു നിർദ്ദേശിച്ചു. ഒരാഴ്ച കഴിഞ്ഞേ ഡേറ്റുള്ളൂ. എന്നാലും സാരമില്ല. മൂപ്പരെത്തന്നെ കാണിക്കണം. ലീവെടുത്തു വീട്ടിലിരിക്കാം ഒരാഴ്ച. അല്ലാതെന്തു ചെയ്യും...? ഊണും ഉറക്കവുമില്ലാതെ, നനക്കാതെ കുളിക്കാതെ വീട്ടിനകത്തെ കണ്ണാടികൾക്കു മുന്നിൽ നിന്ന് കോപ്രായം കാട്ടുന്ന ഭർത്താവിനെ ഭാര്യ സഹതാപത്തോടെ നോക്കി. ഇയാൾക്കു വട്ടായോ എന്നു ശങ്കിച്ച് മനസ്താപം കൊണ്ടു. അയാളാകട്ടെ തന്റെ സുന്ദരമുഖം കലകളുടെ ഭൂപടമായി പരിണമിക്കുന്നതു സങ്കല്പിച്ച് ചകിതനായി. ഭാര്യ മിക്സിയിലരച്ചുകൊടുത്ത കസ്തൂരിമഞ്ഞളും രക്തചന്ദനവും പുരട്ടി നോക്കിയെങ്കിലും അതുകൊണ്ടൊന്നും ഒരു ഗുണവുമില്ലെന്ന് അയാൾ വിലയിരുത്തി.

അങ്ങനെ ഏഴുദിവസമായി ക്യൂവിലായിരുന്ന അയാളുടെ ഊഴമെത്തി. ഉച്ചമുതൽ ഡോക്ടറുടെ പരിശോധനാ മുറിക്കു പുറത്ത് തന്നാലാവും വിധം വിറളി പിടിച്ചിരുന്ന അയാളുടെ ജാതകം മൊത്തം 'അണ്ടർ സർവയലൻസ്' ഒപ്പിയെടുത്ത് ഡാറ്റകളാക്കി സെർവറിൽ സംഭരിച്ചു. കൃത്യം 4.10ന് അയാളുടെ ടോക്കൺ നമ്പർ തെളിഞ്ഞു. അപ്പോൾ പുറത്തിറങ്ങിയ ആളെ തള്ളിമാറ്റി ദേവദാസ് ക്യാബിനിലേക്കു കുതിച്ചു.

ഹൈടെക് സംവിധാനങ്ങളുള്ള പരിശോധനാമുറിയിലെ ഉയർന്ന സിംഹാസനത്തിൽ ഡോക്ടർ ഉദ്ധതനായി ചാരിയിരിക്കുന്നു. വെളുത്തു തുടുത്തു സുമുഖനായ ഡോക്ടറുടെ മുന്നിലിരിന്നപ്പോൾ കോളേജ് വാധ്യാരായിട്ടുപോലും അയാൾക്ക് കടുത്ത അപകർഷത തോന്നി. എങ്കിലും തനിക്കു ലഭിക്കാൻ പോകുന്ന ഗംഭീര ചികിത്സയെപ്പറ്റി ഓർത്ത് സമാധാനിച്ചു.

ഒറ്റവീർപ്പിൽ ദേവദാസ് പറഞ്ഞു തീർത്ത ആവലാതികളെയെല്ലാം ഇടതുമുഷ്ടിയിൽ വലതു വിരൽകൊണ്ട് താളമിട്ടാണ് ഡോക്ടർ കേട്ടത്. ഹൃദ്യമായി പുഞ്ചിരിപൊഴിക്കുകയും ചെയ്തു.

"കൺതടത്തിലെ കറുപ്പ് മാറ്റാൻ കൂളിംഗ് ഗ്ലാസ് വെച്ചിരുന്നല്ലേ...?"

"അതെ ഡോക്ടർ എഫ് ആൻ ജെല്ലും പുരട്ടി..."

“നിങ്ങൾ കഴിഞ്ഞായാഴ്ച അതായത് 26നും 29നും വീട്ടുതൊടി കിളച്ചുമറിച്ചിരുന്നു. ല്ലേ...?”

“യെസ് ഡോക്ടർ... എങ്ങനെ മനസ്സിലാക്കി?..” അയാൾ ആശ്ച ര്യപ്പെട്ടിരുന്നു. “ഗുഡ്...” ഡോക്ടർ അമർത്തി മൂളി. ദേവദാസിനെ കർക്കശമായി നോക്കി.

“അല്ല ഡോക്ടർ, അത് കുറച്ച് പച്ചക്കറി നടാൻ..” അയാൾ പരുങ്ങി. ഡോക്ടർ മുന്നോട്ടാഞ്ഞിരുന്നു. മുഖത്ത് പെട്ടെന്ന് ഗൗരവം നിറഞ്ഞു.

“പച്ചക്കറിക്കെന്നല്ല പച്ചച്ചോറിനും നിങ്ങളിനി വിയർക്കരുത്... വെയിലുകൊള്ളരുത്... ഉം...?”

“എന്താണ് സാർ പ്രശ്നം...?” അയാൾക്കു വേവലാതിയായി. ചോദ്യം ഗൗനിക്കാതെ ഡോക്ടർ ഇളകിയിരുന്നു. ഒരുവിടന്റെ ചിരി വരുത്തി.

“എങ്ങനെ... സോഷ്യൽ മീഡിയയിലൊക്കെ ഉഷാറാണല്ലോ അല്ലേ...?”

“അതെ സാർ..”

“അപ്പോ നമുക്കൊന്നു വെളുക്കണ്ടേ...?” ഡോക്ടറിന്റെ വല്ലാത്ത നോട്ടംകണ്ട് ദേവദാസ് പരിഭ്രമിച്ചു. “വേണം സാർ വേണം...”

“ഉം... വെരിഗുഡ്...” ഡോക്ടർ അലസമായി പ്രിസ്ക്രിപ്ഷൻ ടൈപ്പു ചെയ്തു.

“വിയർക്കുന്നവർക്കുണ്ടാകുന്ന പൂപ്പൽ ബാധയാണിത്. ബ്രൗൺ നിറക്കാർക്കുള്ള കോമൺ പ്രോബ്ലമാണ്...” ഡോക്ടർ മധുരമായി പറഞ്ഞു തുടങ്ങി. “മുഖം പഴയപോലെ സുന്ദരമാക്കാൻ രണ്ട് ‘ആപ്പ്’ എഴുതിയിട്ടുണ്ട്. പിന്നെ ഒരു മാസ്കം. ലൈക്ക് സൺഗ്ലാസ്, മുഖത്തു ക്കുളിംഗ് കിട്ടും. അതെപ്പോഴും ധരിക്കണം. ദെർ, കോസ്മെറ്റിക്സ്... നിങ്ങളുടെ പഴയ ബ്രാന്റെല്ലാം മാറ്റണം. ലിസ്റ്റ് ഇതിലുണ്ട്...”

“ഡോക്ടർ... മരുന്ന്..?”

“ഓ, മെഡിസിൻ... എല്ലാമുണ്ട്. നെയിൽ റ്റു ഹെയർ നിങ്ങളുടനേ വെളുക്കും. “യു വിൽ ബിക്കം ഹാൻഡ്സം യാർ...” ഡോക്ടർ അപ്ര തീക്ഷിതമായി പൊട്ടിച്ചിരിച്ചു. “ഓക്കെയോക്കേ... ടേക്ക് കെയർ..” ഡോക്ടറിടെ പൊട്ടിച്ചിരിയുടെ പ്രകമ്പനം തീരുന്നതിനുമുമ്പ് കുനിഞ്ഞു നന്ദി പറഞ്ഞശേഷം മനസ്സമാധാനത്തോടെ ദേവദാസ് എഴുന്നേറ്റു.

വാതിൽ തുറക്കുമ്പോൾ എന്തോ അങ്കലാപ്പിൽ തട്ടി- ഒരു മാത്ര നിന്നുപോയ അയാളെ വലിച്ചുമാറ്റി അടുത്ത ടോക്കൺ നമ്പർ അകത്തേക്കു കുതിച്ചു.

●

ഏളയാട്ടെ മാജിക്കുപാലം

മഴ തൂണുപോലെ നിന്നു പെയ്യുന്ന സ്ഥലത്തേക്കുറിച്ച് നീ കേട്ടിട്ടുണ്ടോ? അല്ലെങ്കിൽ, മഴ നടുക്ക് ഒരു വൃത്തം ചമച്ച് ചുറ്റും നിന്നു പെയ്യുന്ന സ്ഥലം? അതും വേണ്ട, മഴ ഒരു ഭിത്തിപോലെ നിന്നു പെയ്യുന്ന, നമുക്ക് നേരെ മഴയിലേക്കും തിരിച്ചും പ്രവേശിക്കാവുന്ന സ്ഥലത്തെക്കുറിച്ച്...?

ഇതേതു സ്ഥലമാപ്പാ എന്ന് അത്ഭുതം കൂറി ഞാൻ. മായയുടെ മുഖത്തു നോക്കിയിരുന്നപ്പോൾ അവൾക്ക് ചിരി സഹിക്കാൻ കഴിഞ്ഞില്ല. ചിരിയോടെ മായ.

'അതാണ് എന്റെ നാട്'' നീ ഒരിക്കലെങ്കിലും എന്റെ നാട്ടിലേക്കു വരണം. എന്റെ നാട് മാജിക്കുകളുടെ നാടാണ്. ഇവിടെ റബ്ബർ മരങ്ങൾ ചുവന്ന പാലാണ് ചുരത്തുക. ഇവിടുത്തെ തെങ്ങുകൾക്ക് ഭയങ്കര ഉയരവും വലിയ ഓലകളുമുണ്ട്. തേങ്ങ പാകമാകുമ്പോൾ അവ കുനിഞ്ഞു തരും. പട്ടരെ ചുട്ട പാറയിൽ നന്നേ ഉയരത്തിൽ കൊടിമരങ്ങളുണ്ട്. അതിന്റെ മേലെകേറിയവർ പിന്നീട് ഇറങ്ങി വന്നിട്ടില്ല. ആകാശത്തേക്ക് കേറിപ്പോയെന്ന് പലരും വിശ്വസിക്കുന്നു. പിന്നെ ഇവിടെ ഒരുഗ്രൻ പാലമുണ്ട്. മാജിക് ബ്രിഡ്ജ്. പുലർച്ചയ്ക്ക് ഉണർന്ന് ആർത്തിപിടിച്ച് വീണ്ടും ഉറങ്ങുമ്പോൾ നമ്മൾ ചില സ്വപ്നങ്ങൾ കാണാറില്ലേ? പരസ്പര ബന്ധമില്ലാത്ത, വിഭ്രമിപ്പിക്കുന്ന.. അങ്ങനെയുള്ള ഒരനുഭവം നിനക്കും കിട്ടും. എന്റെ നാട്ടിൽ വന്നാൽ... എല്ലാം വിശദീകരിക്കുന്നില്ല. കൂടുതൽ വിശദീകരിച്ചാൽ ഏളയാട് വെറും അമ്യൂസ്മെന്റ് പാർക്കാണെന്ന് നീ കരുതിയാലോ? (ഞങ്ങൾ നല്ല സൗഹൃദത്തിലായതിനു ശേഷം അവൾ ആദ്യമായി എഴുതിയ കത്തിൽ നിന്നും)

ഏളയാട്ട് പോകുവാൻ എന്റെ ആഗ്രഹങ്ങളിലൊന്നായത് എപ്പോഴാണെന്ന് അറിയില്ല. സ്വന്തം നാടിനെക്കുറിച്ചും നാട്ടുകാരെക്കുറിച്ചും അല്ലാതെ അച്ഛൻ, അമ്മ, കുടുംബസ്ഥിതി, ബന്ധുക്കൾ ഇവയൊന്നും മായ പറഞ്ഞിട്ടില്ല. എന്തു സംസാരിച്ചു തുടങ്ങിയാലും അവൾ

ഒടുവിലെത്തുക ഏളയാട്ടാണ്.

സ്വന്തം നാടിനെക്കുറിച്ചുള്ള ചില പൊങ്ങച്ചം പറച്ചിലായേ ഞാൻ ഇതിനെയൊക്കെ കണ്ടിട്ടുള്ളൂ. സാഹിത്യ വിദ്യാർത്ഥികളായിരുന്നതിനാൽ ദേശ-ദേശീയ സങ്കൽപ്പങ്ങളെക്കുറിച്ച് രൂപപ്പെട്ട് പല പുതിയ സിദ്ധാന്തങ്ങളും ഞങ്ങൾ പഠിച്ചിരുന്നു. എനിക്ക് എന്റെ ദേശത്തെക്കുറിച്ച് എഴുതണം എന്ന് അവൾ ഇടയ്ക്കിടെ പറയാറുണ്ട്. പറയുമെന്നല്ലാതെ ഒരു വരിപോലും എഴുതിയിട്ടില്ല കേട്ടോ. ഡിപ്പാർട്ട്മെന്റിലെ ബഷീർ സാറിന് അവൾ കവിതകൾ എഴുതി കാണിച്ചിട്ടുണ്ട്. അവളുടെ കവിത വായിച്ച് നല്ല അഭിപ്രായം പറഞ്ഞിട്ടുള്ളതായി എനിക്കറിയാം. അക്കാലത്ത് 'ഏളയാട്ടെ തണൽ മരങ്ങൾ' എന്ന പേരിൽ കവിത എഴുതുന്നതു എന്ന് അവൾ പറഞ്ഞിരുന്നു. അത് പൊൻകുന്നം വർക്കി സാറിന്റെ നോവൽ എഴുത്തുപോലെ നീണ്ടു പോയെന്നു മാത്രം (ഈ നീളലിന് ഗണപതിയുടെ കല്യാണമെന്നു പറയും.)

ഏളയാടിന് ആ പേര് വന്നതിനു പിന്നിൽ ഒരു 'ചരിത്രം' ഉണ്ടത്രേ. വയലേലകൾ നിറഞ്ഞതായിരുന്നു പണ്ട് ഏളയാട്...മുഴു മേഘംപോലെ വന്ന് വയലിൽ വീഴുന്നു. 'ഏളപ്പക്ഷികൾ' എന്നാണ് അവയുടെ പേര്. അവറ്റകളെ, 'ആട്ട്...ആട്ട്'' എന്ന് മുതിർന്നവർ പിള്ളാരോട് വിളിച്ചു പറയും. ഏളയാട്ട്...ഏളയാട്ട് എന്നു പറഞ്ഞ് പറഞ്ഞ് നാടിന്റെ പേര് അങ്ങനെയാണത്രേ.

"ഏളകൾ കള്ളന്മാരാണ്. അവറ്റകൾ കതിരുകൾ നിർദ്ദാക്ഷിണ്യം അറുത്തുകൊണ്ടുപോകും. (ഏളവീണ കണ്ടം പോലെ എന്ന ഒരു ശൈലി തന്നെ അന്നാട്ടിലുണ്ട്.) ഏളകൾ അന്യദേശത്തെ ചാരന്മാരാണ്. ചൂഷകരാണ് വിയർപ്പിന്റെ ഫലം കവർന്നെടുക്കുന്നവർ. അവരെ ആട്ടിയകറ്റിയാണ് ഇന്നത്തെ ഏളയാട് രൂപപ്പെട്ടത് എന്നവൾ ഏളയാടിന്റെ സൂക്ഷ്മചരിത്രം വിവരിക്കുന്നു."

ഒരു ഫ്രീലാന്റ്സ് ജേർണലിസ്റ്റും നഗരത്തിലെ ഒരു സ്വകാര്യ കോളേജിലെ അധ്യാപകനുമായ ഞാൻ രണ്ടു പരിപാടിയും നന്നായി ആസ്വദിക്കുന്നുണ്ട്. തിരക്കിൽ നിന്നും രണ്ടാഴ്ചത്തേക്ക് മുങ്ങി വീട്ടിൽ കുത്തിയിരിക്കുമ്പോഴാണ് അവളുടെ ഈ കത്ത് വന്നത്.

"രവീ

ഞാൻ ഏളയാട്ടെ എന്റെ വീടിനടുത്തുള്ള ഒരു താന്നിമരത്തിന്റെ ചോട്ടിലിരുന്നാണ് ഇത് എഴുതുന്നത്. ആ താന്നിമരത്തിന്റെ വിശേഷം കേൾക്കണോ? എല്ലാക്കാലത്തും കായുണ്ടാകും താന്നിക്കാ നീ തിന്നിട്ടുണ്ടോ? നല്ല ടേസ്റ്റാണ്... ബദാം പരിപ്പു പോലെ. ഇതിന്റെ ഭൂമിക്ക് സമാന്തരമായ കൊമ്പിൽ ഇതുവരെ ആറുപേർ തൂങ്ങിചാകാൻ

ശ്രമിച്ചിട്ടുണ്ട്. അതിൽ നാലുപേര് രക്ഷപ്പെട്ടു. ബാക്കി രണ്ടു പേരുടെ കാര്യമാണ് വിചിത്രം അവർ കുരുക്കിട്ടപ്പോൾ താന്നിക്കൊമ്പ് ചാഞ്ഞ് ഭൂമിയിൽ മുട്ടി. അവർ വിട്ടില്ല... അവർ കുരുക്കുപേക്ഷിച്ച് താന്നിമരത്തിലേക്ക് കയറി മേലോട്ട് മേലോട്ട് പോയി. മരക്കൊമ്പ് കുലുക്കി കായ്കൾ താഴെയിട്ടു. പിന്നെ ഒരു കാറ്റിന്റെ പുറത്ത് കയറി താഴേക്ക് വന്നു. അപ്പോൾ രക്ഷപ്പെട്ട നാലുപേരും താന്നിക്കായകൾ പെറുക്കുകയായിരുന്നു. അവർ ആറ് പേരും ചേർന്ന് കായ്കൾ പെറുക്കി ക്കൊണ്ടിരിക്കുമ്പോഴാണ് ഞാനിവിടെ ഇരുന്ന് ഈ കത്തെഴുതുന്നത്.

നാരായണൻ

അമ്പുനായർ

ഗോപി

സജി

പപ്പൻ

മുരുകേശൻ

മായ

ഇപ്പോൾ ഞങ്ങൾ ഇത്രയും പേരാണ് ഇവിടെയുള്ളത്. അവരുടെ അന്വേഷണം അറിയിക്കുന്നു, അതിരിക്കട്ടെ നീ എന്നാണ് ഏളയാട്ട് വരുന്നത്? തിരക്കൊഴിഞ്ഞാൽ അപ്പോൾ വരിക.

ഈ നാട് എന്നെ വരിഞ്ഞു മുറുക്കുന്നു. ഓ, ശ്വാസം മുട്ടുന്നു. പിന്നെ... പിന്നെ...ഒന്നുമില്ല.

മായ..."

അതുപിന്നെ, ഒന്നും അവൾ തെളിച്ച് എഴുതില്ല. ഒരു മുൾമുന യിൽ വെച്ചാവും നിർത്തുക. എന്തോ പ്രശ്നമുണ്ടെന്ന് വ്യക്തമാണ്. ഏതായാലും നാളെ തന്നെ ഏളയാട്ടേക്കു പോകാം. ആദ്യത്തെ മലയാള ചെറുകഥയുടെ 125ാം വാർഷീകമല്ലേ. മറ്റെവിടേക്കുമല്ല ഏളയാട്ടേക്കു തന്നെയാണ് പോകേണ്ടത്.

ബസ്സിലിരുന്ന് ഓരോന്നാലോചിച്ചു. യാത്രയിൽ, പ്രത്യേകിച്ചും ബസ് യാത്രയിൽ ആലോചിക്കലും സ്വപ്നം കാണലുമല്ലാതെ മറ്റെന്തു ചെയ്യാം?

എം എം ബഷീർ സാർ ഒരിക്കൽ കേസരി വേങ്ങയിൽ കുഞ്ഞി രാമൻ നായരെപ്പറ്റി പറയുകയായിരുന്നു. ആദ്യകാല മലയാള ചെറുകഥകളെക്കുറിച്ചായിരുന്നു ക്ലാസ്. വാസനാ വികൃതിയാണ് ആദ്യത്തെ മലയാള ചെറുകഥ. അതിന്റെ കർതൃത്വം കേസരിയി ലാണ് ആരോപിതമായിരിക്കുന്നത്. അതു സംബന്ധിച്ച് തർക്കമു ണ്ടെന്നും സി.പി അച്യുതമേനോനാണ് ആ കഥയുടെ കാരണഭൂതൻ ആയതെന്നും ബഷീർ സാർ യുക്തിഭദ്രമായി സ്ഥാപിക്കുകയുണ്ടായി.

അപ്പോഴുണ്ടായ ഒരു ആവേശത്തിൽ ഞാൻ കേസരിയുടെ സൃഷ്ടികൾ സമാഹരിച്ച പുസ്തകം തപ്പിയെടുത്ത് വായിക്കുകയും ചെയ്തു. വാസനാ വികൃതിയും ദ്വാരകയും മറ്റും വായിച്ച് 'കൊള്ളാമല്ലോ നായനാർ" എന്നാശ്ചര്യപ്പെട്ട് പുസ്തകം മടക്കി. പിന്നീട് പയ്യന്നൂരുകാരനായ ശിവേട്ടനാണ് 'മേനോക്കിയെ കൊന്നത്'' എന്നു കരുതി വായിച്ചു. ഞെട്ടി. ഒന്നല്ല, പലവട്ടം! അതാ അതിൽ തിമിരി, കുവേരി, ഏളയാട്... മായ പറയാറുള്ള സ്ഥലങ്ങൾ. മലയാളത്തിലെ ആദ്യ കാലകഥകളി ലൊന്ന് ഏളയാട്ടു നടക്കുന്നു.

ഇത് പിറ്റേന്ന് അവളോടു പറഞ്ഞപ്പോൾ അവൾ ചിറികോട്ടി. ഞാൻ പല്ലിറുമ്മി നിന്റൊരു നാട്ടും മണ്ണാങ്കട്ടീം...നിനക്കേ നാട്ടുള്ളൂ... (തീർത്തും നിശബ്ദമായിരുന്നു ആ പ്രതിഷേധം.)

കുന്നിൻ ചെരിവിലെ റബർ മരങ്ങൾക്കിടയിലൂടെ ബസ് വളഞ്ഞും പുളഞ്ഞും കുലുങ്ങിയും നീങ്ങിക്കൊണ്ടിരുന്നു. ഞാൻ ഏളയാട് ഏളയാട് എന്നു മന്തിച്ചുകൊണ്ട് കണ്ണടച്ചു. നല്ല തണുത്ത കാറ്റും ചെമ്പ കപ്പൂവിന്റെ വാസനയും എന്നെ വരവേറ്റു തുടങ്ങി. ചുവന്ന വെയിൽ... ഒട്ടും ചൂടില്ല... പൂകമഞ്ഞു പുതച്ച് മരങ്ങൾ...ഒരു കുയിൽ ചൂളം കുത്തി പറന്നുകൊണ്ടിരുന്നു. ഏളയാടെത്തുന്നു...

ഞാൻ മായക്കുട്ടിയുടെ വീട്ടിലാണിപ്പോൾ. മായക്കുട്ടി അത്ഭുതം കണ്ണിൽ നിറച്ചു. ഞാൻ ചിരിച്ചു. മായക്കുട്ടിയുടെ ചിരി നിലാവു പോലെ മുറ്റത്തു പടർന്നു. വെയിൽ, പൂകമഞ്ഞിലൂടെ ആർദ്രമായി പെയ്തു.

ഞാൻ : അച്ഛനും അമ്മയും...?

മായക്കുട്ടി : അവർ പുറത്തു പോയിരിക്കുന്നു.

ഞാൻ : മറ്റാരുണ്ട്?

മായക്കുട്ടി : മറ്റാര്?

2

ഞാൻ മായക്കുട്ടിയുടെ കണ്ണിലേക്കിറങ്ങിച്ചെന്നു.

ഓരോ പടവുകളായി താഴേട്ടിറങ്ങി. നല്ല തെളിഞ്ഞ നീലനിറ ത്തോടെ ജലരാശി.

മായക്കുട്ടിയെ ഞാൻ തൊട്ടു. കൊലുസ്സിട്ട കണങ്കാൽ മെല്ലെ ഉയർത്തി. അവൾ ആട്ടുകട്ടിലേക്കു ചാഞ്ഞു. കാലിൽ ഞാനൊരു മുത്തമിട്ടു. കുഞ്ഞുവിരൽ ചിരിച്ചു കൊണ്ടു പറഞ്ഞു. രവീ ഇതുമതി.

മായക്കുട്ടിയുടെ കണ്ണുകൾ മെല്ലെ ഒരാമ്പൽക്കുളമായി. അതിന്റെ

നടുക്ക നിന്ന് ഞങ്ങൾ സ്വയം പിടിച്ച് നീന്തി. പക്ഷേ, ആമ്പൽ തണ്ടുകൾ എന്നെ കൈപിടിടിച്ചുവലിച്ച് മണമൂറുന്ന ആഴങ്ങളിലേക്ക കൊണ്ടുപോയി.

ആഴങ്ങളിൽ 'പട്ടരെ ചുട്ട പാറ' കണ്ടു. നിരയിൽ നാലു കൊടിമ രങ്ങളുണ്ടായിരുന്നു. വലിയ ഉയരത്തിൽ അവയുടെ അറ്റത്ത് കൊടി കളുണ്ടായിരുന്നു. അവ കാറ്റിനെതിരായി പാറിക്കൊണ്ടിരുന്നു. പല ഈണത്തിലുള്ള പാട്ടുകൾ കേൾക്കുന്നുണ്ടായിരുന്നു.

പാറയിൽ നിന്നിറങ്ങി വന്ന ഞങ്ങളെ തെങ്ങുകൾ കുനിഞ്ഞു വന്ദിച്ചു. കരിക്ക് അടർത്തിയപ്പോൾ അതു പറഞ്ഞു: "നെറുകയിൽ ചുണ്ടു ചേർത്ത് വലിച്ചോളൂ" ഞാൻ വലിച്ചു കുടിച്ചു. മുലപ്പാൽ മണം. രുചി.

കുളിരുന്ന വെയിലിൽ തിളങ്ങുന്ന റോഡിലൂടെ ഞങ്ങൾ നടന്നു. ഭംഗിയുള്ള വീടുകൾ നിരനിരയായി കണ്ടു. ആൾക്കാർ മനോഹരങ്ങ ളായ പട്ടുവസ്ത്രങ്ങൾ ധരിച്ചിരിക്കുന്നു. അവരുടെ മുഖങ്ങൾ തിളക്കമു ള്ളവയും ആത്മവിശ്വാസം സ്ഫുരിക്കുന്നവയുമായിരുന്നു.

ഞങ്ങൾ പതിയെ നടന്ന് മാജിക്ക് ബ്രിഡ്ജിനടുത്തെത്തി, മാജിക്ക് ബ്രിഡ്ജിൽ നല്ല തിരക്കുണ്ടായിരുന്നു. ഒരുത്സവ പ്രതീതി. പ്രവേശ കവാടത്തിന് ആറ് ഇതളുകളുള്ള കറങ്ങുന്ന ഒരു വാതിലു ണ്ടായിരുന്നു. ആൾ അതിൽ കയറിയാൽ അത് മെല്ലെ തിരിഞ്ഞ് അയാളെ പാലത്തിലേക്ക കടത്തി വിടും. തിരിച്ച് ഇറങ്ങുന്നതും അതുപോലെ ഇതൊക്കെ വിശദമായി അവൾ വിവരിച്ചു തന്നതാണ്.

"ഒരു പ്രത്യേകതയുണ്ട്. കയറിയ ആൾ തിരിച്ചു വന്നത് മറ്റൊരാ ളായിട്ടാവും. രൂപത്തിലും ഭാവത്തിലും."

ഞാനമ്പരന്നു.

'അതുകൊണ്ടുതന്നെ ഇവിടെ വരുന്നവർ എത്തരക്കാരായിരിക്കു മെന്ന് പറയേണ്ടതില്ലല്ലോ...?' അവൾ കണ്ണിറുക്കി.

ഞാൻ : മായക്കുട്ടീ ഇതു ഭയങ്കരം തന്നെ.

മായക്കുട്ടി : രവിക്കു കയറണോ?

ഞാൻ : വേണ്ട.

മായക്കുട്ടി : നിനക്കു ഖസാക്കിൽ പോയ രവിയാകാം. (ചിരിക്കു ന്നു.)

ഞാൻ : എനിക്കു ഞാനായിത്തന്നെ ജീവിച്ചാൽ മതി. അതി നിടയ്ക്ക് ഒരുപാട് പേർ ബ്രിഡ്ജിലേക്കു കയറുകയും ഇറങ്ങുകയും ചെയ്യുന്നുണ്ടായിരുന്നു. ഞങ്ങളെ ആരും ശ്രദ്ധിച്ചില്ല.

"അതിനകത്ത് എന്താണ് നടക്കുന്നത്?" ഞാൻ തിരക്കി.

"വാ നമുക്ക് കയറി നോക്കാം" അവൾ ക്ഷണിച്ചു.

ചെറിയൊരു പേടിയുണ്ടായിരുന്നെങ്കിലും ഞാനും കയറി. വിചിത്രമെന്നേ പറയേണ്ടു പല നിറത്തിലും വലിപ്പത്തിലുമുള്ള ബലൂണുകളുടെ ലോകമായിരുന്നു അത്. സെമിത്തേരിയിലെ ശവക്കല്ലറകൾ പോലെ തിങ്ങിക്കിടക്കുന്നു അവ.

ഈ ബലൂണുകൾ ഓരോരുത്തരുടെയും മനസ്സും ശരീരവുമാണ്.

നിനക്ക് ഇവിടുന്ന് ഒരു വീർപ്പിക്കാത്ത ബലൂൺ വാങ്ങിച്ച് ഊതിയൂതി വീർപ്പിക്കാം. അപ്പോൾ നിനക്ക് നിന്നെ... നിക്ഷേപമായി നഷ്ടമാകും. പകരം വീർത്ത ഒരു ബലൂൺ പൊട്ടിച്ചാൽ അത് മുമ്പ് ഊതി വീർപ്പിച്ച ആളായി നീ രൂപാന്തരപ്പെടും. ഒരു തരം മെറ്റാമോർഫോസിസ്.

ഞാൻ : കൊള്ളാമല്ലോ?

മായക്കുട്ടി : "ഒരു കൈനോക്കുന്നോ..?" (മുഖം ചുളിക്കുന്നു.)

ഞാൻ പരുങ്ങി നിന്നു. മായക്കുട്ടി തുടർന്നു: ഞാനീ പാലം സൂക്ഷിപ്പുകാരിയാണ്. കുറേ നാളായിട്ട് വീർത്ത കുറേ ബലൂണുകളാണ് എന്റെ കൂട്ട്.

പലനിറത്തിലും വലിപ്പത്തിലുമുള്ള ബലൂണുകൾ എന്നെ നോക്കി ചിരിച്ചുകാട്ടി. അവരോട് കുശലം പറഞ്ഞ് ഞങ്ങളിറങ്ങി.

"നില്ല് രവീ, ഞാൻ വരുന്നു... ഒരു മിനുട്ട്..." അവൾ തിരിഞ്ഞു.

"നീ രൂപം മാറാൻ പോവ്വാണോ?" ഞാൻ കളിയാക്കി. അതെ, ഞാനീ കറുത്തോരു നീറ്റിൽ മുങ്ങി. കാണാതെയാകുമ്പോൾ കരയുമോ നീ?

അവളുടെ ചിരി ബ്രിഡ്ജിലേക്കു മറഞ്ഞു. സമയം നീങ്ങിക്കൊണ്ടിരുന്നു. അവൾ എന്തേ വരാത്തത്...അവള് രൂപം മാറി വരുമോ.. ഞാൻ പുകഞ്ഞു. ഏളയാടേ, നീ ഭയങ്കരി തന്നെ. നേരം പിന്നേയും നീങ്ങി... വീണ്ടും ബ്രിഡ്ജിലേക്കു കയറാൻ എനിക്കു പേടിയായിരുന്നു. ഞാൻ തിരിഞ്ഞു നിന്നു. വയ്യാ, നടക്കാമെന്നുറച്ച് ആഞ്ഞ് പിടിച്ചപ്പോഴാണ് പിടിച്ചു നിർത്തിയപോലെ ഞാൻ നിന്നു പോയത്. ഏറ്റം മധുരമായി ഒരു പാട്ടു ഒഴുകിയെത്തി എന്നെ വരിഞ്ഞു തുടങ്ങി. നിൽക്കാനൊരു താങ്ങുവേണം. ഞാനൊരു കവുങ്ങുകാലിനു ചാരി നിന്നു. തൊണ്ട വരണ്ടു. കുപ്പായം വിയർപ്പിൽ നനഞ്ഞു. ഇത്തിരി വെള്ളം കുടിക്കാൻ ദാഹിച്ചപ്പോൾ മാത്രമാണ് തെല്ലകലെ നീരൊഴുക്കിന്റെ ശബ്ദം ഞാൻ കേട്ടത്. കാട്ടരുവിയുടെ കിന്നാരം ചൊല്ലൽ പോലെ കലപില പറഞ്ഞു കൊണ്ടുള്ള ഏതോ ഒരൊഴുക്ക്. ആ ബ്രിഡ്ജിനു താഴെയുള്ള

പുഴയുടേതാവും, പോവുക തന്നെ.

ഭാരം കൂടിയ കാലുകൾ പെറുക്കി വെച്ച് ഞാൻ നടന്നു. നീരൊഴുക്കിന്റെ ശബ്ദം പുറത്തു വന്നു.

ഇപ്പോൾ ഞാൻ വെക്കുന്ന ഓരോ ചുവടും പടവുകളുമായി താഴോട്ടിറങ്ങി. നല്ല ഒഴുക്ക് ഇളം മഞ്ഞ ജലത്തിന്റ ശീഘ്രഗതി. കറുത്ത പാറയിൽ തല്ലിത്തകർത്ത് ചുഴിമലരികളായി കുളിർമഞ്ഞയിലൂടെ ഞാനൊഴുകി..അങ്ങനെ ദൂരേക്ക് ദൂരേക്ക്...ഓരോ പുഴയും ഒഴുകുന്നത് ഭൂമിക്കു സമാന്തരമായാണ്. ഭൂമിക്ക് സമാന്തരമായി ഞാനുമൊഴുകി.

കാവേരിയുടെ ഒഴുക്കിൽ ഞാൻ മുങ്ങി നിവർന്നു. നല്ല കുളിര്. പുഴയിലേക്കിറങ്ങിയ പടവുകളിൽ നിന്ന് ഞാൻ മെല്ലെ കയറി. ഏറ്റവും മുകളിലുള്ള പടവിൽ മായാദേവി ഇരിക്കുന്നുണ്ട്. അവളുടെ കണങ്കാലുകൾ നനഞ്ഞിരിക്കുന്നു. ചുരിദാറിന്റെ ഷാൾ കൊണ്ട് ചുറ്റിക്കെട്ടിയിരിക്കുന്നു. കാൽ മുട്ടുവരെ ചുരുട്ടി വെച്ചിട്ടുണ്ട്. ഞാൻ ചുമ്മാചൊല്ലി വൈലോപ്പിള്ളിയെ.

"സാരി നീ ചെരിച്ചേറ്റിപ്പോകെ-

നിൻ മൃദുരോമ ചാരുവാം

കണങ്കാൽ കണ്ടെനിക്കു..." ശടെന്ന് അവടെ നിർത്തി. തുടർന്നു വരുന്നത് മായാദേവിയുടെ സ്വന്തം പാരഡിയാണ്. ചാരുവാം കണങ്കാൽ കണ്ട് പാവം തോന്നിയെന്നതു മാറ്റി 'കാമം' തോന്നിയെന്നു ചൊല്ലിയ വിപ്ലവകാരിയായ ഫെമിനിസ്റ്റിനു മുന്നിൽ ശടെന്ന് നിർത്തുകയല്ലാതെന്തു വഴി?

കാവേരിയുടെ കുളിർ മെയ് നിറയെ പുരട്ടി ഞാൻ വിറച്ചു. സുഹൃത്തുക്കൾ അങ്ങുമിങ്ങും മാറി ഓരോരോ ഏർപ്പാടുകളിലാണ്. മായയുടെ കൂട്ടുകാരികളും പലേ വിനോദങ്ങളിൽ. എസ്കർഷന് അടിച്ചുപൊളിച്ചാണ് യാത്ര. നദീനിരപ്പിലെ പടവിൽ നിന്ന് എന്നെ തള്ളിയിട്ട് രാംദാസും കുമാറും ഓടി രക്ഷപ്പെട്ടു. ഏതായാലും നനഞ്ഞല്ലോ എന്നു കരുതി ഞാൻ വിസ്തരിച്ചു കുളിച്ചു. മതിയാവോളം മുങ്ങി.

ഞാൻ മായാദേവിയോട് പുറം തിരിഞ്ഞു നിന്ന് കാവേരിയെ നോക്കി. ഒരു തരം വശ്യമായ ഒഴുക്ക്. ആഴമേറിയ ഒഴുക്ക്.

കായമുട്ടി...ഛെ...മായക്കുട്ടീ നീ എന്താ ഇങ്ങനെ കുന്തിച്ചിരിക്കുന്നത്. ഞാൻ കാവേരിയോട് വിളിച്ചു ചോദിച്ചു. പിന്നെ മായാദേവിക്ക് അഭിമുഖമായി തിരിഞ്ഞു ചോദിച്ചു.. മായേ നിനക്ക് ആ പെമ്പിള്ളേരുടെ കൂടെ ഒന്നിച്ചിരുന്നൂടെ? അവളൊന്നും മിണ്ടിയില്ല. കാൽമുട്ടുകളിൽ കൈ പിണച്ചു വെച്ച് തല അതിൽ പൂഴ്ത്തി ഒരേയിരിപ്പാണ്. "വാട്ട് ഹാപ്പൻഡ് യൂ?"

ഞാൻ ഓരോ പടവുകളായെണ്ണി മേലോട്ടു കയറി. 16ാംമത്തെ പടവിലെത്തി നിന്നു. 18ാം മത്തെ പടവിലാണവൾ ഇരിക്കുന്നത്.

"മായേ, മായേ-- എണീക്ക് പോവാം." തെല്ലകലെ ഞങ്ങളുടെ ടൂറിസ്റ്റ് ബസ്സുണ്ടായിരുന്നു. ഒപ്പമുള്ളവരെത്തും മുമ്പ് എനിക്കു തുവർത്തി വേഷം മാറണമായിരുന്നു. അതിനാലല്പം ധൃതിയിലായിരുന്നു എന്റെ നീക്കം. "നീ പൊക്കൊ" അവൾ പറഞ്ഞു, തലയുയർത്താതെ "നീ വാ ചുമ്മാ കുത്തിയിരിക്കാതെ ആരെങ്കിലും കട്ടോണ്ടുപോകും."

ഞാൻ തമാശ പറഞ്ഞു.

അതിന് ഞാൻ മാത്രം പൊട്ടിച്ചിരിക്കേണ്ടി വന്നു. അവൾ ശാഠ്യക്കാരിയെപ്പോലെ തല പൂഴ്ത്തിയിരുന്നതേയുള്ളൂ.

അഞ്ചാറു മിനിറ്റു കാവേരിയെ നോക്കി നിന്ന് ഞാൻ പറഞ്ഞു. "എനിക്കു കുളിരുന്നു. തുണി മാറണം. ഞാൻ പോണു" ഷർട്ടിൽ നിന്നും മുണ്ടിൽ നിന്നും വെള്ളം ഇറ്റിവീഴുന്നുണ്ടായിരുന്നു. തലമുടി കൈയ്യാലെ തുടച്ചുകൊണ്ട് ഞാൻ ആവർത്തിച്ചു.

"ഞാൻ പോണു."

അവൾ തലയുയർത്തി. മുടിത്തുമ്പുകൾ നനഞ്ഞൊട്ടിയ മുഖം. കണ്ണുകൾ ചുവന്നിരിക്കുന്നു. അവ നിറഞ്ഞൊഴുകിയ വഴികൾ തെളിഞ്ഞിരിക്കുന്ന- മായാദേവിയുടെ മുഖം നദികളുടെ ഭൂപടമായി.

എനിക്കൊന്നും മനസ്സിലായില്ല. എന്തേത്? ഞാനന്വേഷിച്ചു മടിച്ചു മടിച്ച് അവൾ പറഞ്ഞു. "ഒന്നൂല്ല.. ആഴമുള്ള ഈ ഒഴുക്ക് കണ്ടപ്പോൾ കണ്ണു നിറഞ്ഞുപോയി."

3

ആകാശത്തെക്കുറിച്ച് എന്തെഴുതും? ആകാശ നീലിമക്കപ്പുറം എന്താണ്... ആകാശവും കടന്നു നാം പറന്നു പോകുന്നത് ഏതുവഴിയിലൂടെ...

ആകാശം ഒരു കിളിക്കൂടാണ്. അതിനൊരുപാട് കിളിവാതിലുകളുണ്ടാകും. നമുക്ക് ഓരോരുത്തർക്കും ഓരോ വാതിൽ. പറക്കമുറ്റുമ്പോൾ നമുക്കതു വഴി അങ്ങനെ അങ്ങനെ പറന്നു പറന്നു പോകാം.

പിന്നീട് ഒരിക്കലും തിരിച്ചു വരാനാവില്ല. എന്തെന്നാൽ നമ്മുടേതായ മണ്ണ് അപ്പേഴേക്കും മരിച്ചു പോയിട്ടുണ്ടാകും. 'നമ്മുടേതായ മണ്ണ്' എത്ര ഭീകരമായ സ്വപ്നം.

മായാദേവി എഴുതിയ 'ഔട്ട് ഓഫ് ദ ബ്ലൂ' എന്ന ഇംഗ്ലീഷ് കവിതയിൽ നിന്നാണിത്രയും എഴുതിയത്. ചൗരസ്യയുടെ അതേ

പേരിലുള്ള ആൽബം അവൾ കേട്ടതായി എന്നോട് പറഞ്ഞിരുന്നു. മഴയുടെ സാന്ദ്രലഹരി പഞ്ചാത്തലമാക്കി ഊതിത്തെളിയിച്ച പുല്ലാങ്കുഴൽ നാദം തന്നെ അത്രയേറെ സ്വാധീനിച്ചുവെന്നും.

കവിത അവൾക്കേറെ സന്തോഷമുള്ളപ്പോൾ എനിക്കു വായിക്കാൻ തരുമായിരുന്നു. ചില ഭ്രാന്തൻ കവിതകൾ സത്യം പറഞ്ഞാൽ എനിക്കു മനസ്സിലാവാറില്ല. എന്നാലും എനിക്ക് വായിക്കാൻ തന്നല്ലോ എന്ന സന്തോഷത്തിൽ ചില ഹിന്ദി കവി സമ്മേളനങ്ങളിലേതു പോലെ 'വ്വാവ്വാ ഭേഷ്...' എന്നൊക്കെ ഞാനും ഒച്ചയിടും.

അബദ്ധവശാൽ ഞാൻ അവളോടൊരിക്കൽ ചോദിച്ചു. 'മായേ, പത്തുന്നൂറു കവിതയെഴുതീന്നല്ലെ പറഞ്ഞത്. അത് അത് ഏതെങ്കിലും വീക്ക്‌ലിയിൽ പ്രസിദ്ധീകരിക്കാൻ കൊടുത്തൂടെ. കൊള്ളാമെങ്കിൽ അവരതച്ചടിക്കും...'

ആരും അച്ചടിക്കേണ്ട. തൽക്കാലം ഒരു വേശ്യയാവാനെനിക്കുദ്ദേശ്യമില്ല' മുഖത്തടിച്ചപോലെയായിരുന്നു മറുപടി. എത്രയാലോചിച്ചിട്ടും ആ 'വേശ്യ' പ്രയോഗത്തിന്റെ അർത്ഥം എനിക്കു പിടികിട്ടിയില്ല. കുറേനേരം ചിന്തിച്ച് ഞാൻ സമാധാനിച്ചു... ആ അവൾക്ക് അല്ലേലും ഒരു പിരി ലൂസാ. കവിത നാലുപേര് വായിച്ചൂന്ന് വെച്ച് അവൾ വേശ്യയാവുന്നതെങ്ങനെ... കവിതേം കഥേം എന്തിന് നാലുവരി ഫലിതം വരെ പ്രസിദ്ധീകരിക്കാൻ ആൾക്കാരു കാണിക്കുന്ന കോപ്രായമെന്ത്?... അവളുടെ കവിത ഏതെങ്കിലും വീക്‌ലിക്കു കിട്ടിയാലുടനെ അതു പ്രസിദ്ധപ്പെടുത്തുമെന്ന് എന്തോ എനിക്കൊരു വിശ്വാസമുണ്ടായിരുന്നു. പക്ഷേ എന്റെ വഴിയെ മായാദേവി വന്നില്ല.

* * *

'പുഴകളുടെ മായ
കടലുകളുടെ മായ
ആകാശത്തിന്റെ മായ
മണ്ണിന്റെ മായ'

അങ്ങനെ എതിന്റെയൊക്കെ മായയാണവൾ. റിസർച്ച് ഹോസ്റ്റലിലെ 79ാം നമ്പറായ എന്റെ മുറിയിലിരുന്ന് ഞാൻ ചിന്തിച്ചു. പോസ്റ്റ് നക്സലൈറ്റ് പോയട്രിയെക്കുറിച്ച് ഗവേഷണം നടത്താനാണ് ഞാൻ യൂനിവേഴ്സിറ്റിയിലെത്തിയത്. മായയെ പരിചയപ്പെടുന്നതും അവിടെവച്ചാണ്. ഒന്നിനും എങ്ങും എവിടെയും എത്താത്ത പെൺകുട്ടി. അവളെ തിരിച്ചറിഞ്ഞു തുടങ്ങിയപ്പോൾ മനസ്സിൽ

തോന്നിയതും അടയാളപ്പെടുത്തിയതുമായ വാക്യം.

അത്യപാരമായ ദുരൂഹതകളുറങ്ങുന്ന ഒരു ഗ്രാമമാണവൾ. നിധി തേടിപ്പോയ പഴയ പോരാളിയുടെ പ്രേതങ്ങൾ അവളുടെ കാവുക ളിലെങ്ങാനുമുണ്ടാകും. ബാഹ്യപ്രകടനങ്ങളിൽ അവൾ ഒരു പോരാ ളിയാണെന്നാണെനിക്ക് തോന്നിയത്. 'ഡോൺ ക്വിക്സോട്ട്' പടവെട്ടിയതുപോലെ ഒന്നുമറിയാതെ പടവെട്ടിക്കൊണ്ടിരിക്കുക യാണ് താനെന്നവൾ ഒരുതവണ പറഞ്ഞിരുന്നു. ദറിദയേയും ഴാങ് ലക്കാനെയും വെട്ടിവിഴുങ്ങുന്ന കാലത്ത് അവൾ പറഞ്ഞ നിയോക്ലാ സിക്കൽ ബിംബം എനിക്കു മനസ്സിലായില്ല. ഉത്തരാധുനികതയുടെ കുത്തുവാക്കുകൾ കേട്ട് മനംമടുത്തപ്പോൾ ഞാനൊരു തമാശപറഞ്ഞു.

"കുമാരനാശാൻ കൊള്ളാവുന്ന കവിയാണല്ലോ മായേ?"

"ഏയ് അല്ലേയല്ല-"

കരുതുവതിഹ ചെയ്യവയ്യ,

ചെയ്വാൻ വരുതി ലഭിച്ചാലതിൽ നിന്നിടാ വിചാരം.

പരമഹിതമറിഞ്ഞുകൂടാ-

യുർസ്ഥിരതയുമില്ലതി നിന്ദ്യമീ നരത്വം'

എന്നെഴുതിയ വിദ്വാനല്ലേ... ആശാനായ ഗംഭീരൻ... ആർക്കും വേണം രവീ ആശയം, നിനക്കറിയ്യോ എന്റെ നാട് വലിയൊരാശ യമാണ്. ഏളയാട് എന്നെ സംബന്ധിച്ചിടത്തോളം വിപ്ലവകരമായ ആശയം. പോസ്റ്റ് മാർകസിയൻ സൈദ്ധാന്തിക പരിസരത്തു വെച്ച് എന്റെ നാടിനെ വിശകലനം ചെയ്യാൻ ശ്രമിക്കുകയാണു ഞാൻ. എത്ര മനോഹരം ഏളയാട്..." പിന്നെ ഒരൊറ്റത്തരം പാട്ടായിരുന്നു...

നാളികേരത്തിന്റെ നാട്ടിലെനിക്കൊരു

നാഴിയിടങ്ങഴി..."

ഇവൾക്കെന്താ വട്ടുപിടിച്ചോ.. പഠിച്ചു പഠിച്ച് ചെലയാൾക്ക് പ്രാ ന്തുപിടിക്കുംന്ന് കേട്ടിട്ടുണ്ട്. തമ്പുരാനേ, ഇവൾക്കും വട്ടുപിടിച്ചോ...?

* * *

യൂണിവേഴ്സിറ്റി ക്യാമ്പസ് വിട്ട് മൂന്നുനാലുദിവസം കഴിഞ്ഞ് ഞാൻ ഹോസ്റ്റലിലെത്തി. ആരും തടഞ്ഞില്ല. പഴയതിൽ നിന്ന് ഇത്തിരി മാറിയിട്ടുണ്ടെങ്കിലും ചെറുപ്പക്കാരു വിളിക്കുന്ന തെറിക ൾക്കൊരു മാറ്റവുമില്ല. ഇത്തിരി കടുപ്പം കുറച്ചാണു തെറിയെന്നു മാത്രം. കാലാന്തരത്തിൽ അവരെ ബാധിച്ച ബൗദ്ധിക വാർദ്ധക്യം കൊണ്ടാവാം തെറിക്കു കടുപ്പം കുറഞ്ഞത്. കശുമാവു പൂത്തിരിക്കുന്നു. കാറ്റാടികൾ മെലിഞ്ഞു നീണ്ട വിരലുകൾ കൊണ്ടെന്നെ മാടിവിളിച്ചു.

ഹോസ്റ്റൽ പാറാവുകാരൻ പതിവുപോലെ മിഴിച്ചു നോക്കി. പഴയൊരു പരിചയം അയാളുടെ ചുണ്ടിൽ തെളിഞ്ഞു. “നാരായണേട്ടാ പഴേ രവിയാണ്. അന്ന് തെങ്ങിക്കയറുമ്പോൾ ന്നെ പിടിച്ചതോർമ്മയു ണ്ടോ?”

നാരായണേട്ടൻ ചിരിച്ചു. “ഇപ്പങ്ങനെരിക്കുന്ന രവീന്ദ്രാ, കള്ള് കുടീക്കൊ ഇണ്ടോ?” നാരായണേട്ടന്റെ ചുറ്റും ഒരു കള്ളുഷാപ്പ് നിറഞ്ഞു വന്നു. ഒലിപ്രം കടവ് ഷാപ്പിലെ നാരായണ സന്ധ്യ നുണ ഞ്ഞിറക്കി ഞാൻ പറഞ്ഞു. “ഇപ്പഴിങ്ങെത്തും. എന്റെ 79ാം നമ്പർ കാലിയാണോ?”

മൂപ്പർ ചോദിച്ചതു കേട്ടുവോന്നറിയില്ല. ശടേന്ന് ക്യാബിനിലേക്ക് കയറി.

ഒട്ടും പരിചയമില്ലായിരുന്നു എനിക്കവിടം. അഞ്ചഞ്ചരക്കൊല്ല ത്തെ പരിചയത്തിന്മേൽ മൂന്നു മൂന്നരക്കൊല്ലത്തിന്റെ അപരിചിത ത്വം. പഴയവരാരും ഉണ്ടാവില്ല, ഒരു ചിരിയായി ഒരു പൈന്റായി എതിരേൽക്കാൻ.

79ാം നമ്പർ റൂം അടച്ചിട്ടിരുന്നു. ബഹിഷ്കൃതനായ ജോൺ എബ്ര ഹാമിനെയോർത്ത് ഞാൻ വാതിലിൽ മുട്ടി.

ആരോ ഒരാൾ തുറന്നു. ഞാൻ തെല്ല് പരുങ്ങലോടെ ചോദിച്ചു. ഇത്തിരി നേരം ദാ ആ ജനലിന്റടുത്ത് ഞാനിരുന്നോട്ടെ... നിക്കല്പം കാഴ്ചകൾ കാണണം. മായക്കാഴ്ചകൾ.

4

മായക്കാഴ്ചകൾ കണ്ടു തുടങ്ങി ജലിനരികിൽ ചേർന്നിരുന്ന്... പടിഞ്ഞാറെ ബ്ലോക്കിന്റെ ടെറസ്സിന്റെ മൂലയിൽ മുഖമുരസി സൂര്യൻ അസ്തമിക്കുന്നു. ജനലിന്റെ ഇരുമ്പഴികളിൽ മുഖമമർത്തി ദൂരേക്കു നോക്കിയിരുന്നു ഞാൻ.

‘കടലുകളുടെ മായ

നദികളുടെ മായ

ആകാശത്തിന്റെ മായ

മണ്ണിന്റെ മായ’

ഏളയാട്... മാജിക്കു മരങ്ങളും മാജിക്ക് വീടുകളും മാജിക്കു മനുഷ്യരും... മാജിക്കു വഴിയെ പിളർന്നു കൊണ്ട് ആംബുലൻസുകൾ ചീറിപാഞ്ഞുകൊണ്ടിരുന്നു. തലങ്ങും വിലങ്ങും.

മാജിക്ക് ബ്രിഡ്ജിനടുത്ത് കവുങ്ങുകാലിൽ ചാരി നിൽക്കുന്ന

ഞാൻ... കാലിൽ ഒരു കറുത്ത ചങ്ങല കുരുങ്ങിയിരിക്കുന്നു. എന്റെ രണ്ട് കാലും ചങ്ങലക്കുരുക്കിലാണ്. ദാഹിച്ച് തൊണ്ട പൊട്ടുന്നു. ചങ്ങലയ്ക്ക് എന്തൊരുറപ്പ്...

വലിച്ചു നോക്കി...പിടഞ്ഞു നോക്കി.. കുതറി നോക്കി. വയ്യല്ലോ... മായ എന്തേ വരാത്തത്?

ഞാനിപ്പോൾ പതിയെ ഉയരുകയാണ്. കാലിലിപ്പോൾ ചങ്ങലയില്ല. ആകാശം ചെമന്ന് തുടുത്ത് മായയെപ്പോലിരിക്കുന്നു. ഭംഗിയേറിയ ചിരി പാൽ നിലാവുപൊഴിച്ച്...

അരുവികളുടെ സന്തോഷമേറിയ ഒഴുക്ക്. ഏളയാടിനു മീതെ ഒഴുകി നടക്കുന്ന എനിക്കു കാണാനായി...എന്റെ കൈയ്യിൽ ഒരു മൃദുസ്പർശം... എന്റെ കൈത്തണ്ടയെ കൊരുത്തു കൊണ്ട് മറ്റൊരു ഇളംകൈ. മായ എന്റെ ഇടതുപാർശ്വത്തിൽ ചേർന്നു വന്നു... ഞങ്ങൾ ഏളയാടിന്റെ മാജിക്കു ഭൂമിക്കു മുകളിലൂടെ പറന്നു നീങ്ങിത്തുടങ്ങി. അങ്ങനെ പറന്നു പോവുമ്പോൾ പട്ടരെച്ചുട്ട പാറയ്ക്കു മേൽ കൊടിമരങ്ങൾ... പാതകകൾ കാറ്റിനെതിരെയാണ് പറക്കുന്നത്. നന്നേ ഉയരത്തിൽ ആകാശത്തെ തുളച്ച് അവയുടെ ഗർവ്വ്... അതിൽ തടഞ്ഞുകെട്ടി ഞങ്ങൾ പാറപ്പുറത്തേക്ക് വീണു. പാറയ്ക്ക് എന്തൊരു പതുപതുപ്പ്... പൂമെത്ത പോലെ പാറയിലേക്കു ഞങ്ങൾ പുണർന്നു വീണു.

മങ്ങി നേർത്ത വെയിൽ... ചെമ്പക നിറമുള്ള ഒത്തിരി ചെറുകിളികൾ ഞങ്ങളെ പൊതിഞ്ഞു. ഓരോന്നിനെയായി ഞങ്ങൾ ഓമനിച്ചു. അവർക്കിടയിൽ ഒരൊറ്റ മൈന ചത്തുകിടക്കുന്നുണ്ടായിരുന്നു... ഒറ്റമൈന: മായയെ ഏറെ വേദനിപ്പിക്കുന്ന കാഴ്ചയാണത്. അവളെന്നോട് ഭയപ്പാടോടെ പറഞ്ഞിട്ടുണ്ട്. ഒറ്റ മൈനയെ കണ്ടാൽ അന്നു മുഴുവൻ സങ്കടമായിരിക്കുമെന്ന്. ചെറുകിളികൾക്കിടയിൽ നിന്നു അവൾ കാണാതെ മൈനയുടെ ജഡം ഞാൻ കൈയ്യാലെ തട്ടിക്കളഞ്ഞു. അവൾ നടുക്കത്തോടെ പറഞ്ഞു "രവീ വേണ്ടാ പാവംണ്ട്" അവളുടെ കരച്ചിൽ അടങ്ങിയപ്പോൾ ഞങ്ങൾ പാറ വിട്ടിറങ്ങി അത്ഭുതങ്ങളുടെ ഒരു നിരയുണ്ടായിരുന്നു വഴിയിലെല്ലാം. കവുങ്ങിൽ കയറിയ രാമൻ ആകാശത്തൂടെ പാറി നടക്കുന്നു. വലിയ തോട്ടിൽ മീനുകൾ കരയ്ക്കു കയറി വെയിലു കായുന്നു. ഗോയിന്നേട്ടന്റെ കളപ്പുരയിൽ കൂട്ടിയിരിക്കുന്ന നെല്ലുകറ്റകൾ മുടിയിട്ടുലക്കുന്നു. നെന്മണികൾ പട്ടുപാവാടായുടുത്ത് കളത്തിലെമ്പാടും നൃത്തം വയ്ക്കുന്നു. ഞാൻ മായക്കുട്ടിയുടെ കണ്ണിലൂടെ, കവിളിലൂടെ ചുണ്ടിലൂടെ ഇറങ്ങി വന്നു...

"ഏട്ടാ പെരുമ്പടവെത്തി, എറങ്ങിക്കോ..." കണ്ടക്ടർ തട്ടി വിളിച്ചു. രവി തലകുടഞ്ഞ് ചുറ്റും നോക്കി... "നല്ല ഒറക്കാരുന്നു...ന്തേ ഇന്നലെ

ഒറങ്ങീലേ..?" കണ്ടക്ടർ കള്ളച്ചിരിയോടെ കുശലം ചോദിച്ചു.

ഓ... പെരുമ്പടവ്... കണ്ടക്ടറോട് മറുപടിയൊന്നും പറയാതെ രവി മന്ത്രിച്ചു. ആലസ്യത്തോടെ എഴുന്നേറ്റ് രവി പെരുമ്പടവിലേക്കിറങ്ങി. പെരുമ്പടവിലിറങ്ങി നിൽക്കുമ്പോൾ അയാൾ അവളുടെ വാക്കുകളോർമ്മിച്ചു. നാട്ടിലേക്കു ബസ്സില്ല. ഓട്ടോ രക്ഷ! ഓട്ടോ വല്ലതും കണ്ടാൽ ഉടനെ വിളിച്ചു നിർത്തി കയറുക. വെറുതെ സിഗരറ്റു വലിച്ചു നിൽക്കരുത്. നിന്നാൽ നിന്നിടത്തേയുണ്ടാകൂ.

രവി ഓട്ടോ കാത്ത് ഒരു കടയുടെ കോലായിൽ നിന്നു. കത്തുന്ന വെയിൽ ഏതാനും വർഷങ്ങൾക്കു മുമ്പ് യൂണിവേഴ്സിറ്റിയിൽ ഒരു വഴിപോക്കനെപോലെ കയറിച്ചെന്നത് അയാൾ ഓർമ്മിച്ചു: കള്ളുകുടിയും ചിരിയും സങ്കടവും പ്രണയവും ആധിയും പൂൽക്കൊടിയുമായിപ്പോലും പങ്കുവെച്ച ആ കാലം തിരിച്ചു പിടിക്കാനായിരുന്നു ആ സന്ദർശനം. ജനലിലൂടെ കണ്ടെടുത്ത ഒരു പിടി ഓർമ്മകൾ.

ഹോസ്റ്റൽ മുറ്റത്തെ മഞ്ചാടിച്ചുവട്ടിൽ നിന്ന് പെറുക്കിയെടുത്ത മഞ്ചാടിക്കുരു അവൾക്ക് നൽകിയതുപോലെ ജനലെനിക്ക് ഒരു കുമ്പിൾ ഓർമ്മ തന്നു. ഈ യാത്രയ്ക്കു പിന്നിലെ പ്രേരണയും അതായിരുന്നു. മായാദേവിയെ കണ്ടെത്തണം. ആ ഒരു നിർബന്ധമാണ് വർഷങ്ങൾ കഴിഞ്ഞിട്ടും അയാളെ ഭരിക്കുന്നത്.

പീടികക്കോലായിൽ കാത്തിരുന്ന് രവി മുഷിഞ്ഞു. ആൾക്കാർ അപരിചിതത്വം കലർത്തിയ നോട്ടവുമായി നാലുപാടും നിൽപുണ്ടായിരുന്നു. പെട്ടെന്ന് ഒരു ഓട്ടോറിക്ഷ ചീറി വന്ന് അയാളുടെ മുന്നിൽ നിന്നു. അയാൾ ചാടിക്കയറി അതിലിരുന്നു. ധൃതിയിൽ ഉത്തരവിട്ടു. 'ഏളയാട്ട്''

തന്നെ ശ്രദ്ധിച്ചിരുന്ന ആൾക്കാർ അതിശയത്തോടെ വാപിളർക്കുന്നത് ഓട്ടോ മിന്നിപ്പായുന്നതിനു മുമ്പ് രവി കണ്ടു. ഹാ ഹാ മാജിക്കു തന്നെ.

"...ഏളയാട്ടെത്തുമ്പോൾ ഒരു നേർത്ത തണുപ്പ്... ഒരു തരം സുഖമുള്ള മണം നിന്നെ ചൂഴും. . നീ ഒരു ചെമന്ന വെളിച്ചത്തിൽ ലയിക്കും. ചൗരസ്യയുടെ പുല്ലാങ്കുഴൽ നാദം ലയിച്ച് ഒരു നേർത്തകാറ്റു നിന്റെ കാതിലെത്തും... ഏളയാട് എന്റെ നാട് ഏറെ സുന്ദരമാണ്..."

ഓട്ടോ ശടേന്ന് നിന്നു. ഡ്രൈവർ പറഞ്ഞു. "എറങ്ങിക്കോ ഏളയാടായി..." രവി പതിയെ ഇറങ്ങി. കാശുകൊടുത്ത് ഓട്ടോ തിരിച്ചയച്ചു...

ഏളയാട്ട് ഓട്ടോയിറങ്ങിയപ്പോൾ രവിക്ക് എല്ലാം അപരിചിതമായി തോന്നി. മായ പറഞ്ഞ യാതൊന്നും അവിടെയുണ്ടായിരുന്നില്ല.

പൊടിപൊങ്ങുന്ന റോഡും കൊന്നത്തെങ്ങുകളും കുറേ നരച്ച കവുങ്ങുകളും വാഴകളുമല്ലാതെ ഒരു മാജിക്കും അയാളെ വരവേറ്റില്ല.

ഇവിടെയെങ്ങും ഒരു കട പോലുമില്ലല്ലോ. അയാൾ പിറുപിറുത്തു. തിളക്കുന്ന വെയിലിലൂടെ അയാൾ നടന്നു. എതിരെ മധ്യവയസ്സു പിന്നിട്ട ഒരാൾ വരുന്നു. 'മേനോക്കിയാവുമോ' രവി അയാളോട് ചിരിച്ചു. അയാൾ തിരിച്ച് ചിരിക്കാൻ മെനക്കെടാതെ അലക്ഷ്യമായി നടന്നു. രവി എന്നിട്ടും വിടാതെ ചോദിച്ചു.

"ഈ മായേടെ വീടേതാ?" അയാൾ ഏതു മായയെന്ന് നീരസം ഭാവിച്ചു. രവി പതറി: ഏതുമായ... മായ ആരാണെന്നയാൾക്ക് അറിയില്ല. ആരുടെ മകളാണെന്നു പോലും. വിയർപ്പുപുരണ്ട് രവിയുടെ നോട്ടം വിറച്ചു. "ഏളയാട്ടെ മായ... മാജിക് പാലത്തിൽ ജോലിയുള്ള...?"

ഏളയാട്ടെ മായ..മാജിക് പാലത്തിൽ ജോലി... അയാൾ കർക്കശമായി രവിയെ നോക്കി.

രവി എങ്ങോട്ടെന്നില്ലാതെ നടന്നു. അയാൾക്കു ദാഹിക്കുന്നുണ്ടായിരുന്നു. വെയിലേറ്റ് അയാൾ വല്ലാതെ വാടി. റോഡിൽ നിന്നിറങ്ങി ഒരിടവഴിയിലൂടെ അയാൾ നടന്നു. ആ വഴി രവിയെ ഒരു താന്നിമരത്തിന്റെ ചോട്ടിലെത്തിച്ചു. താന്നിമരത്തിന്റെ ചോട്ടിൽ ചാരിയിരുന്നു. അങ്ങനെയിരിക്കുമ്പോൾ അയാൾ ഒന്നും ഓർത്തില്ല. നേരിയ തണുപ്പ് അയാളെ പൊതിഞ്ഞു. ഒരു പുല്ലാങ്കുഴൽ സ്വരം, ചെമന്ന വെളിച്ചം...ചെമ്പകപ്പൂമണം.

രവി തലകുനിച്ചപ്പോൾ താന്നിമരത്തിന്റെ ഭൂമിക്കു സമാന്തരമായ കൊമ്പ് താണുവന്ന് അയാളുടെ നെറുകയിൽ തൊട്ടു.

എങ്ങുനിന്നോ കുറേ ബലൂണുകൾ അയാളുടെ ചുറ്റും നൃത്തം വെച്ചു തുടങ്ങി...

"രവീ നീയും കൂടുന്നോ? നമുക്ക് താന്നിക്കായ പെറുക്കാം."

താന്നിമരച്ചോട്ടിൽ രവിയെ ഉപേക്ഷിച്ച് മായാഭരിത മനസ്സുമായി അയാൾ നീങ്ങി...

'കടലുകളുടെ മായ... നദികളുടെ മായ... ആകാശത്തിന്റെ മായ... മണ്ണിന്റെ മായ'

●

ദ്രബോൾജിനം

നാട്ടുവേദന സങ്കടം പറഞ്ഞു തുടങ്ങിയപ്പോൾ കാർ ഏതെങ്കിലും തട്ടുകടയ്ക്കു മുന്നിൽ നിർത്താമെന്നും ഒരു ചായ കുടിക്കാമെന്നും തോന്നി. ഒരു നെടുവീർപ്പ് കാറിന് സമ്മാനിച്ച് ഞാനിറങ്ങി. റോഡരികിലെ മരത്തണലിലുള്ള ഒരു തട്ടുകടയിൽ കയറി മുഷിഞ്ഞ ബെഞ്ചിൽ അറപ്പോടെ ചന്തി കുത്തി. ഇരുള് വീണു തുടങ്ങി. പെട്ടെന്ന് പ്രത്യേകിച്ച് കാലാവസ്ഥ മുന്നറിയിപ്പു തരാതെ തണുത്ത കാറ്റ് അടിച്ചു. വേനലിന്റെ മൂർധന്യമാണ്. കാറ്റിനാണെങ്കിൽ നല്ല കുളിരും. മഴക്കോളുണ്ടല്ലോ എന്നാരോ പറയുന്നതു കേട്ടു. മേലെ നക്ഷത്രരാജ്യം മേഘങ്ങൾ കീഴടക്കിക്കഴിഞ്ഞു.

കിഴക്കവിടെയോ മഴ പെയ്യുന്നുണ്ട്- സഹൃദയനായ തട്ടുകടക്കാരൻ ഊഹം പറഞ്ഞു. സാറേ, സാറെങ്ങോട്ടാ? "കിഴക്കോട്ടുതന്നെ" അലക്ഷ്യമായി ഞാൻ പറഞ്ഞു. ആ അവഗണന അയാൾക്കു മനസ്സിലായി. അല്ലയോ ജ്ഞാനീ കർത്താവിന്റെ പിറവി കണ്ട് മടങ്ങുകയാണോ എന്നു ചോദിക്കാഞ്ഞതു ഭാഗ്യം. എന്നാലും ആ അർത്ഥത്തിലുള്ള ഒരു പുച്ഛം അയാളുടെ നോട്ടത്തിൽ ഉണ്ടായിരുന്നുവോ..."സൂക്ഷിച്ച് പോണം. കാറ്റും മഴേം. വേനലാ ശക്തീണ്ടാവും." എന്റെ ധാരണ തിരുത്തി സൗമ്യമായി അയാൾ ഉപദേശിച്ചു.

കാർ നാട്ടിലേക്കുള്ള കവലവളവിലെത്തിയപ്പോഴേക്കും മഴപ്പെയ്ത്ത് തുടങ്ങി. കൊടിയ കാറ്റും. ഹെഡ്‌ലൈറ്റും ഫോഗ് ലൈറ്റും തോറ്റു എന്നും പാടി. റോഡ് ഒട്ടും കാണാനാവാതെ ഞാൻ കുഴങ്ങിപ്പോയി. കാർ നിർത്താതെ വേറെ വഴിയില്ല. മഴ തോർന്നിട്ടു പോകാം. ഹെയർപിൻ വളവുകളും ഇറക്കവുമാണ്. റോഡിന്റെ അവ്യക്തമായ അടയാളം പോലും ശേഷിപ്പിക്കാതെ കുത്തിയൊലിച്ചൊഴുകുന്ന റോഡ്. കാർ അരികുചേർത്ത് നിർത്തി എ.സി കൂട്ടിയിട്ട് സീറ്റ് നിവർത്തി ചാരിക്കിടന്നു. സമയത്തിനാണെങ്കിൽ ഒരു കൂസലുമില്ല. അതിനു തോന്നും പോലെ പോവുന്നു.

മഴ പിടിച്ചു നിർത്തിയപോലെ നിന്നു. ഞാൻ കാറിന്റെ വിൻഡ്

ഗ്ലാസ് താഴ്ത്തി വെച്ചു. അപ്പോഴാണ് ദുരൂഹ സാഹചര്യത്തിൽ പ്രത്യക്ഷനായ ഒരു തവള അവിടെ ചാടിത്തുള്ളി വീഴുന്നതും പരബ്രഹ്മം വിഴുങ്ങുവാനെന്ന മട്ടിൽ വാ പൊളിക്കുന്നതും ശ്രദ്ധിച്ചത്. എന്താണു പ്രശ്നം. ഓ തൊട്ടപ്പുറത്ത് ഒരു ചേരച്ചെറുപ്പക്കാരൻ റോട്ടിലെ മഴച്ചാല് മുറിച്ച് ചീറി വരുന്നുണ്ട്. തവള എന്റെ വിൻഡ്ഗ്ലാസിലേക്കു ചാടി അവിടുന്ന് എന്റെ മുഖത്തിനു മുന്നിലൂടെ അപ്പുറത്തെ സീറ്റിലേക്കു ചാടി ഉപവിഷ്ടനായി. ഇരിപ്പുകണ്ടാൽ കാറിന്റെ മുതലാളി തന്നെ. അതിന്റെ തൊണ്ട വീർക്കുകയും ചുരുങ്ങുകയും ചെയ്യുന്നുണ്ട്. പച്ചത്തവളയാണ് അതവിടിരുന്നോട്ടെ ഒരു കമ്പനിയായല്ലോ എന്നു ചിന്തിച്ച് ഞാൻ വണ്ടി സ്റ്റാർട്ടാക്കി നീങ്ങി ടയർ എന്തിലോ കയറി ഇറങ്ങുന്നതായി തോന്നി. പാവം ചേരയാണ് വിശപ്പുമാറ്റാനുള്ള ഓട്ടത്തിൽ ചതഞ്ഞരഞ്ഞു. അതും എന്റെ കൈകൊണ്ട് അല്ലാ കാർകൊണ്ടു. പാലിക്കാൻ കഴിയില്ലെന്നറിഞ്ഞിട്ടും ഒരു ശുദ്ധസത്യം ഓരോ ഡ്രൈവറും മനസ്സിൽ സൂക്ഷിക്കുന്നുണ്ട്. ഒരു ഉറുമ്പിനെപ്പോലും നോവിക്കാതെ വണ്ടി ഓടിക്കണമെന്ന്. മനുഷ്യന്റെ കാര്യത്തിൽപോലും അതെ പാലിക്കാൻ കഴിയുന്നില്ല. പിന്നല്ലേ കഷ്ടം.

ചേര നടുചതഞ്ഞ് ചത്തസ്ഥിതിക്ക് തവളക്ക് കാറിനു പുറത്തു ചാടി രക്ഷപ്പെടാമല്ലോ എന്നോർത്ത് ഞാൻ മറുവശത്തെ വിൻഡ്ഗ്ലാസ്സ് ബട്ടൺ അമർത്തി. "താഴ്ത്തരുത്"- തവള ശാന്തസ്വരത്തിൽ പറഞ്ഞു. വിസ്മയം എന്ന വാക്കിന്റെ വിസ്മയകരമായ അർത്ഥം എനിക്കു മനസ്സിലായി. ഞാൻ വാർട്സ്അപ്പ് സ്മൈലിപോലെ ചെവി കൂർപ്പിച്ചു. വാ പിളർത്തി, പല്ലിളിച്ച് കണ്ണു തുറിച്ചു. ഇത്രയും ക്രിയകൾക്കു ശേഷം തവളയെ ഒന്നുകൂടി നോക്കി. അതിനെ തട്ടിപ്പുറത്തുകളയാൻ ശ്രമിച്ചു.

"ഞാനും നീയും സഹയാത്രികരാണ്. കാർ വിട്ടോളൂ..." തവളയുടെ ശബ്ദത്തിലെ ആജ്ഞാശക്തി തിരിച്ചറിഞ്ഞെങ്കിലും നിസ്സാരനായ ഈ ജന്തു എന്നോടോ അതും എന്നോട് എന്ന അഹംബോധം കൊണ്ടു പുകഞ്ഞു ഞാൻ.

"അറിവും അഹന്തയും ചേരില്ല." തവള ഗാഢമായ മുഴക്കത്തിൽ തുടർന്നു. സ്വിച്ചിട്ട പോലെ എന്റെ കാൽ ക്ലച്ചിൽ അമർന്നു. ഗിയർ മാറ്റി, വണ്ടി നീങ്ങി.

റോഡിലെ മഴവെള്ളച്ചാലുകളുടെ ഒഴുക്കു കുറഞ്ഞുവന്നു. മേഘടാങ്കുകൾ പമ്പിംഗ് നിർത്തിക്കാണും. വേനലല്ലേ. ജലക്ഷാമമായിരിക്കും. നാലുവളവുകൾ കഴിഞ്ഞപ്പോൾ തവള വീണ്ടും മിണ്ടിത്തുടങ്ങി.

"നിങ്ങൾ എത്രപേരെ കൊന്നിട്ടുണ്ട്?"

"ഞാനാരെയും കൊന്നിട്ടില്ല."

“നേരത്തെ ഞാൻ കണ്ട പാമ്പ് നിങ്ങളുടെ കാർ കയറി ചത്തില്ലേ?”

“ആ എനിക്കറിയില്ല. ബോധപൂർവ്വമല്ലല്ലോ”

“എങ്ങനെയായാലും ജന്തുഹത്യ പാടില്ല.”

“അപ്പോ ഇറച്ചി തിന്നാനും പാടില്ലേ?”

“അതുപോലല്ല ഇത്. ഒട്ടനവധി വർഗങ്ങളിലെ ജീവികൾ റോഡിലുണ്ട്. അവയെ ഞൊടി നേരം ശ്രദ്ധിച്ചാൽ നിങ്ങൾക്കു കാണാം. ഒന്നു മനസ്സുവെച്ചാൽ രക്ഷിക്കാം.”

“അപ്പോൾ വണ്ടിയോട്ടാനാവില്ലല്ലോ. അതുശരി- പാമ്പുചത്താ ചത്തു അത്രതന്നെ.”

“അപ്പോൾ നിങ്ങൾ ചത്താലോ?”

ഞാനാകെ പ്രതിസന്ധിയിലായി. ഉത്തരം മുട്ടൽ അസഹ്യമായി.

“നിങ്ങൾ എത്ര തവളകളെ കൊന്നിട്ടുണ്ട്.?”

എലി, പാറ്റ, പാമ്പ്, ഓന്ത്, അരണ അങ്ങനെ

“എനിക്കറിയില്ലല്ലോ”

“ശരി എന്നാൽ കേട്ടോളൂ. ഈ 7 കിലോമിറ്ററിനിടയ്ക്ക് നിങ്ങൾ 34 തവളകളെ കൊന്നു കഴിഞ്ഞു.”

“മുപ്പത്തിനാലോ...? അതെങ്ങനെയറിഞ്ഞു?”

“അറിയും. ഞങ്ങടെ വംശത്തിന്റെ മരണം ഞങ്ങൾക്കേ തിരിച്ചറിയാനാവൂ. നിങ്ങളുടെ റോട്ടിലൂടെ പായുന്ന വണ്ടിച്ചക്രങ്ങൾ എത്രയോ ലക്ഷം ജീവജാലങ്ങളെ കൊന്നുതള്ളുന്നു. ചെറുതും വലുതുമായി... ജീവജാതികളോടു ചെയ്യുന്ന മഹാക്രൂരതയാണത്...”

തവള നിസ്സാരനല്ലെന്ന നടുക്കുന്ന അറിവ് എന്നെ അസ്വസ്ഥനാക്കി. ഒരു പക്ഷേ എന്നെപ്പോലെ മഹാജ്ഞാനിയാവും- ഞാൻ വളിച്ച ചിരിചിരിച്ചു. എന്തായാലും ഒരു നേരമ്പോക്കിന് തവളയെ കേൾക്കാൻ ഞാനുറച്ചു.

“കേൾക്കൂ..ഞങ്ങൾക്കൊരു പുരാണം തന്നെയുണ്ട്. ദ്രബോൾജിനം. ദ്രബോൾ എന്നാൽ ജലം. ഞങ്ങളുടെ ആദിപിതാവിന്റെ പേരും അതാണ്. ജിനമെന്നാൽ പുരാണം...” തവള തുടർന്നു.

“പ്രാചീന യൂഫ്രട്ടീസിനടുത്തുള്ള ഗംഭീരജലാശയത്തിലാണ് ദ്രബോൾ താമസിച്ചത്. സ്രഷ്ടാവ് അതുവരെ സൂക്ഷ്മാണുക്കളേയും ചെറുജലജീവികളേയും മീനുകളേയും മാത്രമേ സൃഷ്ടിച്ചിരുന്നുള്ളൂ. പിന്നീട് ഉഭയജീവികളുടെ സൃഷ്ടി തുടർന്നു നടത്തേണ്ട സൃഷ്ടികളെക്കുറിച്ച്

ചർച്ച ചെയ്യാൻ ദ്രബോളിനെ സമീപിച്ചു. മേലിൽ സൃഷ്ടി നടത്ത രുതെന്ന് ദ്രബോൾ വാദിച്ചു. ഭൂമി നിലവിൽ ജൈവ സമൃദ്ധമാണ്. കൂടുതൽ നടത്തിയാൽ ഭൂമിയിൽ അപകടകരമായ മത്സരമുണ്ടാകു മെന്നും ഭൗമജീവിതം സങ്കീർണവും സംഘർഷഭരിതവുമാകുമെന്നും ദ്രബോൾ പറഞ്ഞു. ഇത് സ്രഷ്ടാവിനെ ക്ഷുഭിതനാക്കി. അതുവരെ നടത്തിയ സൃഷ്ടിയിൽ അവസാനത്തെ തവളയായി ദ്രബോളിനെ മാറ്റി ശിക്ഷിച്ചു."

"ഗതിയില്ലാതെ ഭൂമിയിൽ അലയേണ്ടിവന്ന ദ്രബോൾ തവളക ൾക്കായി ഒരു മഹാപ്രസ്ഥാനമുണ്ടാക്കാൻ ശ്രമിച്ചു. ഉഭയജീവി എന്ന വലിയ ജൈവിക ഉപലബ്ധി അതിനു തുണയായി അങ്ങനെയാണ് ഞങ്ങളുടെ സംഘജീവിതത്തിന്റെ തുടക്കം. ഞങ്ങൾ ഇണ ചേരു ന്നതുപോലും സംഘം ചേർന്നാണ്. മറ്റൊരു ജന്തുവിനുമില്ലാത്ത ഒരു ജീവിത ചക്രം ഞങ്ങൾക്കുണ്ട്. മുട്ടയായും വാൽമാക്രിയായും ഒന്നിലേറെ ജീവിതം. പിന്നെ ഉഭയജീവിതം..."

"തവളയായ ദ്രബോൾ തവളകൾക്കു മാത്രമായി തയ്യാറാക്കിയ നിർദ്ദേശങ്ങളാണ് ദ്രബോൾജിനം. അതിൽ തവളകളുടെ ജീവിത ത്തെക്കുറിച്ച് 36 പ്രമാണങ്ങളുണ്ട്. ആ പ്രമാണങ്ങൾ അനുസരിച്ചു കൊണ്ടാണ് തവളകൾ യുഗാന്തരങ്ങളായി ജീവിച്ചുവരുന്നത്."

കാര്യങ്ങൾ ഗൗരവമുള്ളതാണെന്ന് എനിക്കു തോന്നിത്തുടങ്ങി. ജലത്തിൽ കഴിയുന്ന ജീവികളാണല്ലോ തവളകൾ. അപ്പോൾ തവള പുരാണം എന്നും പറയാം അല്ലേ.

"പറയാം. അതിലൊരു പ്രധാന വ്യവസ്ഥയാണ് ഞങ്ങൾ നാലുകാലിൽ നടക്കരുത് എന്നത്. പിന്നിലെ രണ്ടുകാലിൽ ചാടാനെ പാടുള്ളൂ. മുന്നിലെ രണ്ടുകാലിലേ വീഴാൻ പാടുള്ളൂ. അന്നുതൊട്ട് ഞങ്ങൾ ചാട്ടക്കാരായി. സ്രഷ്ടാവിനോടുള്ള പ്രതിഷേധസൂചകമാ യാണ് അങ്ങനെ ചിട്ടപ്പെടുത്തിയത്."

"മറ്റൊന്ന് ഇരയാവുക എന്നതാണ് ഞങ്ങളുടെ ജീവിതവിധി. നിങ്ങളുടെ വിദ്യാലയങ്ങളിലെ ഡിസക്ഷൻ ടേബിളിലടക്കം ഞങ്ങളെ കൂട്ടക്കൊല ചെയ്യുന്നില്ലേ?"

"ഇതെന്തു കഥ" ഞാൻ അതിശയിച്ചു. ഒരു ജീവകുലത്തെ മുഴുവൻ ഇരയാക്കുകയോ?

"ഉം. സ്രഷ്ടാവിന്റെ ശാപമാണത്. നിങ്ങൾ ചരിത്രപണ്ഡിതനാണ ല്ലോ. വയസ്സ് നാല്പത് അല്ലേ?"

"അതെ."

"അതായത് മുപ്പത് കൊല്ലം മുമ്പ് നമ്മുടെ നാട്ടിൽ നടന്ന തവളവേട്ട

ഓർക്കുന്നുണ്ടോ? പെട്രോമാക്സും കത്തിച്ച് കൈവലയും കേശികയു മായി വയലിലും തോട്ടിലുമൊക്കെ നടന്ന കൂട്ടക്കൊല...?"

ശരിയാണ്. അതൊരാഘോഷമായിരുന്നു. പത്തും മുപ്പതും പേർ പെട്രോമാക്സും റാന്തലുമൊക്കയായി ഹെക്ടർ കണക്കിനു വിസ്തൃത മായ വയലിൽ ഇറങ്ങും. നാടൻ റാക്കോ വിദേശനോ കൂട്ടുണ്ടാവും. തൊട്ടുകറിയായി ആദ്യം കിട്ടുന്ന തവളകളുടെ പിൻ കാലുകൾ വെട്ടി തൊലിപൊളിച്ച് വരമ്പത്ത് ഓലകൂട്ടി കത്തിച്ച് പാചകം ചെയ്യും. എന്നിട്ടാല്ലാവരും മോന്തും. എന്നിട്ടൊരിറക്കമാണ്- ഞാനോർത്തു പുലർച്ചെ മടങ്ങുമ്പോൾ അഞ്ചോ ആറോ പഞ്ചാര ചാക്ക് നിറയെ തവളക്കാലായിരിക്കും. കിലോയ്ക്ക് അന്ന് 90 രൂപയാണു വിലാന്നു തോന്നുന്നു. കാലു വെട്ടിയതിന്റെ ബാക്കിഭാഗം തോട്ടിലോ കാനായിലോ വയലിൽതന്നെയോ തള്ളും. ഹൊ. അതൊക്കെയൊരു കാലം.

"വെറും അഞ്ചേയഞ്ച് വർഷം കൊണ്ട് നിങ്ങൾ മാംസവിഭവ മാക്കി കയറ്റി അയച്ചത് മൂന്നര ദശലക്ഷം ടൺ തവളക്കാലാണ്. അറിയാമോ? നിലവിളികളുടെ തുടക്കം...? ഞങ്ങളുടെ കുലം മുച്ചൂടും മുടിഞ്ഞു. ചരിത്രത്തിൽ അന്നാദ്യമായാണ് ഇരുകാലികളായ ഞങ്ങളെ തിന്നു തുടങ്ങിയത്. അതോടെ ഞങ്ങളുടെ വംശം കുറ്റിയറ്റു തുടങ്ങി. കീടനാശിനി കമ്പനികൾ പുത്തൻ കൃഷിമരുന്നെന്നപേരിൽ പരാമർ പ്രചരിപ്പിക്കുന്നതിനുമുമ്പ് ആ ജൈവമേഖലയിലെ എല്ലാ ഭക്ഷ്യയോഗ്യ ജീവികളെയും ചൂഷണം ചെയ്യണമെന്ന് പദ്ധതിയിട്ടു. നത്തയ്ക്ക പോലുള്ളത് തദ്ദേശിയർക്കും തിന്നാം. കേരളക്കാർ തവളയെ തിന്നാറില്ലെന്നും അവരത് വ്യാപകമായി വിറ്റു കാശാക്കുമെന്നും കുശാഗ്രബുദ്ധികളായ കീടനാശിനി കമ്പനികൾക്കറിയാമായിരുന്നു. അവരുടെ ലാഭക്കൊതിക്ക് അതേ ലാഭ താല്പര്യം കൊണ്ട് നിങ്ങളും ഇരയായിത്തീർന്നു.

ഞാൻ വിസ്മയഭരിതനായി. അതും ശരിയാണ്. ചെറുപ്പത്തിൽ കണ്ടത്തിലെ നത്തയ്ക്ക പെറുക്കലായിരുന്നു പ്രധാന പണി. വയലിൽ അഴുകിയ പച്ചിലകളും ചാണകവും ചളിയും ചേർന്നൊരുക്കുന്ന ജുഗ ൽബന്ദി ആസ്വദിച്ച് നീങ്ങുന്ന നത്തയ്ക്കകളെ ചാടിച്ചാടി പെറുക്കിയെ ടുത്ത് തേക്കിലക്കൊട്ടയിലിടും. ആവശ്യത്തിനാവുമ്പോൾ വീട്ടിൽ ചെന്ന് വെള്ളം തിളപ്പിച്ച് അതിലിട്ട് പുഴുങ്ങും. ഒരു 'മസ്കർ' തന്നെ. പിന്നെ ഈർക്കിൽ കൊണ്ട് തോടിനകത്തെ ഇറച്ചി തോണ്ടി യെടുത്ത് കഴുകി വറുത്തു തിന്നും. അതൊരു രുചിയാണ്. നാവിൽ വെള്ളമൂറി.

പരാമറിന്റെ കാര്യവും കൃത്യം തന്നെ. തച്ചങ്കര രാമേട്ടൻ പരാമർ

കുടിച്ചുമരിച്ചെന്ന് അമ്മയോട് ആരോ പറയുന്നത് കേട്ടിരുന്നു. വൈകിട്ട് അച്ഛൻ വന്നപ്പോൾ "കടം കയറിയാ രാമേട്ടൻ കൃഷീന്റെ ആ മരുന്നെടുത്തു കുടിച്ചത്." എന്ന് അമ്മയോടും പറയുന്നതുകേട്ടു. ഓഹോ അക്കാലത്തു തന്നെ കർഷക ആത്മഹത്യ തുടങ്ങിയിരുന്നെ ർത്ഥം. ഉം. നല്ല ഗവേഷണവിഷയമാണല്ലോ.

"പതിനാലാം പ്രമാണത്തിൽ പ്രവചിച്ചിരുന്നു. മനുഷ്യർ തവളകളെ തിന്നാൻ തുടങ്ങുന്ന അന്ന് നമ്മുടെ വംശനാശമാരംഭിക്കു മെന്ന്. അവർ ഭക്ഷിച്ചു തുടങ്ങുന്നതോടെ ഓരോ ജൈവസംസ്കൃതിയും നാശോന്മുഖമാകും."

ഇത്രയും പറഞ്ഞശേഷം തവള ധ്യാനസ്ഥനായി ഗോട്ടി കണ്ണുകൾ മേലോട്ടുയർത്തി ഇപ്പോൾ "ടാപ്പ് ദ ഫ്രോഗ്" ഗെയിമിലെ ആദ്യ തവളയെപ്പോലുണ്ട്. നാട്ടിലേക്കുള്ള അവസാന വളവിലെത്തിയ പ്പോൾ തവള കണ്ണ് വെട്ടിത്തുറന്നു പറഞ്ഞു തുടങ്ങി.

"ഞങ്ങൾ നാമാവശേഷമായതോടെ ഭക്ഷ്യശൃംഖല താളം തെറ്റി. കീടങ്ങൾ പെരുകി. പുത്തൻ കീടനാശിനികൾ തുരുതുരാ ഇറങ്ങി. കമ്പനികൾ ആഗോളതലത്തിൽ ശൃംഖലകൾ തീർത്തു. ഞങ്ങളെ ആദ്യമേ തന്നെ അവർ ലക്ഷ്യമിട്ടത് കാർഷിക മേഖലയെ തകർക്കാ നാണ്. ആ കുടില ബുദ്ധി നിങ്ങൾക്കാർക്കും പിടികിട്ടിയില്ലല്ലോ. കഷ്ടം എല്ലാത്തരം ആവാസവ്യവസ്ഥയും തകർന്നില്ലേ..."

"കുളം ഒരു ഇക്കോസിസ്റ്റമാണ്. ന്ന്വാച്ചാ ആവാസവ്യവസ്ഥ;" സരസുടീച്ചർ പറഞ്ഞു. "ന്ന്വാച്ചാ സ്വയം സമ്പൂർണമായ ഒരു ജൈവ വ്യവസ്ഥ, ന്ന്വാച്ചാ ചെളി, വെള്ളം, ആമ്പൽ, പായൽ ന്ന്വാച്ചാ.."- ഞാൻ അറിയാതെ ഓർത്തു ചിരിച്ചുപോയി. ഞാൻ ചിരിച്ചപ്പോൾ തവളയും അതിന്റെ ക്രോം ക്രോം ചിരി ചിരിച്ചു. എന്നിട്ടു തുടർന്നു;

"ആവാസ വ്യവസ്ഥ തകർന്നതോടെ ജീവജാലങ്ങൾ ചിതറി. അങ്ങനെ തവളകളും പല ഭൂവിഭാഗങ്ങളിലേക്ക് അവർക്കൊട്ടും ജീവിതവുമല്ലാത്ത ഇടങ്ങളിലേക്ക് നാടുകടത്തപ്പെട്ടു. ജലമാണവ രുടെ ജീവശ്വാസം. അതിനുവേണ്ടി സമരം ചെയ്യാൻ തവളകളെ ഈ യുഗത്തിൽ സംഘടിപ്പിക്കാൻ നിയോഗിക്കപ്പെട്ട ദ്രബോളാണു ഞാൻ. ആദ്യ സൃഷ്ടിയിലെ അവസാനത്തെ തവള. ജലത്തിനും മണ്ണിനും ഉഭയജീവിതത്തിനും വേണ്ടി ഭൂമിയെ രക്ഷിക്കണമെന്ന് ദ്രബോൾജിനും പ്രഖ്യാപിക്കുന്നുണ്ട്."

ഞാൻ ദ്രബോളിനെ സാകൂതം നോക്കി. എന്റെ ഇമവെട്ടലിനിടയി ലും ദ്രബോൾ വളർന്നുകൊണ്ടേയിരുന്നു...വളരുന്നു ഉരുണ്ടു തികഞ്ഞ് അസാമാന്യമായ വലിപ്പത്തിലേക്ക്... എന്റെ കാർ തകർന്നുപോകുമോ എന്നു ഞാൻ ഭയന്നു. പക്ഷേ പിന്നീട് സംഭവിച്ചത് അത് കടലും

കരയും മാമലകളും പർവതങ്ങളും നദികളും ജലാശയങ്ങളും മരുഭൂമികളും മഞ്ഞുമലകളുമൊക്കെയുള്ള ഭൂമിയുടെ പതിപ്പായി മാറുകയായിരുന്നു. ദ്രബോളിന്റെ വിശ്വരൂപം...

ഞാൻ മുറുക്കെ കണ്ണടച്ചുതുറന്നപ്പോൾ ദ്രബോൾ ഗോട്ടിക്കണ്ണ് വെട്ടിത്തുറന്നു.

"ഞാൻ നിങ്ങളോടു പറയുന്നു. എനിക്ക് നിങ്ങളൊരു പാർപ്പിടം തരണം. സുരക്ഷിതമായ താവളം. ഇനിയും സഹസ്രാബ്ദങ്ങളോളം എനിക്കു തുടരേണ്ടതുണ്ട്. ആവശ്യം വേണ്ട സമയത്ത് എന്റെ പേരു വിളിക്കുക."

ഞാൻ തലയാട്ടി. പെട്ടെന്നെനിക്ക് വീട്ടിനു പിന്നിലെ ചേവിടിക്കുന്നിലുള്ള ജൈനക്കിണർ ഓർമ്മ വന്നു. ആരും ഉപയോഗിക്കാതെ കാടുകയറി കിടപ്പാണത്. ഞങ്ങൾ നാട്ടുകാർക്ക് കിണറിനോട് ഭയമോ ഭക്തിയോ ആണ്. അതുകൊണ്ടാരും അങ്ങോട്ടു പോകാറില്ല. ജൈനന്മാർ ഏതോ നൂറ്റാണ്ടിൽ കുഴിച്ചതാവാമെന്ന് പഴമക്കാർ പറയുന്നതു കേൾക്കാം. കിണറിലെ വെള്ളം നൂറ്റാണ്ടുകളായി വറ്റിയിട്ടില്ലെന്നതു സത്യമാണ്.

"ജൈനക്കിണർ പോരേ...?"

ദ്രബോളിന്റെ ഗോട്ടിക്കണ്ണുകൾ തിളങ്ങി. പ്രാകൃതമായ പ്രകാശം.

"നിങ്ങളുടെയെല്ലാം ആദിപിതാക്കളാണ് ഞങ്ങൾ ഉഭയജീവികൾ. ജീവജാലങ്ങൾക്ക് ഭയരഹിതജീവിതം ഭൂമിയിൽ ഉറപ്പാക്കേണ്ടത് മനുഷ്യരാണ്. പാലായനത്തിന്റേയും അലച്ചിലിന്റേയും നാട്ടുകടത്തലിന്റേയും പാർശ്വവത്കരണത്തിന്റേയും മരണത്തിന്റേയും ഒരു ജൈവ ജീവിതം നിങ്ങൾക്കു ചുറ്റുമുള്ള പ്രകൃതിയിലുണ്ട്. അത് ഓർമ്മ വേണമെന്ന് ദ്രബോൾജിനം അവസാന പ്രമാണത്തിൽ കാണാം." ദ്രബോൾ കണ്ണടച്ചു നിശ്ശബ്ദനായി.

കാർ പോർച്ചിൽ കയറ്റിയിട്ടശേഷം ഞാൻ ദ്രബോളിനെ മെല്ലെ കൈയ്യിലെടുത്ത് വീടിന്റെ കിഴക്കു ഭാഗത്തു വെച്ച ഒരു മൺകുടത്തിൽ നിക്ഷേപിച്ചു.

പിറ്റേന്നു പുലർച്ചെ എഴുന്നേറ്റ് ഏറ്റെടുത്ത വലിയ ഉത്തരവാദിത്തം നിർവ്വഹിക്കാനിറങ്ങി. മൺകുടത്തിൽ ദ്രബോൾ ധ്യാനിക്കുകയാണെന്നു തോന്നി. ശല്യം ചെയ്യാതെ കുടവും കയറും തൊട്ടിയുമെടുത്തിറങ്ങുമ്പോൾ ഭാര്യ വിളിച്ചു ചോദിച്ചു. "നിങ്ങളെങ്ങോട്ടീ മൺകൊടാം ചൊമാന്ന്? ആരെങ്കിലും ചത്തോ നീർവീഴ്ത്താൻ...?"

എല്ലാവരും ചാവുന്നതിനുമുമ്പ് ഇത്രയെങ്കിലും ചെയ്യേണ്ടേയെന്നു ചിന്തിച്ച് ചേവിടിക്കുന്നു കയറി. കാട്ടുമൂടികിടക്കുന്ന

ജൈനക്കിണറിന്റെ പഴകി ദ്രവിച്ച മരത്തടിപ്പാലത്തിൽ കയറി തൊട്ടിൽ കയറുകെട്ടി ദ്രബോളിനെ അതിലെടുത്തുവെച്ചു. ദ്രബോൾ ഉണർന്നിട്ടില്ല. അലോസരപ്പെടുത്താതെ വളരെ പതുക്കെ ഞാൻ തൊട്ടി താഴ്ത്തി. കയറിന്റെ ഏകദേശം ഒരടി ബാക്കി നില്ക്കുമ്പോൾ തൊട്ടി ജലത്തിൽ തട്ടിയ തായറിയാൻ കഴിഞ്ഞു. ഒന്നുകൂടി ഇളക്കി വെള്ളത്തിലാഴ്ത്തി പതുക്കെ വലിച്ചുയർത്തി. തൊട്ടി കരയിലെടുത്തുവെച്ചു. കണ്ണീരുപോലെ തെളിഞ്ഞ ജലം. ജലം...ജലം.. ആവേശത്തോടെ ഞാൻ ഒരു കുമ്പിൾ കോരിയെടുത്തു കുടിച്ചു. ഭൂമിയുടെ രുചി ആദ്യമായി ഞാനറിഞ്ഞു. ജലമെന്ന മഹാപുരാണവുമായി ദ്രബോൾ കിണറിന്റെ ആഴത്തിൽ മറഞ്ഞിട്ടുണ്ടായിരിക്കും. തെല്ലിട നിന്ന് ഞാൻ ദ്രബോളിന്റെ നാമം മൂന്നു തവണ മന്ത്രിച്ചു. കിണറിന്റെ അത്യഗാധതയിൽ നിന്ന് ജീവജലം മാന്ത്രിക ശബ്ദത്തിൽ ഇരമ്പുന്നതായി കേട്ടു.

●

മഹാഗണി മരത്തിന്റെ കുഞ്ഞുങ്ങൾ

"ഞാൻ ആകാശത്തുനിന്നിറങ്ങി വന്ന ജീവനുള്ള അപ്പമാകുന്നു, ലോകത്തിന്റെ ജീവനുവേണ്ടി ഞാൻ നൽകുന്ന അപ്പം എന്റെ ശരീരമാണ്"

(യോഹന്നാൻ-6: 51, 52)

കൊട്ടുകാപള്ളിയും ഞാനും ഒരുമിച്ചാ കോട്ടയത്തുന്ന് വന്നേ... അവൻ വല്ല്യ മൊതലാളിയായി...ഞാങ്കമ്മ്യൂണിസ്റ്റും..

കൊട്ടുകാപള്ളി വന്നത് ഒരുവഴിക്കും കുഞ്ഞൂഞ്ഞേട്ടൻ വന്നത് വേറൊരു വഴിക്കുമാണ്. അക്കാര്യം മൂപ്പർക്കും അറിയാമെങ്കിലും അങ്ങനെയേ പറയൂ. ഓ എന്നാ കോപ്പാ, എന്നാ ഒണ്ടായിട്ടെന്നാ, പോട്ട് പുല്ല് എന്നുപറഞ്ഞ് നീട്ടിയൊന്ന് തുപ്പി, ഇടതുപുറംകൈകൊണ്ട് ചുണ്ടും മീശയും ചേർത്ത് അമർത്തിയൊന്ന് തുടച്ച് കക്ഷി നടക്കും ലുങ്കിയാകട്ടെ നീളൻ കോന്തല പുറത്തേക്കിട്ട് കരന്നു കയറ്റി മാടിക്കെട്ടിയ നിലയിലാവും. തോളത്ത് ഒരാളെ തല്ലിവീഴ്ത്താൻ പാകത്തിൽ വടിപരുവമായ തോർത്തുമുണ്ടാകും. എണ്ണയും മെഴുക്കും പിന്നെ കുഞ്ഞൂഞ്ഞേട്ടന്റെ ദേഹത്തെ മണ്ണും ചേർന്ന മിശ്രിതം തോർത്തിനെ വാർക്കക്കമ്പിയാക്കിയതാണ്. അതെടുത്ത് കുടഞ്ഞ് കക്ഷം തുടക്കുന്നതു കാണുമ്പോൾ അറപ്പു തോന്നും. അപ്പോൾ ഞങ്ങൾ ഗോട്ടി കളിക്കുന്ന കുട്ടികൾ ചന്തി ഒന്നു കുത്തിതിരിച്ച് കിളുകിളെ ചിരിക്കും. അതുകേൾക്കുമ്പോൾ അവിടെ കൊടിമരച്ചുവട്ടിൽ പാൻപരാഗ് ചവച്ചുകൊണ്ടിരിക്കുന്ന ചേട്ടസംഘം ഡാ ഡാ എന്ന് ഉഗ്രമായി ശാസിക്കും. പത്ത് പതിനഞ്ചടി മുന്നോട്ടുനടന്നിട്ടുണ്ടാകുന്ന കുഞ്ഞൂഞ്ഞേട്ടൻ തിരിഞ്ഞുനിന്ന് മീശ പുറംകൈകൊണ്ട് അമർത്തിതുടച്ച് പറയും: "പോട്ടപ്പാ, പറശ്ശനമില്ലപ്പാ, പിള്ളരല്ലപ്പാ..."

ആ ജാഥ കാണേണ്ട കാഴ്ചയാണ്. എല്ലാദിവസവും കൃത്യം അഞ്ചരക്കു പുറപ്പെടുന്നു. ഓരോരോ പോയിന്റുകളിൽ നിന്നായി ജാഥയിൽ അംഗങ്ങൾ കൂടിച്ചേരും. കുഞ്ഞൂഞ്ഞേട്ടൻ നയിക്കുന്ന

വണ്ടിയിൽ എന്നും ഇരുപതിലേറെപ്പേർ കാണും വളർന്ന പന്തലിച്ച റബർ മരക്കാടുകൾക്കിടയിലൂടെ, കിഴക്കുഭാഗത്തെ നെടുങ്ങൻ കുന്ന് ചരിഞ്ഞു പിരിഞ്ഞ വഴിയിലൂടെ തലയിൽ വട്ടക്കെട്ടും മാടിക്കുത്തിയ ലുങ്കിയുമായി ഒരു സംഘം ഉറുമ്പുകളുടെ വ്യഗ്രതയോടെ കടന്നുപോകും. കുട്ടിക്കാലത്തെ ഏറ്റവും ഇഷ്ടമുള്ള സംഗതി ഈ ജാഥനോക്കിനിൽക്കലാണ്. പിന്നാലെ പോകാൻ നോക്കിയാൽ ഏറ്റവും പിന്നിലുള്ള ആൾ 'ഭ' എന്നൊരാട്ടാട്ടും. പോടാ എരണം കെട്ടവനേ എന്നൊരു മുരൾച്ചയും കേൾക്കും. "മൊട്ടേന്ന് വിരിഞ്ഞില്ലാ... റാക്കു കുടിക്കാൻ", എങ്ങോട്ടാണ് ഈ മാർച്ച് എന്നത് അന്നത്തെ വലിയ സംശയങ്ങളിലൊന്നായിരുന്നു. സന്ധ്യ കഴിയുമ്പോൾ അവർ തിരിച്ച് മലയിൽ നിന്ന് ഇറങ്ങി വരുന്നതാണ് ലോകത്തിലേ ഏറ്റവും മികച്ച കലാരൂപം. എല്ലാവരും തിത്തൈത്താളത്തിലാവും. കുറച്ചുപേർ ഹലേലൂയാ പാടിയും കുറച്ചുപേർ പുണ്യവാൻ ഇസ്ഹാക്ക് പാടി ചവുട്ടിയും കുറച്ചുപേർ പുത്തൻപാനക്കാരായിട്ടും. അക്കൂട്ടത്തിലെ ഏകഹിന്ദു (അന്നങ്ങനെ പറയാനാണു പഠിച്ചത്) നൃലേലി കുഞ്ഞാമനാണ്. കുഞ്ഞാമൻ മാത്രം ശരണം വിളിച്ച് മലയിറങ്ങും. സ്വാമിയപ്പാ അയ്യപ്പാ...മടക്കജാഥയുടെ മുന്നിലും കുഞ്ഞൂഞ്ഞേട്ടനാവുമുണ്ടാകുക. കുന്നുകുത്തിക്കയറാനുപയോഗിച്ച വടി അപ്പോൾ ചുമലിൽ കൊടിമരത്തണ്ടുപോലെ പിടിച്ചിട്ടുണ്ടാകും. കക്ഷിമാത്രം വിളിക്കുന്നത് മുദ്രാവാക്യമാവും. എകേജീ സിന്ദാബാ. ഈയെമ്മെസ് സിന്ദാബാ, കൃഷ്ണപിള്ള സിന്ദാബാ കേയാർ ഗൗരീ സിന്ദാബാ എല്ലാവർക്കും സിന്ദാബാ...

പിന്നിൽ കുത്തിമറിയുന്ന ആർക്കും ഈ മുദ്രാവാക്യം വിളിയിൽ വിയോജിപ്പുണ്ടായിരുന്നില്ല. ഇടയ്ക്കു ചിലർ നൃത്തനൃത്ത്യങ്ങൾ നിർത്തി വിളിക്കും. അങ്ങനെ തന്നെ സിന്താബാ...

അല്ലെങ്കിലും കുടിയൻമാർക്കല്ലേ കുന്നായ്മയില്ലാതുള്ളൂ...ഞാൻ ഉള്ളറിഞ്ഞ് ചിരിച്ചുപോയി. മലയിറങ്ങുമ്പോൾ സംഘത്തലവനായ കുഞ്ഞൂഞ്ഞേട്ടന്റെ ചുമലിലെ വടിയിൽ മുഷിഞ്ഞ തോർത്തിന്റെ രണ്ടുതുമ്പും കെട്ടി ഒരു കൊടിപാറുന്നുണ്ടാവും ചില ദിവസങ്ങളിൽ... അതേതൊക്കെ ദിവസങ്ങളാണെന്നു തിട്ടമില്ല. കണ്ടിട്ടുണ്ടെന്നല്ലാതെ ഇതേവരെ അന്വേഷിച്ചിട്ടില്ലെന്ന് ഞാനോർത്തു. ഇന്നേതായാലും കാണുമല്ലോ... ചുമ്മാ ഒരു ചരിത്ര വിശേഷം ചോദിച്ചേക്കാം.

ചരിത്രവിശേഷം കുറേയുണ്ട് കുഞ്ഞൂഞ്ഞേട്ടന്റേത്. വെള്ളരിക്കുണ്ട് കട്ടക്കോൽ ചരിവിൽ നിന്ന് 1957 ഫെബ്രുവരിയിൽ ഒരു ജാഥ പുറപ്പെടുന്നു. നന്നേ പുലർച്ചേയാണ്. മലയിൽ നിന്നും വെട്ടിയെടുത്ത ഈറ്റക്കമ്പിൽ അരിവാൾ ചുറ്റിക വരച്ചുവെച്ച ചെങ്കൊടിയുമായി. ആ ജാഥ

ഒറ്റയ്ക്ക് നടന്നു 35 കിലോമീറ്ററോളം. വൈകീട്ട് നീലേശ്വരം ബസാറിൽ നടക്കുന്ന തിരഞ്ഞെടുപ്പ് റാലിയിൽ പങ്കെടുക്കാനാണ്. ഇ.എം.എസ് പ്രസംഗിക്കുന്നുണ്ട്. കുഞ്ഞൂഞ്ഞേട്ടനു പോകാതിരിക്കാനാവില്ലല്ലോ. നടന്നു ചെങ്കൊടിയുമായി ഒറ്റയ്ക്ക്.

ഇ.എം.എസിനെ പറ്റി പറയുമ്പോൾ കുഞ്ഞൂഞ്ഞേട്ടൻ ഉണരും ചെവിയിലെ രോമമടക്കം എഴുന്നു നിൽക്കും. "എന്നാ ഒരു പ്രസംഗമാ... ച്ചിരെ വിക്കുണ്ട്. തൊടക്കത്തിലേയുള്ളൂ.. പിന്നൊരൊഴുക്കല്ലേ തന്തോയേ... നൂറു പത്രം വായിച്ച വെവരം കിട്ടും... എന്നാ ഒരു വൈവരമാ.. ആളാകെ ഇത്രേയ്യ ഉള്ളൂ... ചിന്തേം ബുദ്ധീം അഭാരം... വിരലുകൊണ്ട് ഇ. എം. എസിന്റെ ഉയരം കാണിച്ച് പിന്നെ ആ കൈ നെഞ്ചത്തു വെക്കും കുഞ്ഞൂഞ്ഞേട്ടൻ. അന്ന് ഇന്നാട്ടില് ഈയെമ്മെസിന്റെ പ്രസംഗം കേട്ട ഒറ്റയാളേയുള്ളൂ...ഞാൻ..."

അന്നുതന്നെ രാത്രി കോടയിറങ്ങുന്ന കുന്നും കാടും താണ്ടി കുഞ്ഞൂഞ്ഞേട്ടൻ തിരിച്ചു നടന്നുവരുന്ന ദൃശ്യം ഓർത്ത് ഞാൻ കിടുങ്ങിപോയിട്ടുണ്ട്. അത്രയ്ക്ക് അപായമുള്ള വനമേഖലയായിരുന്നു അക്കാലത്ത് ആ പ്രദേശമെന്ന് അച്ഛാച്ഛൻ പറഞ്ഞുകേട്ടിട്ടുണ്ട്.

ഞാൻ ഏകേജീടെ കൂടെ നിക്കുന്ന പോട്ടമാടാ ഇത്. ഒരിക്കൽ പഴകി മഞ്ഞനിറമായി ദ്രവിച്ച ഒരു ഫോട്ടോ കാണിച്ച് കുഞ്ഞൂഞ്ഞേട്ടൻ ആഹ്ലാദം കൊണ്ട് തുടിച്ചു. ഇത് കാണാതെ പോയീന്നു കരുതി ഞാമ്പറ്റേ വെഷമിച്ചിരുന്നു. ഒടുക്കം അവടെ സാരീം ചട്ടേം മുണ്ടുമൊക്കെ വെച്ചിരുന്ന പെട്ടീന്ന് കിട്ടിയെടാ. മിനിഞ്ഞാന്ന് അവൾടെ ഓർമ ദെവസാരുന്നു... ഞാനാപെട്ടി തൊറന്ന് നോക്കി വെറ്തെ ഓർക്കാൻ... കുഞ്ഞൂഞ്ഞേട്ടന്റെ മുഖം സങ്കടം കൊണ്ട് കൂമ്പുന്നത് ഞാൻ കണ്ടു. ഫോട്ടോ വാങ്ങി ഞാൻ താല്പര്യപൂർവ്വം നോക്കി. എ.കെ.ജിയെ വളരെ വ്യക്തമായി കാണുന്നുണ്ട്. പക്ഷേ അദ്ദേഹം ചേർത്ത് പിടിച്ചിരുന്ന കുഞ്ഞൂഞ്ഞേട്ടൻ എന്ന തോമസ് കുറില്യത്തിന്റെ ഒരു വശം മഞ്ഞച്ച് പോയിട്ടുണ്ട്. എ. കെ. ജിയേക്കാൾ ഉയരവും അങ്ങനത്തെ ശരീരവുമുള്ള യുവാവ്. തോങ്കുറ് പാറ പോലെ ഉറച്ചത്.

തോങ്കുറ് പാറ അഥവാ കുഞ്ഞൂഞ്ഞ് കല്ല് അതും ഒരു ചരിത്ര വിശേഷമാണ്. നീലേശ്വരത്തെ ചില നായന്മാരും കുറേ കുടിയേറ്റക്കാരായ ക്രിസ്ത്യാനികളും അക്കാലത്ത് സമരം നടത്തിയിരുന്നത്രേ. കുഞ്ഞൂഞ്ഞേട്ടൻ നാടൊക്കെ തെണ്ടിനടന്ന് കവലകളിൽ തനിക്കറിയാവുന്ന ഭാഷയിൽ പള്ളിക്കാർക്കും പട്ടക്കാർക്കുമെതിരെ ഘോരാഘോരം പ്രസംഗിച്ചു. ഇത് കുഞ്ഞൂഞ്ഞേട്ടൻ തന്നെ പറഞ്ഞ ചരിത്രസംഭവമാണ്. "ഓ അന്ന് എന്നതാണേലും പത്ത് വാക്ക് ഒച്ചത്തില് നാലാളെ കൂട്ടത്തില് പറയാനൊരു മിടുക്കോണ്ടാരുന്നു...

ഈൗയെമ്മസിന്റെ കൊണവാ."

ഒരു ദിവസം വൈകീട്ട് ആൾക്കാർ കുഞ്ഞൂഞ്ഞേട്ടനെ കാണുന്നത് ചെങ്കൊടിയും ഉയർത്തിപ്പിടിച്ച് അന്നത്തെ കുണ്ടും കുഴിയും നിറഞ്ഞ കുന്നു റോഡരികിലെ കുത്തിനിർത്തിയ മാതിരി നിൽക്കുന്ന രണ്ടാൾ ഉയരമുള്ള പാറയുടെ മേലെ ഇരിക്കുന്നതാണ്. കുഞ്ഞുഞ്ഞിനു പ്രാന്തായി എന്ന് നാട്ടുകാർ അടക്കം പറഞ്ഞു. ആ വഴി നടന്നു പോയ ചിലർ ചോദിച്ചപ്പോഴും മൗനമായിരുന്നു മറുപടി. രണ്ടുദിവസം കയറി മലകയറി വന്ന ദീപികയിൽ കൃസ്ത്യാനികൾ ഇങ്ങനെ വായിച്ചു:- ഇ.എം.എസ് ഗവൺമെന്റിനെ പിരിച്ചുവിട്ടു. പിരിച്ചു വിട്ടിട്ട് അന്നേക്ക് നാലു ദിവസമായിരുന്നു. നാലുദിവസം മുമ്പ് കുഞ്ഞൂഞ്ഞേട്ടൻ നീലേശ്വരം പഞ്ചായത്ത് ഓഫീസിൽ പോയിരുന്നു. "അവിടുന്നാടാ ഞാനറിഞ്ഞേ...തന്തോയേ... റേഡിയോത്തില് വാർത്ത കത്തോലിക്കരും നായൻമാരും മലപ്പൊറത്തെ മാപ്ലാരും സമരം ചെയ്ത്, നമ്മുടെ നെഹറു അതിന്ന് തലക്കുലുക്കിന്ന്... ഞാനാകെ നെലം പരിശായിപ്പോയെടാ മോനേ തന്തോയേ..." ഞാനന്ന് കണ്ണിൽ നിറച്ച വിസ്മയം പിന്നീടൊരു കാലത്തുമുണ്ടായിട്ടില്ല.

ആ കുറ്റൻ കല്ലിനുമേലെ പന്ത്രണ്ടു ദിവസം ജലപാനമില്ലാതെ ചെങ്കൊടിപിടിച്ചിരുന്ന മനുഷ്യർ പതിമൂന്നാംനാൾ കല്ലിന്റെ മുനമേലെ കിടപ്പായി. നാട്ടുകാർ പലതവണ ചെന്നുവിളിച്ചിട്ടും ഇറങ്ങാൻ കൂട്ടാക്കിയില്ല. ഒടുവിൽ അച്ചൻ തന്നെ ചെന്നു വിളിച്ചു നോക്കി. അപ്പോൾ മാത്രമാണ് കുഞ്ഞൂഞ്ഞേട്ടനിൽ നിന്ന് ഒരു മറുപടിയുണ്ടായത്. തളർന്ന ശബ്ദത്തിൽ തികച്ചും ശാന്തമായി. "അച്ചോ അച്ചനച്ചന്റെ പാട്ടുനോക്കിപ്പോ. ഇല്ലേ ഞാനിറങ്ങി വെട്ടും..."

പതിനാലാം നാൾ പുലർച്ചെ കല്ലിൽ ചുവട്ടിൽ വീണുകിടക്കുന്ന കുഞ്ഞൂഞ്ഞേട്ടനെ പാലുകൊണ്ടുപോകുന്ന ജീപ്പുഡ്രൈവർ കരിശിങ്കൽ ചാക്കോ എടുത്ത് ജീപ്പിന്റെ പിന്നിലിട്ടു അങ്ങനെ തോമസ് കുറിലും പാറ എന്ന പേര് കുരുങ്ങി കാലാന്തരത്തിൽ തോങ്കുറ് പാറയായി. "അന്നവൻ കൊണ്ടുപോയി ആസ്പത്രിയിലിട്ടതു കൊണ്ട് രക്ഷപ്പെട്ടെടാ ചാവാനാരുന്നു എന്റെ കിടപ്പ്... തന്തോയേ..."

സന്തോഷ് ദാസ് എന്ന എന്നെ തന്തോയേ എന്നാണ് കുഞ്ഞൂഞ്ഞേട്ടൻ വിളിച്ചിരുന്നത് കട്ടുപെറുക്കിക്കൂട്ടിയ കാശുമാങ്ങകൾ ഉരിഞ്ഞ് അണ്ടി തേക്കിലയിലും പഴം കാട്ടിലുമെറിഞ്ഞുകൊണ്ടിരിക്കുമ്പോഴാണ് കനമുള്ള രണ്ടു കാലടിയും വെളുത്തുറച്ച കണങ്കാലും നോട്ടപ്പാടിൽ വന്നു നിന്നത്. പേടിച്ച് നോട്ടം കാൽപാദത്തിൽ തന്നെ ഉറപ്പിച്ചു. വിറക്കാൻ തുടങ്ങി. നിലത്തുതന്നെ ചന്തികുത്തിയിരുന്നു.

"എണീരെടാ..."

എഴുന്നേറ്റു. അടിമുടി പരവേശം തന്നെ. ഞാൻ നോക്കി. കട്ടിമീശ പുറം കൈകൊണ്ട് തുടച്ച് കുഞ്ഞൂഞ്ഞേട്ടൻ നിൽക്കുന്നു.

"നീയാ പ്ലാവിന്റോടി ഗോവിന്ദന്റെ മോനല്ലേ?"

"അതേ" ഞാൻ വിക്കി

"ന്താ നെന്റെ പേര്?"

"തന്തോശ്"

ഗ്രഹണിപിടിച്ചതു പോലെ വയറുന്തി വള്ളിനിക്കറുമിട്ട് നിൽക്കുന്ന എന്നെ കുഞ്ഞൂഞ്ഞേട്ടൻ അടിമുടി ഒന്നുനോക്കി.

"ഉം. അതെടുത്തോ.."

ഞാൻ നിലത്തു നോക്കി നിന്നു. ഇപ്പോൾ ചെവിപിടിച്ച് കിഴുക്കുമെന്നു കരുതി നിന്ന എന്നോട് കശുവണ്ടി എടുത്തോളാൻ പറഞ്ഞതുകേട്ട് എന്തെന്നില്ലാത്ത അവസ്ഥയിലായ ഞാൻ ഇരുകയ്യും ചന്തിയിൽ തുടച്ചുകൊണ്ടുനിന്നു.

"എടുത്തോളാനല്ലേ പറഞ്ഞത്. നീ പെറുക്കിയത് നീയെടുത്തോ. എന്നിട്ട് ദേഹത്തിന് ഗൊണമുള്ളത് വല്ലതും വാങ്ങിച്ച് തിന്ന്. ഇത് എന്റെ പറമ്പാ. ഞാൻ പെറുക്കുന്നത് ഞാനെടുത്തോളും. നീ പെറുക്കിയത് നിനക്ക്... എടുത്തിട്ടു പോടാ..."

ഞാൻ കണ്ണുമിഴിച്ച് കുഞ്ഞൂഞ്ഞേട്ടനെ നോക്കി. പിന്നെ ഒറ്റക്കുതിപ്പിന് തേക്കില ചുരുട്ടിപ്പൊതിഞ്ഞ് നെഞ്ചോട് ചേർത്ത് ഓടി... പിന്നിൽ കുഞ്ഞൂഞ്ഞേട്ടന്റെ ഉച്ചത്തിലുള്ള ചിരികേട്ടു. പോട്ടപ്പാ പിള്ളരല്ലപ്പാ എന്നാവണം ആ ചിരിയുടെ പൊരുൾ. അന്നുതൊട്ട് ഞാൻ തന്തോയാണ്. എന്റെ അച്ഛനെ ജാതിപ്പേര് കൂട്ടി വിളിക്കാത്ത, വീട്ടുപേര് ചേർത്ത് മാത്രം വിളിച്ച നാട്ടിലെ ഏകമനുഷ്യൻ കുഞ്ഞുഞ്ഞേട്ടനായിരുന്നു. പിൽക്കാലത്താണതിന്റെ നന്മ എനിക്കു മനസ്സിലായത്. ജാതി എന്നത് വല്ലാത്തൊരു കുരുക്കാണെന്നതും.

ഉപരിപഠനത്തിനായി കാനഡയിലേക്കു പോകുകയാണെന്ന വിവരം പറയാൻ മലകയറി കിതച്ച് ഞാൻ കുഞ്ഞൂഞ്ഞേട്ടന്റെ വീട്ടിലെത്തി. "നെന്നെപ്പോലെ അവളും പഠിച്ചുമിടുക്കിയാവേണ്ടവളാര്ന്നു. എന്നാ ബുദ്ധിയാരുന്നു കൊച്ചുത്രേസ്യക്ക്. അവൾടെ കൊച്ചുപട്ടീടെ തൊടലഴിച്ച് അതിനേം രക്ഷിക്കാൻ നോക്കുമ്പോഴല്ലേ ഉരുള് അവളേം കൊണ്ടുപോയത്... ഡോക്ടറൊന്നുമായില്ലേലും ഒരു നഴ്സാവുമാരുന്നു. ഫോറിനിലൊന്നും വേണ്ട, ഇവിടെങ്ങാനും ധർമാസ്പത്രീല് സാധുക്കളെ നോക്കീം കൊണ്ട് അവളും നിന്നോളുമാരുന്നു..."

കുഞ്ഞൂഞ്ഞേട്ടൻ വരാന്തയിലെ പ്ലാസ്റ്റിക് കസേരയിൽ മുറുകെപിടിച്ചു. വളരെ ദൂരത്തേക്കു കണ്ണുനട്ടു. അവിടെകണ്ട ആകാശത്തിന്റെ

വലിയ കഷണം എന്നെ പേടിപ്പെടുത്തി.

ആറാം ക്ലാസിൽ പഠിക്കുമ്പോഴായിരുന്നു തെരേസ്സ ഉരുൾപൊട്ടലിൽ പെട്ട് ഒലിച്ചുപോയത്. മൃതദേഹത്തിന്റെ കൂടെ ഒരു പട്ടിക്കുട്ടിയുമുണ്ടായിരുന്നു. ഉടലും ചേർത്ത് അവളതിനെ മുറുകെ കെട്ടിപിടിച്ചിരുന്നു. ഞാനാകെ അസ്വസ്ഥനായി. മുറ്റത്തിറങ്ങി തലങ്ങും വിലങ്ങും നടന്നു.

"കുഞ്ഞൂഞ്ഞേട്ടാ ഞാനിറങ്ങുന്നു. നാളെ കാലത്ത് പോവും. വന്നിട്ട് കാണാം."

"പഠിച്ച് വല്ല്യ ആളായിട്ട് വാ...കുഞ്ഞൂഞ്ഞേട്ടന് വയസ്സായിവരികയാ.. നോക്കാനൊരു ഡോക്ടർ വേണ്ടേ..."

കുഞ്ഞൂഞ്ഞേട്ടൻ ചുണ്ടും മീശയും പുറംകൈകൊണ്ട് അമർത്തിതടവി. ഞാൻ ആ കൈകൾ മുറുകേപിടിച്ചു. എന്റെ കൈകൾക്കുമേലെ കുഞ്ഞൂഞ്ഞേട്ടന്റെ തഴമ്പിച്ച പരുപരുത്ത വലതുകൈ പതിഞ്ഞു. അതെങ്ങനെ ഒരടയാളമായി.

"കേറിവാടാ മൈരുകളേ..." ഒരുകല്ലിന്റെ ഏറ്റവും താഴെ എന്നെക്കാണുമ്പോൾ കുഞ്ഞൂഞ്ഞേട്ടൻ വിളിക്കും. മുറ്റത്തെത്തുമ്പോൾ പരുക്കൻ കൈത്തലം എന്റെ കൈപ്പത്തിയെ ഞെരിക്കും എനിക്കു നൊന്താലും ആ സ്നേഹം ഞാനനുഭവിക്കും. അതാണു പതിവ്. 'മൈരുകളേ' എന്നാണ് കുഞ്ഞൂഞ്ഞേട്ടന്റെ സ്നേഹത്തിന്റെ ഭാഷ. അതൊരു അനുഭവമാണ്.

ആ മലയിൽ അഞ്ചേക്കറോളം ഭൂമിയുണ്ട് കുഞ്ഞൂഞ്ഞേട്ടന്. കുടിയേറിവന്നവർ നാടെല്ലാം റബറുനട്ട് ധനികരായി. കുഞ്ഞൂഞ്ഞേട്ടനാവട്ടെ മരങ്ങളാണ് നട്ടത്. കുറച്ച് തെങ്ങും. പിന്നെ ചേനയും ചേമ്പും കപ്പയുമൊക്കയാണു കൃഷി ചെയ്തത്. കുറച്ചധികം കുരുമുളക് കൊടികളും ഉണ്ടായിരുന്നു. ഒരേക്കറോളമേ കൃഷി ചെയ്തുള്ളൂ. ബാക്കി മുഴുവൻ പലജാതി മരങ്ങളാണ്. കരിമരം, കാട്ടുവേപ്പ്, പ്ലാവ്, ആഞ്ഞിലി, നെല്ലി, പുളി, പലതരം മാവുകൾ, ഈറ്റ, കൊന്ന പിന്നെ പേരറിയാത്ത കുറേയധികം മരങ്ങൾ.

"ദാ അതാണെന്റെ അപ്പൻ വറീത്" പാമ്പിന്റെ തെക്കേയറ്റത്ത് വളർന്നു മുറ്റി നിൽക്കുന്ന ചേരുമരത്തെ ചൂണ്ടി കുഞ്ഞൂഞ്ഞേട്ടൻ പറഞ്ഞു. അതു പോലാരുന്നു എന്റപ്പൻ ഘടാഘടിയൻ...മഹാമുഷ്കരൻ...ഓർത്താതന്നെ ചൊറിഞ്ഞുപൊള്ളും...

"കുഞ്ഞുപെണ്ണമ്മയെ ഞാൻ സ്നേഹിക്കുന്നതറിഞ്ഞ അപ്പൻ അന്നു രാത്രി എന്നോട് കാര്യം ചോദിച്ചു. ഞാൻ ഭയന്നുവിറച്ച് മിണ്ടാതിരുന്നു. എന്താ കാരണം? അന്നെനിക്ക് പത്തൊമ്പത് വയസ്സാ. നിനക്ക്

കെട്ടണോടാ? അപ്പൻ ചോദിച്ചു. വേണംന്നോ വേണ്ടാന്നോ ഞാൻ പറഞ്ഞില്ല. അപ്പൻ അമ്മച്ചിയോട് ചോറ് വിളമ്പാൻ പറഞ്ഞു. അമ്മച്ചി ചോറും കറീം വെളമ്പി. സ്റ്റൂളിൽ ഇരിക്കാൻ അപ്പനെന്നോട് കല്പിച്ചു. മുന്നിലെ മേശയിൽ ചോറുകൊണ്ടുവെക്കാൻ അമ്മച്ചിയോടും. അമ്മേച്ചി കിടുകിടാ വിറച്ചു കൊണ്ട് ചോറ് എന്റെ മുന്നിൽ കൊണ്ടു വെച്ചു."

തിന്നെടാ തിന്ന്. ഇത് ഒടുക്കത്തെ അത്താഴവാടാ നിന്റെ എന്നു കേട്ട് ഞാൻ അപ്പനെ നോക്കി. അപ്പന്റെ ഉരുക്കുപോലത്തെ കൈയ്യിൽ ഒരുഗ്രൻ വെട്ടുകത്തി. ഞാൻ ഇരുന്ന ഇരിപ്പിൽ മൂത്രമൊഴിച്ചടാ തന്തോയേ...ഇതൊക്കെ കണ്ടോണ്ട് അനിയച്ചാര് കുഞ്ചെറിയ നിപ്പുണ്ടായിരുന്നു. അവനപ്പോ അലറിക്കൊണ്ട് തൊമ്മിച്ചാ ജനലുവഴി ചാടിക്കൊ... അഴിയില്ലാത്ത ആ ജനലിലൂടെ ഞാൻ പ്രാണനും കൊണ്ട് ഒറ്റച്ചാട്ടം ചാടി. അവിടുന്ന വളക്കുഴീം ചാടിക്കടന്ന് കുറ്റാക്കൂരിരുട്ടിലേക്ക്. വെടിച്ചില്ലുപോലെ വിട്ടു..." കുഞ്ഞൂഞ്ഞേട്ടൻ കൈകൊട്ടി പൊട്ടിചിരിച്ചു. ചുണ്ടും മീശയും തുടച്ചു. അന്ന് പുലർച്ചെ പൊറപ്പെട്ട് പോന്നതാ ഞാൻ. ആ പ്രായംവരെ അധ്വാനിച്ച സംഗതി എന്റെ കഴുത്തേലൊണ്ടാരുന്നു. രണ്ടരപ്പവന്റെ മാല. അതുവിറ്റു. വണ്ടികേറി. തൊള്ളായിരത്തമ്പത്തിനാലിലാരുന്നു അത്. ങ്ങാ എന്റെ കന്നി ഓട്ട് ഇവിടാരുന്നു. ഈയെമ്മസ്സിനും കല്ലളൻ വൈദ്യർക്കും അന്ന് നീലേശ്വരം എന്നാ പറയാ, ആ, ദൊയാംഗ മണ്ഡലമാരുന്നു..."

കഥ പറഞ്ഞു പറഞ്ഞ് കുഞ്ഞൂഞ്ഞേട്ടൻ ഇ. എം. എസ്സിൽ തന്നെ എത്തി. കണ്ണിൽ ആവേശം തിളങ്ങി. "ഓ എന്നാ ഒരു നേതാവാര്ന്നു..."

"കല്ലളൻ വൈദ്യർക്ക് സുഖമില്ലെന്നു കേട്ടു. നല്ല പ്രായായില്ലേ.. ഒന്നു പോയി കണ്ടാകൊള്ളാരുന്നു. ഈയെമ്മസ്സിനെ കാണുമ്പോലെ തന്നേല്ലേടാ തന്തോയേ..."

ഇതെന്തൊരു മനുഷ്യൻ എന്നു വിചാരിച്ച് ഞാൻ നഖം കടിച്ചു തുപ്പി. അപ്പോൾ എന്റെ പുറത്തുതട്ടി മറ്റൊരു മരം ചൂണ്ടിക്കാണിച്ചു പറഞ്ഞു. "അത് കുഞ്ചെറിയ." അത് നെടുങ്ങനെ നിന്ന ഒരുഗ്രൻ ആഞ്ഞിലിയായിരുന്നു. അവനാണ്... അവൻ അപ്പനെയങ്ങ് തട്ടി ജയിലീപ്പോയി..." കുഞ്ഞൂഞ്ഞേട്ടൻ ചുണ്ടുകോട്ടി വികൃതമായി ചിരിച്ചു. "ഇതു കുഞ്ഞുപെണ്ണമ്മ" നിറയെ കായ്ച്ചുനിൽക്കുന്ന ചാമ്പമരത്തെ തലോടിക്കൊണ്ട് കുഞ്ഞൂഞ്ഞേട്ടൻ പറഞ്ഞു. "അവളങ്ങ് നേരത്തെ പോയല്ലോ... ചാമ്പേടെ ആയുസ്സേ ഒണ്ടാര്ന്നുള്ളൂ... എന്നാലേ നെറയെ കായച്ചു... ദേ പോലത്തെ ഭംഗീംണ്ടാര്ന്നു.

കുഞ്ഞൂഞ്ഞേട്ടന്റെ ഭാര്യ കുഞ്ഞുപെണ്ണമ്മയെ കണ്ട ഓർമ്മ

എനിക്കില്ല. സന്നിബാധിച്ച് ചെറുപ്പത്തിലേ മരിച്ചു. തെരേസ്സക്ക് എട്ടോ പത്തോവയസ്സുള്ളപ്പോഴാണത്.

ഒരു മരവും നടാതെ ഒഴിച്ചിട്ടിരിക്കുന്ന സ്ഥലത്ത് പൂതലിച്ച് ജീർണ്ണിച്ച ഒരു വലിയ മരക്കുറ്റിയാണ്. അതൊരു മഹാഗണി മരത്തിന്റെ കുറ്റിയാണ്. ഏകദേശം ഒരു പതിനെട്ട് വണ്ണം കാണും.

"കണ്ടോടാ ജോസൂട്ടി നിക്കുന്നേ. ഞാൻ മലകയറി വന്നപ്പം ആദ്യം നട്ട മരമാണത്. മഹാഗണി. വളർന്നാൽ എനിക്കു തണലാവൂലേന്നു കരുതീട്ട്. പെട്ടെന്ന് വളരും. നല്ല എലച്ചാർത്താ...എല്ലാവർക്കും വേണ്ടത് ഒരു തണലാടാ... ക്ഷീണിക്കുമ്പോ കേറിനിക്കാനൊരിടം. അതും മുറിച്ചു വിറ്റേച്ച് അവൻ നാടുനീങ്ങീലേ..." കുഞ്ഞൂഞ്ഞേട്ടനിൽ നിന്ന് ഒരു നെടുവീർപ്പു വന്നു.

ജോസുകുട്ടി എന്റെ സമപ്രായക്കാരനാണ്. നാട്ടിലെ ഒരു മലവാസി പെൺകുട്ടിയുമായി ഇഷ്ടത്തിലായി. കുഞ്ഞൂഞ്ഞേട്ടൻ ഇതൊന്നും അറിഞ്ഞിരുന്നില്ല. കുഞ്ഞുപെണ്ണമ്മയുടെ അമ്മച്ചിക്ക് ദീനമാണെന്നു വിവരമറിഞ്ഞ് കുഞ്ഞൂഞ്ഞേട്ടൻ അയർക്കുന്നത്തേക്കു പോയി. രണ്ടാഴ്ച അവിടെ തങ്ങേണ്ടി വന്നു. തിരിച്ചെത്തിയപ്പോഴേക്കും ആ മഹാഗണിയുടെ വാടിയ കൊമ്പുകളും ഇലകളുമാണ് ശേഷിച്ചത്. മരം മുറിച്ചു വിറ്റ കാശും കൊണ്ട് ജോസൂട്ടി ആ പെൺകുട്ടിയേയും കൊണ്ട് നാടുവിട്ടിരുന്നു.

"അവനങ്ങനെയൊണ്ടെങ്കിൽ ഒന്ന് പറഞ്ഞാപ്പോരാരുന്നോടാ തന്തോയേ... അപ്പനോട് ചങ്കിന് ചങ്ക് നില്ക്കണം. എതിർത്താ വെട്ടണം. ഞാനെതിർക്ക്വോ...പള്ളിക്കാരോടും പട്ടക്കാരോടും പോകാൻ പറയാനൊള്ള തണ്ടെല്ലിന് ഒറപ്പ് വേണം. അതവനില്ലാര്ന്നു..."

"എന്നാത്തിന്? കർത്താവിനെ കാണാനോ? കർത്താവ് ദാ ഇവിടെയൊണ്ട്." കുഞ്ഞൂഞ്ഞേട്ടൻ ഭൂമിയിലേക്ക് വിരൽചൂണ്ടി. "ഈ മണ്ണില്. വേല ചെയ്യുന്നോറ് മണ്ണാ കർത്താവ്. പട്ടം പറത്തുന്നോർക്ക് ആകോശോം..."

കുഞ്ഞൂഞ്ഞേട്ടനെന്താ പള്ളിയിൽ പോകാത്തത് എന്ന എന്റെ ചോദ്യത്തിനുത്തരമായി പറഞ്ഞു. "അവര്ടെ സെമിത്തേരിം വേണ്ട തെമ്മാടിക്കുഴിം വേണ്ട... ഞാനെന്റെ ശവം മെഡിക്കൽ കോളേജിനു കൊടുക്കും. നമ്മടെ രാമ്മണ്ണറൈ ചെയ്തു മട്ടീല്... പിള്ളേര് കീറിമുറിച്ച് പഠിക്കട്ടേന്നേ... അങ്ങനെ കൊറേക്കാലംകൂടി ജീവിച്ചിരിക്കാലോ തോമസ് കുറില്ല്യമായിട്ട്..."

കൈകൾ തട്ടിപൊട്ടിച്ചിരിച്ചുകൊണ്ട് കുഞ്ഞൂഞ്ഞേട്ടൻ

പറഞ്ഞുകേട്ട് ഞാൻ അമ്പരന്നു നിന്നു. മെഡിക്കൽ കോളേജിലെ കെഡാവറിന് ആളുടെ പേരും അഡ്രസ്സുമൊന്നും ഉണ്ടാവില്ല എന്നെനിക്കു പറയാൻ തോന്നിയില്ല.

ജോസൂട്ടിയെ ഞങ്ങൾ ഒരുപാടുകാലം തേടി. അന്വേഷണത്തിനൊരു ഫലവുമുണ്ടായില്ല. കുഞ്ഞൂഞ്ഞേട്ടൻ പലതവണ പൊലീസ് സ്റ്റേഷൻ കയറിയിറങ്ങി. പൊലീസ് താല്പര്യത്തോടെ അനേക മാസം അന്വേഷിച്ചതയാണറിവ്. ഒടുവിൽ അവരും ഫയൽ പൂട്ടി. അവൻ പുറപ്പെട്ടുപോയതിന്റെ ആറാം വർഷം അതായത് 2001 ആഗസ്റ്റിൽ അവനെ കണ്ടെത്തി. രാമനാഥപുരത്തെ ഏർവാടിയിൽ മാനസികരോഗചികിത്സാകേന്ദ്രത്തിൽ നിന്ന്. ആ സമയം അവിടെ ഒരു തീപിടുത്തമുണ്ടായി ഏറെ പേർ മരിച്ചിരുന്നു. ജോസൂട്ടിയും വൈകാതെ മരണമടഞ്ഞു.

എന്റെ ഓർമ്മയെ ഉലച്ചുകൊണ്ട് കുഞ്ഞൂഞ്ഞേട്ടന്റെ ചിരി ഉയർന്നു. “എന്നതാടാ ആലോചന? കഴിഞ്ഞതൊക്കെ പോട്ടടാ തന്തോയെ.. നമ്മക്കിപ്പഴത്തെ കാര്യം നോക്കാം. ദാ അത് ലോന. എന്റെ കുട്ടിക്കാലത്തെ സുഹൃത്താ.”

ഒരു നെടുങ്കൻ തേക്കുമരം ചൂണ്ടിക്കാട്ടി കുഞ്ഞൂഞ്ഞേട്ടൻ പറഞ്ഞു. നിറയെ ചക്കയുള്ള പടർന്നു പന്തലിച്ച പ്ലാവിനെച്ചൂണ്ടി ഇത് അമ്മാമ്മച്ചി, പേരയെതൊട്ട് ഇത് കൊച്ചുത്രേസ്യ എന്നിങ്ങനെ കുഞ്ഞൂഞ്ഞേട്ടൻ പറഞ്ഞു കൊണ്ടിരുന്നു. ജോസൂട്ടി വെട്ടിയെടുത്ത കുറ്റിനോക്കി. അല്പനേരം നിന്നിട്ട് പറഞ്ഞു. “ഞാനീപറമ്പിൽ കാലുകുത്തിയ അന്ന് നട്ട മരം. എന്റെ കന്നിസന്താനം. അവനെ വെട്ടിവിറ്റേച്ചല്ലേ ജോസൂട്ടി പോയത്. ദാ അതിന്റെ മക്കളാ മേലോട്ട് നോക്ക് ആ കാണുന്നത്...”

ഞാൻ വീട്ടിന്റെ പിന്നിലേക്ക് അല്പം മാറി നിന്നു. ചരിഞ്ഞുയർന്നു പോകുന്ന പറമ്പിൽ മഹാഗണി മരങ്ങളുടെ കാട്. ചെറുതും വലുതും പടർന്നു പന്തലിച്ചതും നെടുങ്ങനെ പോയതും. ആദ്യമായാണ് ഞാനാ പറമ്പിന്റെ പിന്നിലേക്ക് ശ്രദ്ധിക്കുന്നത്...

“ഇതുവെട്ടിവിറ്റാ എനിക്ക് പട്ടിണിയില്ലാതെ ജീവിക്കാം. കൊറേ പേര് വന്നതാ. ഞാൻ കൊടുക്കുവോ എന്റെ മക്കളേ... കടം കയറിയപ്പോ കുന്നിറമ്പിലെ പറമ്പ് ഞാനങ്ങു വിറ്റു...”

ആ പറമ്പിൽ നിന്നാണ് ഞാൻ കശുവണ്ടി കൂട്ടിപെറുക്കിയിരുന്നത്. അവിടെ വെച്ചാണ് ഞാൻ കുഞ്ഞൂഞ്ഞേട്ടനെ പരിചയപ്പെട്ടത്.

മുറ്റത്തുടെ രണ്ടുമൂന്നു പറ്റം താറാവുകൾ തത്തിതത്തി നടപ്പുണ്ടായിരുന്നു. വീടിന്റെ ഇടത്തേ ഭാഗത്ത് ഒരു പട്ടിക്കൂടും അതിൽ രണ്ടു നാടൻ നായയും. കുറച്ചധികം കോഴികൾ നാലുപാടും. അഞ്ചാറുമുയലും

ഒരു പറ്റം ഗിനിക്കോഴികളും പറമ്പിൽ പലയിടത്തായി കണ്ടു. "അതിനെല്ലാം പേരുകളുണ്ട് കൊട്ടോടാ തന്തോയേ...നിനക്കു മനസിലാകത്തില്ല..."

"മേരി..." കുഞ്ഞൂഞ്ഞേട്ടൻ വിളിച്ചപ്പോൾ ഒരു സുന്ദരിയായ ആട് തുള്ളിച്ചാടുന്ന മൂന്നു കുഞ്ഞുങ്ങളേയും കൂട്ടി കുന്നുകയറി വരുന്നതു കണ്ടു. "അതാണു മേരി. എന്റെ പെങ്ങള്."

"'ദോണ്ട് അത് കണ്ടോ...?"

കുഞ്ഞൂഞ്ഞേട്ടൻ ചൂണ്ടിയിടത്തേക്ക്, ഒരു വലിയ വേപ്പിന്റെ കൊമ്പത്തേക്ക് ഞാൻ നോക്കി. എനിക്കൊന്നും കാണാൻ പറ്റിയില്ല. എന്നാൽ കുഞ്ഞൂഞ്ഞേട്ടൻ സൂക്ഷിച്ചു നോക്കാൻ പറഞ്ഞു. അപ്പോൾ കണ്ടു. സുന്ദരികളായ രണ്ട് മഞ്ഞക്കിളികൾ...

"അവയ്ക്കു പേരുണ്ടോ കുഞ്ഞൂഞ്ഞേട്ടാ?"

"ഒണ്ടെടാ ഒണ്ട്." പതിവുപോലെ കൈവീശിക്കൊട്ടിയുള്ള ചിരിയും. "തോമസ് ആന്റ് കുഞ്ഞുപെണ്ണമ്മ...ഹ ഹ ഹ..."

ഞാനും പൊട്ടിച്ചിരിച്ചു. എല്ലാം മറന്ന് ചിരിച്ചു. കെട്ടിപ്പിടിച്ച് ചിരിച്ചു. ഓടിനടന്ന് ചിരിച്ചു. ചിരിയോ ചിരി...

കാറിന്റെ ഗിയർ ഫിഫ്ത്തിലേക്ക് ഇളക്കിത്തട്ടി അയാൾ ചിരിച്ചു. ഓർത്തോർത്ത് ചിരിച്ചു. ഭാര്യയെ അത്യാവശ്യമായി അവളുടെ വീട്ടിൽ കൊണ്ടുവിട്ട് മടങ്ങുകയായിരുന്നു അയാൾ. ലീവിന് നാട്ടിലെത്തിയിട്ട് നാലുദിവസമായി. കുഞ്ഞൂഞ്ഞേട്ടനെ ചെന്നു കാണാത്തതിലുള്ള കുണ്ഠിതമാണ് ഡ്രൈവിംഗിനിടയിൽ ഈ ഓർമ്മകളിലേക്കയാളെ തള്ളിവിട്ടത്. വീട്ടിലെത്തി കുളിച്ച് രണ്ടു കുപ്പി സ്കോച്ചും പൊതിഞ്ഞെടുത്ത് ഉച്ചകഴിയുമ്പോൾ മലകയറണം. എന്നിട്ട് സന്ധ്യയാവുമ്പോൾ ഇറങ്ങാം. കുറച്ചുനേരം കുഞ്ഞൂഞ്ഞേട്ടനൊപ്പമിരുന്നാൽ മനസ്സൊന്നു തണുക്കും. അയാൾ കാർ വേഗം കൂട്ടി. മലകയറി ഒതുക്കുകല്ലിന്റെ താഴെ എത്തി കിതച്ചുകിതച്ച് നിന്നപ്പോൾ മേലെ മുറ്റത്തു നിന്ന് കുഞ്ഞൂഞ്ഞേട്ടൻ കൈമാടി വിളിച്ചു. "കേറിവാടാ മൈരുകളേ, ഒന്നുരണ്ട് കല്ല് എളകിയതാ.. സൂക്ഷിക്കണം..." ശരിയായിരുന്നു കല്ലുകൾ ഇളകിയിട്ടുണ്ട്. അയാൾ ശ്വാസംപിടിച്ച് ഓരോ ഒതുക്കുകളും ചവിട്ടിക്കയറി. നാല്പതിന്റെ മേദസ്സ് അയാളെ ആയാസപ്പെടുത്തി. മുറ്റത്തെത്തി അവിടമാകെ ജീർണ്ണിച്ചിരിക്കുന്നു. മാസങ്ങളായി മുറ്റമോ ചുറ്റുപാടോ വൃത്തിയാക്കിയമട്ടില്ല. വീടും വരാന്തയും അഴുകിമുഷിഞ്ഞ നിലയിലാണ് വാതിൽ തുറന്നു കിടക്കുന്നു.

അയാൾ കുഞ്ഞൂഞ്ഞേട്ടാ എന്നുവിളിച്ച് വരാന്തയിലേക്കു കയറി. കൈയ്യിലെ കുപ്പിയിട്ട സഞ്ചി ഇരുത്തി മേലെ വെച്ചു. വിളിക്ക്

മറുപടിയൊന്നും കിട്ടിയില്ല. അയാൾ തുറന്നു കിടന്ന വാതിലിലൂടെ അകത്തു കയറി. അപ്പോൾ കുഞ്ഞൂഞ്ഞേട്ടൻ ബെറ്റി എന്നു വിളിക്കുന്ന നീണ്ട വാലുള്ള പൂച്ച മ്യാവൂ എന്നു കരഞ്ഞു. വീട്ടിനകത്തും കുഞ്ഞൂഞ്ഞേട്ടനെ കാണാതെ സംശയത്തോടെ അയാൾ മുറ്റത്തേക്കിറങ്ങി ചുറ്റുപാടും കണ്ണോടിച്ചു. വീടിന്റെ കിഴക്കുഭാഗത്തെ തെങ്ങിൻ ചുവട്ടിൽ കത്രീനയെന്ന സുന്ദരിത്താറാവ് കൊക്കികൊക്കി നില്പുണ്ട്. കൂടെ അഞ്ചാറു മക്കളും. ആ നില്പിൽ ഒരു പന്തികേടു തോന്നി അയാൾ അങ്ങോട്ട് നടന്നു. വെട്ടിക്കിളച്ച് തടമാക്കിയതിനാൽ അവിടെ ചെല്ലാതെ ഒന്നും കാണാൻ വയ്യ. തെങ്ങിൻ ചോട്ടിലെത്തിയതും അയാൾ നടുങ്ങി രണ്ടടി പിന്നോട്ട് മാറി. കുഞ്ഞൂഞ്ഞേട്ടൻ അമ്മച്ചിയുടെ പേരിട്ട നിറയെ കായ്ഫലമുള്ള ആ തെങ്ങിൻ ചോട്ടിൽ ഒരു ഒടിഞ്ഞുമടങ്ങിയ അസ്ഥികൂടം അയാൾ കണ്ടു. ഉള്ളിലുടക്കിയ ആന്തലോടെ ദേഹമാസകലം പടർന്ന വിറയലോടെ വീണ്ടും നോക്കി. അപ്പോഴേക്കും അയാൾ ഡോക്ടറുടെ മാനസികാവസ്ഥ നേടിയിരുന്നു. അഴുകിയ ലുങ്കിയും തോർത്തുമുണ്ട്. മരിച്ചിട്ട് കുറഞ്ഞത് രണ്ടുമാസമെങ്കിലുമായിട്ടുണ്ടാവും. അയാൾ കണക്കുകൂട്ടി. സ്കെലിട്ടൺ ഈ അവസ്ഥയിൽ വരാൻ അത്രയും സമയമെടുക്കും. ഇക്കാലമത്രയായിട്ടും ആരും ഇങ്ങോട്ടു കയറിവന്നിട്ടില്ലേ... അയാൾ അന്തിച്ചു നിന്നുപോയി. അനേകലക്ഷം കൃമികീടങ്ങൾക്കു ഭക്ഷണമായിത്തീർന്ന കുഞ്ഞൂഞ്ഞേട്ടനെ അയാൾ ഒന്നുകൂടി നോക്കി.

പിന്നെ പുല്ലുവളർന്ന മുറ്റത്തു നിന്ന് തൊടിയിലും വീട്ടിനു പിന്നിലെ വിസ്തൃതമായ കുന്നിൻ പറമ്പിലേക്കും മഹാഗണി കാട്ടിലേക്കും നോട്ടമയച്ചു. എന്തുചെയ്യും? ആരെ അറിയിക്കും? ഫാദറുടെ നമ്പർ ഇല്ല. വീട്ടിലേക്കു വിളിച്ച് ചർച്ചുമായി ബന്ധപ്പെടാൻ പറഞ്ഞു. കുഞ്ഞൂഞ്ഞേട്ടന് അതിഷ്ടമാവില്ലെങ്കിലും നാട്ടുകാരെ അറിയിക്കാൻ എളുപ്പവഴി അതാണ്. അയാൾ ക്ഷമ ചോദിച്ചു.

കുന്നിറങ്ങി റോഡിലെത്തി. കാറിന്റെ ഡോർ തുറക്കുമ്പോൾ അയാൾക്കു തോന്നി. തോങ്ങുറ് പാറ, കാണണം. നാലുമിനുട്ടുകൊണ്ടയാൾ ആ പാറ നിന്നിടത്ത് എത്തി. താറെരിച്ചിൽ വമിക്കുന്ന വീതിയേറിയ മെക്കാഡം റോഡ് തോങ്ങുറ് പാറയെ മായ്ച്ചുകളഞ്ഞിരുന്നു. അയാൾ കാറിൽ നിന്നിറങ്ങി കണ്ണുമിഴിച്ച് കുഞ്ഞൂഞ്ഞു കല്ല് തേടികൊണ്ടിരുന്നു.

●

ഗേയ്റ്റ്

വെപ്പട്ടെന്നാണൊരു ക്കുട്ടക്കരച്ചിലും ബഹളവും. ബുഫെ പൊയിന്റിൽ നിന്നായിരുന്നു അത്.. സ്ത്രീകളും കുട്ടികളും തിടുക്കപ്പെട്ട് മാറുന്നതു കണ്ടു. ആ ഭാഗത്ത് ഷാമിയാന ഞൊറികളുടെ നിഴൽ വീണതിനാൽ അയാൾക്ക് മറ്റൊന്നും വ്യക്തമായി കാണാൻ കഴിഞ്ഞില്ല. കുടിച്ച ലക്കുകെട്ട വി. ഐ. പി.കളാരെങ്കിലും തിമർക്കുന്നതാവും- അയാൾ ചുണ്ടു കോട്ടി കസേരയിലേക്കു തന്നെ വലിഞ്ഞു.

'സെക്യൂരിറ്റി, സെക്യൂരിറ്റി' എന്ന ആവർത്തിച്ചുള്ള അലർച്ച കേട്ടപ്പോൾ അയാൾക്ക് കിയോസ്കിൽ ഇരിപ്പുറച്ചില്ല. തൊപ്പിയെടുത്ത് തലയിലേക്കമർത്തി ബഹളം കേട്ട ഭാഗത്തേക്ക് ഓടി.

ചടങ്ങിനെത്തിയ അതിഥികൾ ഗാർഡന്റെ പലഭാഗത്തും മദ്യസേവയും പൊങ്ങച്ചം പറച്ചിലുമായി ക്കൂട്ടം ക്കൂടി നിന്നിരുന്നു. അവർ ഒച്ചപ്പാട് കേട്ടതായിപോലും ഭാവിച്ചില്ല. മൊബൈൽ ഫോൺ സല്ലാപം തടസ്സപ്പെട്ടതിൽ ക്രുദ്ധരായി ചിലർ ഉറക്കെ പ്രാകിക്കൊണ്ടിരുന്നു.

അലങ്കാരദീപങ്ങളുടെ പലവർണപ്പൊലിമയിൽ കുളിച്ചിരിക്കയാണ് കൊട്ടാര സദൃശമായ ആ വീടും ചുറ്റുപാടും മുറ്റത്ത് വലതുഭാഗത്തായി വിസ്തരിച്ച് പന്തലിട്ടിട്ടുണ്ട്. പൂന്തോട്ടത്തിന്റെ കിഴക്കേ മൂലയിൽ ഒരുക്കിയ ആഢംബരവേദിയിൽ ഒരു സംഘം ആർത്തട്ടഹസിച്ച് പാടുകയും പലതരം ഉപകരണങ്ങൾ കൊരുത്ത് സംഗീതം ചമയ്ക്കുകയും ചെയ്യുന്നുണ്ട്.

ബുഫെ പോയിന്റിലേക്ക് കുതിച്ചെത്തിയ അയാൾ ഒരു നെടിയ കിതപ്പ് പുറത്തേക്കുതള്ളി. അപ്പോഴാണ് 'സ്കോർപ്പിയോ' പാകിയ നിലത്ത് വീണു പുളയുന്ന വൃദ്ധനെ കണ്ടത്. അയാളെ ചവിട്ടിയുരുട്ടുന്ന രണ്ടു സ്യൂട്ടുധാരികളേയും കണ്ടു. ചുറ്റിലും ക്കൂടിനിന്ന കുറച്ചുപേർ പരിസരബോധമില്ലാതെ പച്ചത്തെറികൾ വിളിക്കുന്നുണ്ട്.

എന്തോ ഒരുൾപ്രേരണയിൽ അയാൾ വൃദ്ധനെ വാരിയെടുത്തു. മുതുകിൽ കിട്ടിയ ചവിട്ടുകളെ നിർവികാരതയോടെ ഏറ്റുവാങ്ങി.

അഹന്തയുടെ മുദ്രകളായി ലാടം തറച്ച ഷൂസിന്റെ പാടുകൾ അയാളുടെ നീല യൂണിഫോമിൽ തെളിഞ്ഞുനിന്നു.

വൃദ്ധന്റെ കോറമുണ്ടും കുപ്പായവും നനഞ്ഞു കുതിർന്നിരുന്നു. ആരോ ആ നേരത്ത് കുപ്പിവെള്ളം പാർന്നതാണ്. കിയോസ്കിലേക്കു നടക്കുമ്പോൾ ചുമലിൽ പതിഞ്ഞു കിടക്കുന്ന വൃദ്ധശരീരത്തിൽ നിന്നു വമിച്ച ക്ഷീണിച്ച ചോരയുടെ ഗന്ധം അയാളെ അസ്വസ്ഥനാക്കി.

പിന്നിൽ നിന്നു കേട്ട ആക്രോശം പൊടുന്നനെ അയാളെ കൊളുത്തിപ്പിടിച്ചു നിർത്തി. ബോസാണ്.

"സ്കൗണ്ട്രൽ, ഐ ടോൾഡ് യൂ...ഇൻവിറ്റേഷൻ കാർഡില്ലാത്ത ആരെയും വിളിച്ചു കേറ്ററുതെന്ന്..."

"സോറി ബോസ്" അയാൾ തിരിഞ്ഞു നോക്കാതെ തന്നെ ക്ഷമാപണം നടത്തി.

"സോമനി ഹൈലി റപ്യൂട്ടഡ് പെർസൺസ് ഹിയർ. യു നോ? അവരെ അപമാനിക്കാനാണോ ഇമ്മാതിരി സാധനങ്ങളെ കയറ്റി വിട്ടത്...?"

"സോറി ബോസ്...ഇദ്ദേഹം..."

"സ്റ്റോപ്പിറ്റ്. ബോസല്ല, ചന്ദ്രബോസ്, ഓർത്തോ നീ..." അയാൾ പല്ലിറുമ്മിക്കൊണ്ട് മുരണ്ടു. ചുമലിൽ വാടികിടക്കുന്ന വൃദ്ധന്റെ ശരീരം ചെറുതായി വിറകൊണ്ടതുപോലെ തോന്നി.

ശകാരത്തിൽ നിന്നു രക്ഷപ്പെടാനുള്ള വ്യഗ്രതയിൽ അയാൾ നടത്തം വേഗത്തിലാക്കി. ബുഫെ പോയിന്റിൽ അപ്പോഴും ഒച്ചപ്പാട് ശമിച്ചിരുന്നില്ല. തെറിയുടെ പൂരമാണ് പലഭാഷകളിൽ വൃദ്ധനെ ചവിട്ടിത്തേച്ച രണ്ടു മാന്യന്മാരുടെ ടൈയിലും സ്യൂട്ടിലും ഭക്ഷണാവശിഷ്ടങ്ങൾ പറ്റിയിരുന്നത് ആ ബഹളത്തിനിടയിലും അയാൾ ശ്രദ്ധിച്ചിരുന്നു. അതാവും പ്രകോപന കാരണം. ഈ സാധുവിന് അബദ്ധം വല്ലതും പറ്റിയോ...

സെക്യൂരിറ്റി കിയോസ്കിലെത്തിയ ശേഷം അയാൾ തുവൽക്കനം പോലുമില്ലാത്ത വൃദ്ധനെ തന്റെ കസേരയിൽ പതുക്കെ ചാരിയിരുത്തി. കടവായിലും മുഖത്തും പുരണ്ട പൊടിമണ്ണും ചോരയും തുവാലകൊണ്ട് തുടച്ചു കൊടുത്തു. ഒരു ഗ്ലാസിൽ വെള്ളം പകർന്ന് വൃദ്ധന്റെ ചുണ്ടോടു ചേർത്തു. മുഴുവനായും കുടിക്കുന്നതുവരെ പുറത്ത് തടവിക്കൊണ്ടിരുന്നു.

അല്പം കഴിഞ്ഞ് വൃദ്ധൻ കണ്ണുതുറന്നു. ദേഹവും വല്ലാതെ വിറച്ചു: "ഒരു പിടി ചോറുണ്ണാൻ കൊതിച്ചിട്ട് വന്നതാ. ഇന്നവന്റെ കുട്ട്യോൾടെ പിറന്നാളല്ലേ..." ശ്വാസം വിലങ്ങിയപ്പോൾ വൃദ്ധൻ തുടർച്ചയായി

ചുമച്ചു.

"പന്ത്രണ്ടുകൊല്ലത്തെ എന്റെ പ്രാർത്ഥനേന്റേം വഴിപാടിന്റേം ഫലമാ ആ മക്കള്... വെറും ചികിത്സ മാത്രം പോരല്ലോ രാഘവാ..." വൃദ്ധൻ അയാളുടെ പള്ളയിലേക്ക് പതുക്കെ ചാഞ്ഞു. "ഇരട്ടകളാ, ചോതി നക്ഷത്രത്തില്... ഇന്നേക്ക് ആറു വയസ്സായി... ആറു വയസു ള്ളപ്പോഴാ അവൻ തോട്ടിലൊലിച്ചു പോയത്. ഭാഗ്യത്തിനാ ജീവൻ തിരിച്ചു കിട്ടിയത്..." വൃദ്ധന്റെ ശബ്ദം നേർത്തു നേർത്തു വന്നു.

രാഘവൻ എന്നാണ് തന്റെ പേരെന്ന് അപ്പോഴാണ് അയാൾ ഓർത്തത്. ഇവിടെ വന്നതിനു ശേഷം 'സെക്യൂരിറ്റി' എന്ന ആക്രോശമാണ് അയാളുടെ പേര്. ഒറ്റത്തടിയായതിനാൽ ഇവിടുത്തെ സെക്യൂരിറ്റി കിയോസ്കിൽ ഒരു കാവൽനായയെപ്പോലെ ചങ്ങലപ്പെട്ടു കിടക്കുകയാണ് അയാളുടെ ജീവിതം. രക്ഷപ്പെട്ടു പോകണമെന്ന് ഒരിക്കലും അയാൾ ആഗ്രഹിച്ചിട്ടുമില്ല.

കണ്ണിലൂറിയ നനവ് വൃദ്ധന്റെ ചോരപുരണ്ട തുവാലകൊണ്ടുതന്നെ അയാൾ തുടച്ചു.

"ചോറൊന്നുമുണ്ടാര്ന്നില്ലെടോ... കാലൊന്നിടറി. തിന്നാനെന്തോ എടുത്തത് അവര്ടെ ദേഹത്തായി. ഒക്കെ എന്റെ തെറ്റന്ന്യാ. കണ്ണിനൊന്നും തെളിച്ചൂലാണ്ടായി..." തളർന്ന ശബ്ദം അപ്പുറത്തുനിന്നും മുഴങ്ങിയ ഭ്രാന്തൻ സംഗീതത്തിൽ മുങ്ങിപ്പോയി

ഒന്നും പറയാനാവാതെ അയാൾ വൃദ്ധനെ ചേർത്തു പിടിച്ചു. "മതിയായി രാഘവാ..ഞാനിറങ്ങ്വാ. പോണം ഇനീടെ നിക്ക്ന്നത് ശരില്ല്യ..."

വിലക്കാൻ അയാൾക്കു കരുത്തുണ്ടായിരുന്നില്ല. അയാളും പിന്നാലെയിറങ്ങി കനത്ത ഇരുമ്പുഗേറ്റ് തുറന്നു കൊടുത്തു.

"ഗ്രാൻപ്പാ.." പെട്ടെന്നാണ് തെല്ലകലെ കോർട്ട്‌യാർഡിൽ നിന്ന് രണ്ട് കുഞ്ഞുശബ്ദം ഉയർന്നുകേട്ടത്. വൃദ്ധൻ വേഗം ഗേറ്റ് തള്ളിയടച്ച് റോഡിലേക്കിറങ്ങി. ഞൊടിനേരം നിന്ന് തിരിഞ്ഞുനോക്കി. ശോഷിച്ച കൈകൾ ഉയർത്തി വീശി. പിന്നെ വിളക്കുകാലുകൾക്കുമപ്പുറം തന്നെ കാത്തിരിക്കുന്ന ഇരുട്ടിലേക്ക് ധൃതിപ്പെട്ട് നടന്നു.

കിയാസ്കിനടുത്ത് ഓടിക്കിതച്ചെത്തിയ കുട്ടികൾ സങ്കടം പറഞ്ഞ് തിരിഞ്ഞു നടക്കുമ്പോൾ അയാളുടെ ആർദ്രമായ നോട്ടം വൃദ്ധൻ തള്ളിയടച്ചുതാഴിട്ട ആ കൂറ്റൻ ഇരുമ്പുഗേയ്റ്റിലാണ് തറച്ചു നിന്നത്.

●

സംഭവബഹുലം

സിനിമാക്കാരനാകുമെന്നറിഞ്ഞിരുന്നെങ്കിൽ താൻ ജീവിതം കുറച്ചുകൂടി സംഭവബഹുലമാക്കുമായിരു ന്നെന്ന് ശ്രീനിവാസൻ മുമ്പൊരിക്കലടിച്ച കമന്റ് ഞങ്ങൾക്കു സിനിമാക്ലാസെടുക്കാൻ വന്ന സാറു പറഞ്ഞാരുന്നേ. ശ്രീനിവാസന്റെ സിനിമകളിൽ മിക്കതിലും കാണിച്ചേക്കുന്നത് സ്വന്തം ജീവിതത്തിലുണ്ടായ സംഭവങ്ങളാണല്ലോയെന്ന് ഇന്റർവ്യൂക്കാരൻ ചോദിച്ചപ്പോഴാ അദ്ദേഹം ഇങ്ങനെ പറഞ്ഞതേ. എനിക്കു ശ്രീനിവാസന്റെ സിനിമകളൊക്കെയിഷ്ടവാ. കോമഡീം. സത്യം പറഞ്ഞാ എനിക്ക് അല്പസ്വല്പം സിനിമാപ്രാന്തൊണ്ട്. ടീവിലും വീക്ലീലുമൊക്കെക്കാണുന്ന പുത്തൻഡ്രസ്സുകളും മോഡലിംഗും ഫോട്ടോഷൂട്ടുമൊക്കെ എല്ലാരേം പോലെ ഞാനും ശ്രദ്ധിക്കാറൊണ്ട്. എന്റെ അടുത്ത ഫ്രണ്ടാ ടീന. അവക്കുമൊണ്ട് കുറേ പ്രാന്ത് അവളെന്നെ ചിന്നൂന്നാ വിളിക്കുവാ. അവള് മോഡലിംഗ് ചെയ്യുന്നൊണ്ട്. പ്രൊഫഷണലല്ല കേട്ടോ. അവക്ക് ഹിന്ദിനടൻ ജോൺ എബ്രഹാമിനോടു ഭീകര ആരാധനയാ. എനിക്കും ഇച്ചിരെ ഭ്രമമൊക്കെയൊണ്ടേ. അവക്ക് ശരിക്കും വട്ടാ. ഹോസ്റ്റലിലെ റൂമില് മുഴുക്കെ അയാൾടെ ഫോട്ടോ ഒട്ടിച്ചിരിക്കുവാ. എനിക്കെന്നാലും കുഞ്ചാക്കോ ബോബനേയാ കൂടുതലിഷ്ടം. മൊകത്ത് ഒരു നിഷ്കളങ്കതയൊണ്ടല്ലോ. ജോൺ എബ്രഹാമിനെ ഇന്ത്യയിലെ മെയിൽ സെക്സി ഫിഗറായി കൊറേ കൊല്ലം മുമ്പ് ഒരു മാഗസിൻ സെലക്ടു ചെയതിട്ടൊള്ളതാന്ന് ടീന പറയാറൊണ്ട്. കൊള്ളാവുന്ന ഫിഗറാണെന്നെനിക്കും തോന്നീട്ടൊണ്ട് കേട്ടോ. അയ്യോ സോറി. സിനിമായി കുടുങ്ങിപ്പോയി പറഞ്ഞു പറഞ്ഞ്.

ഞാനും ടീനയും ക്ലാസ് ബോറടിക്കുമ്പോ മുങ്ങി സിനിമായ്ക്ക് പോവുമേ. വല്ല ഹിന്ദി പടമോ ഇംഗ്ലീഷ് പടമോ ആണ് കാണുവാ. അതൊന്നുമില്ലേല് മലയാളം പടം കാണും. ക്ലാസുകള് ബോറാന്നാലും ചെല സാറന്മാര് കൊള്ളാവേ. ക്ലാസില്ലാത്തപ്പോ ക്യാമ്പസീ കറങ്ങി ആമ്പിള്ളേരെ ചുറ്റിക്കലാ പ്രധാന ഹോബി. ചെറുക്കന്മാരൊക്കെ

ഗേൾസിനെ മണപ്പിച്ച് നടക്കുന്നൊണ്ടാകും.

കോളേജ് വിട്ടാ വൈകീട്ട് ടൈറ്റ് ജീൻസും ടോപ്പുമൊക്കെയിട്ട് അടിപൊളിയായി സിറ്റിയിലേക്കിറങ്ങും. പാർക്കിലോ മാളുകളിലോ കറങ്ങിനടക്കും. വായ്നോട്ടവും കമന്റടികളുമൊക്കെ എൻജോയ് ചെയ്യ്. അതൊരു രസവാ. ചോക്കോബാറ് തിന്നപോലെ. തരത്തിന് പിസ്സായും ബർഗറുമൊക്കെ തട്ടി ഒത്താലൊരു ബിയറും കേറ്റിയാണ് ഹോസ്റ്റലിലേക്ക മടങ്ങുവാ.

ഇതുകൊണ്ടൊന്നും ജീവിതം സംഭവബഹുലമാക്കാനൊക്കി ല്ലെന്ന് എനിക്ക തോന്നി. മോണോട്ടണസ്. എന്തൊരു ബോറൻ ലൈഫ്. കന്യാസ്ത്രീമഠംകാരുടെ ഹോസ്റ്റലായതുകൊണ്ടേ, ചിട്ടക ളൊക്കെ കരിശ്ശുപോലാ. ചൊമന്നേ ഒക്കു. രാവിലെ അഞ്ചുമണിക്ക് എണീക്കുവാ. കക്കൂസീ പോകുവാ, കുളിക്കുവാ, പ്രാർത്ഥിക്കുവാ, ഏഴരയാകുമ്പോ തീറ്റയെടുക്കുവാ, കോളേജീ പോകുവാ... രാത്രി പതിനൊന്നിന് ലൈറ്റ് ഓഫ്. കെടുക്കുവാ ഒറങ്ങുവാ അത്രതന്നെ. ഒരേ ആവർത്തനം. പണ്ടൊരു പട്ടര് ഡയറിയെഴുതിയ കഥപോലെ. ആദ്യമൊക്കെ നന്നായി എഴുത്തു നടത്തി. പിന്നൊരിക്കൽ വായിച്ച പ്പോ പട്ടർക്ക മനസ്സിലായി എല്ലാ ദെവസവും ഒരേ പോലെയാണ ല്ലോന്ന്. പിന്നീടെന്നും 'ഇന്നലത്തേപ്പോലെ, ഇന്നലത്തേപ്പോലെ,' എന്നാണെഴുതിയേ.. എന്തൊരു തമാശ...

ലൈഫങ്ങനെ സംഭവബഹുലമാക്കും എന്നാലോചിച്ച് സത്യ ത്തിലെനിക്ക ടെൻഷനായേ. എയ്ജ് റ്റ്വന്റിവണ്ണായി. കോഴ്സ് തീരാറായി. വീട്ടിലിരിപ്പായ അപ്പൻ കെട്ടിച്ചുവിടും. പിന്നേ ഏതെങ്കിലും ഒരുത്തന്റൊപ്പം ജീവിതകാലം മുഴക്കേ. അവന് ചൊറൊണ്ടാക്കുവാ, കാപ്പി അനത്തി കൊടുക്കുവാ, അലക്കുവാ, പെറുവാ... ജോലിക്ക വിടാനുള്ള ചാൻസ് കൊറവാ. അപ്പനങ്ങന ത്തെ കൊമ്പത്തേ പിടിക്കത്തൊള്ളൂ. അതെനിക്കുറപ്പാ. വെല്ല്യപുള്ളി കൈപ്പട്ടൂരവറാന്റെ പാരമ്പര്യമല്ലേ. പണ്ടഞ്ചാറാനയൊക്കെ ഒണ്ടാരു ന്നത്രെ. ഭാഗം പിരിഞ്ഞു പിരിഞ്ഞപ്പോ അത്ര മുഴുത്ത സ്വത്തൊന്നും ഇല്ലായേ. അപ്പനെന്നാലും ആനപ്പൊറത്തിരുന്ന തഴമ്പാ...

എന്റമ്മച്ചി ആളു സുന്ദരിയാ. ആ നെഗളിപ്പുമൊണ്ട്. അമ്മച്ചീടമ്മ ച്ചീടെ രൂപമായെനിക്കെന്ന് അമ്മച്ചി പറയാറൊണ്ട്. എന്നേക്കണ്ടാ പാവങ്ങടെ കത്രീനാ കൈഫെന്നാ ഫ്രണ്ട്സ് കളിയാക്കുവാ. കയ്ഫും പുളിപ്പുമൊന്നുമല്ലേലും ത്തീരിശ്ശെ കാണാൻ കൊള്ളാമെന്ന് എനിക്ക തോന്നാറുണ്ടേ. കണ്ണാടീടെ മുന്നീച്ചെന്നു നിന്നാ ഞാനാളാകെ മാറുവേ. അടിമുടി അളന്നുമുറിച്ച് നോക്കും. കൊള്ളാവോയെന്ന്. കണ്ണാടിയെന്നെ സമാധാനിപ്പിക്കും. കൊള്ളാമെടീ എന്ന്. ചങ്കേല്,

കണ്ടോ ചങ്കേലിരിക്ക്ന്ന മറ്ക്... അതാണെന്റെ കോൺഫിഡൻസ്. ബ്യൂട്ടിസ് പൊട്ടെന്നാ അവൻ കളിയാക്കുന്നേ. ഇതിനു ഭയങ്കര ഭംഗിയുണ്ടെന്നാ എപ്പോഴും പറയുവാ. ചെല എമ്പോക്കികളേ ചെലപ്പോ നെഞ്ചത്തേക്കു തുറിച്ചു നോക്കുവേ. വഷളന്മാര്. എനിക്ക് നാണം വരുവേ. മുഴുത്തതാണെന്നു പറഞ്ഞ് സമാധാനിപ്പിക്കും. ആമ്പിള്ളേര് ആർത്തിയോടെ നോക്കുമ്പോ ഒരു രസമൊക്കെയുണ്ട്. ഞാനങ്ങറിയാത്ത മട്ടില് നില്ക്കുവാ. എല്ലാ പെൺപിള്ളാർക്കുമൊണ്ട് ഈ സൂക്കേട്. എന്നിട്ടു ചുമ്മാ കൊണവതിയാരം പറയും. പൂച്ച പാലു കുടിക്കുന്ന ടൈപ്പ്.

കോളേജിലൊള്ള ആമ്പിള്ളേരിൽ മുക്കാപ്പങ്കും പാവങ്ങളാ. പക്ഷേ ചെലവന്മാരുണ്ട്. വീരന്മാരാ. തരംകിട്ടിയാ മൊതലെടുപ്പാ. കയ്യില് ദമ്പടി കാശുണ്ടാകുമേ. കാറും ബൈക്കും... ലോവേസ്റ്റ് പാന്റും..വലിയ വെലേള്ള മൊബൈലും. മൊബൈലിന്റെ കാര്യം പറഞ്ഞപ്പോഴാ ഓർക്കുന്നേ. ചെലവന്മാരുടെ മൊബൈലിനാത്ത് മറ്റേ സംഗതികളൊണ്ട്. ബ്ലൂ. ചെല ഫ്രണ്ട്സിന്റെ ഫോണില് ഞാനും രഹസ്യമായി കണ്ടിട്ടൊണ്ടേ. അപ്പനോട് പറഞ്ഞ് പതിനാറായിരം രൂപ വെലയൊള്ള മൊബൈലു ഞാനും വാങ്ങിച്ചു. എന്തിനാ നമ്മള് മറ്റോരോരുത്തരുടെ മുമ്പില് താഴുന്നേ. പക്ഷേ ഞാൻ വൃത്തികേടുകളൊന്നും ഫോണീ കേറ്റിയില്ല. കൊച്ചു കുഞ്ഞിന്റെ മൊകം പോലെയായിരുന്നേ ആ ഫോണ്. നല്ല മിനുസം.

അപ്പനെന്നെ വലിയ ഇഷ്ടവാ. ഞാനെന്നാ ചോദിച്ചാലും നടത്തിത്തരും. എന്നാ വേണമെന്നു പറഞ്ഞാലും. വാങ്ങിച്ചേച്ചുവരും. ജീൻസും ടോപ്പും ചുരീദാറും മിഡീം ഒക്കെ. വേണ്ടതെന്നാന്നുപറഞ്ഞാ മതി. നല്ല ഫോണുവേണമെന്നു പറഞ്ഞു. ഓക്കേ, വാങ്ങിച്ചേച്ചു തന്നു. അപ്പന് വലിയ പഠിത്തമൊന്നുമില്ലാരുന്നേ. പഠിക്കാനൊത്തില്ലെന്നാ അപ്പൻ പറയുന്നേ. കുടുമ്മത്തീ മൂത്തയാളാ. ജോലിയൊന്നും നോക്കിയില്ലേ. കൃഷിതന്നെ കൃഷിയിലപ്പൻ യന്ത്രവാ. മെനക്കേടില്ലാതെ പണിയും. മൂന്നാലേക്കറ് റബറൊണ്ട്. പിന്നെ തെങ്ങും അടയ്ക്കാമരവും മൊളകും എല്ലാമൊണ്ട്ത്തിരീശെ. അപ്പന്റെ കൈക്കൊണമാ. അപ്പന് കൃഷിയേല് മാത്രമല്ല കമ്പം. ശകലം- നാട്ടു ചികിത്സേം ഒണ്ട്. മഞ്ഞപ്പിത്തത്തിനേ ഒന്നാന്തരം പച്ചമരുന്നു ചികിത്സ അപ്പനറിയാം. പാരമ്പര്യമായി കിട്ടിയതാ. കുടുമ്മത്തില് മൂത്ത മകനാ. മരുന്നിന്റെ അവകാശം. അതുമാത്രമല്ല. മറ്റൊന്നു കൂടിയൊണ്ട് അത് രഹസ്യവാ, പറയാൻ കൊള്ളുവേല. പിന്നേ, അപ്പന് ആൺമക്കളില്ലാത്തതുകൊണ്ട് ഇനി എനിക്കാ മരുന്നുപാകം കിട്ടാനവകാശം. അപ്പന്റെ മരുന്ന് ഇന്നേവരം പെഴച്ചിട്ടില്ല കേട്ടോ. അതാ ഞാമ്പറത്ത കൈക്കൊണം.

എന്റെപ്പൻ അമ്മച്ചിയ കെട്ടിയതെങ്ങനാന്നറിയാമോ..? അമ്മച്ചി

നൂറുതവണ പറഞ്ഞു കേട്ടതാ. അമ്മച്ചിക്ക് പത്തിപ്പഠിക്കുമ്പോഴ് മഞ്ഞപ്പിത്തം വന്നേ. കണ്ണും ദേഹവുമൊക്കെ മഞ്ഞച്ചിരിക്കുവാരുന്നേ. അന്ന് അപ്പന്റപ്പന്റെ പ്രതാപകാലവാ. പള്ളീലച്ചൻ വല്ല്യപ്പനെ വിളിച്ച് പറഞ്ഞു. കോശിയേ, ആ മുള്ളുവെലങ്ങിയിലെ ഈപ്പച്ചന്റെ മകള് ബെറ്റിക്ക് എന്തോ വയ്യായ്ക. കണ്ണും മൊകവുമൊക്കെ മഞ്ഞച്ചിരിക്കുവാ. പിത്തവാന്ന തോന്നുന്നേ. കോശി ചെന്നൊന്നു നോക്കണം. വല്ലയപ്പൻ ചെന്നപ്പോഴെന്താ കഥ. കുട്ടിക്യൂറാ പൗഡറിന്റെ ഡപ്പിപോലെ മഞ്ഞച്ചിരിക്കുവാ അമ്മച്ചി. കയ്യേലേ നഖവും കണ്ണും സൂക്ഷിച്ചൊരു നോട്ടം നോക്കി. പുലർച്ചെ യൂറിനിൽ രണ്ടുമൂന്നു വറ്റുകളിട്ടു. പിന്നെ കസേരയിലിരുന്നൊന്നു മുറുക്കി. ഒന്നും മിണ്ടാതെ എറങ്ങിയൊറ്റ നടത്തവാരുന്നേ.. അപ്പഴ് ഉച്ച നേരവാ. എല്ലാവരും ആശ നശിച്ച് നെലോളി തൊടങ്ങിയപ്പഴ് ദാ വരുന്നു അഞ്ചരമണിക്ക് വല്ല്യപ്പൻ. ഉച്ചിയേലെന്തോ മരുന്ന് അമർത്തിത്തിരുമ്മി. തളിർവെറ്റയില് പൊതിഞ്ഞ് എന്തോ മര്ന്ന് കഴിക്കാൻ കൊടുത്തേ. അങ്ങനേയൊള്ള മൂന്നെണ്ണം ദെവസേന ഓരോന്നു വെച്ച് കഴിക്കാനും കൊടുത്തേ. അമ്മച്ചീടപ്പൻ തൊഴുതു കൊണ്ടാണതു വാങ്ങിച്ചേ. കാപ്പി, ചായ, മീന്, മൊട്ട, എറച്ചി ഒന്നും തിന്നരുതെന്നു വെലക്കി. പിത്തം ആറു ദൈവസം കൊണ്ട് മീനച്ചിലാറ് കടന്നങ്ങ് പോയേ. പിന്നീട് പള്ളിയേല് അമ്മച്ചീടപ്പനെ കണ്ടപ്പോഴ് വല്ല്യപ്പൻ അപ്പനുവേണ്ടി അമ്മച്ചിയേ ചോദിച്ചേ. അമ്മച്ചീടപ്പൻ ഒട്ടും മടിക്കാതെ കൊടുക്കേം ചെയ്തു. വല്ല്യപ്പൻ തിരിച്ചുകൊടുത്ത ജീവനല്ലേ. കടപ്പാട് തീരുവോ?...

അന്നപ്പന് മുപ്പത്തഞ്ചാ വയസ്സ്. അമ്മച്ചിക്ക് പതിനഞ്ചും. എന്തോന്നൊരുകാലം.. അഞ്ചാറുകൊല്ലം കുട്ടികളൊണ്ടായില്ല. പിന്നെ ഞാനൊണ്ടായി. നാലുവർഷം കഴിഞ്ഞ് ചറപറാ മൂന്നെണ്ണം. ഞാനടക്കം ഒണ്ടായ നാലും പെണ്ണ്. എന്നാലും അപ്പെനെല്ലാരേം പഠിക്കാൻ വിട്ടേ. അതീ ഞാനേ പെഴച്ചുപോയൊള്ളൂ.

ഞാനെങ്ങനാ പെഴച്ചേ. ലൈഫ് സംഭവ ബഹുലമാക്കണം എന്നൊരു കൊതികൊണ്ടാരുന്നില്ലേ. അതിനെന്നെ കുറ്റപ്പെടുത്താവോ...?

ഞാൻ ജനിച്ചതിന്റെ പന്ത്രണ്ടാം നാളാണ് അമ്മച്ചിടനിയത്തി ഒളിച്ചോടിയേ. എറണാകുളത്തെ കോളേജില് ഡിഗ്രിഫൈനലിയറ് പഠിക്കുമ്പോഴാ സംഭവം. അക്കാലത്ത് ഹിറ്റായ ഒരു സിനിമാ എറങ്ങീട്ടൊണ്ടാരുന്നേ. സൂര്യപുത്രിക്ക്. അതുകണ്ട് ആവേശം മൂത്തിട്ടാ ഓരോരോ പരിപാടികളൊപ്പിച്ചോണ്ടിരുന്നേ. രാത്രി ഹോസ്റ്റലീന്ന് ചാട്ടവും കറങ്ങലും സിനിമകാണലുമൊക്കെ പതിവാ. ആന്റീം ഫ്രന്റ്സും ഹോസ്റ്റലീന്ന് സിഗരറ്റ് വലിക്കുവാ, ബിയറ് കുടിക്കുവാ ഇതൊക്കെയാ പരിപാടിയൊണ്ടാരുന്നേ. കൊറേയായപ്പോ

കോളേജീന്നും ഹോസ്റ്റലീന്നും പൊറത്താക്കി. ആന്റിക്കൊണ്ടോ വല്ല കൂസലും. വീട്ടിലോട്ടുപോയാലല്ലേ പിടിക്കാൻ പറ്റൂ. ഒടനെ പരിചയമുള്ള ഒരുത്തനേയും ചൂണ്ടി സ്ഥലം വിട്ടു. അതുകൊണ്ടിപ്പോ ഴെന്നാ...? ആന്റീം ഫാമിലിം ഓസ്ട്രേലിയായില് അന്തസ്സായി ജീവിക്കുവാ.. ക്രിസ്തുമസ്സിനൊക്കെ നാട്ടീവരും. ഇപ്പോഴെന്തൊരു നെലം വെലേമാ...! ആന്റി എന്നോട് പഴയ വേലത്തരങ്ങളും വെളച്ചി ലുകളുമൊക്കെ പറയുവേ. അതൊക്കെ കേൾക്കുമ്പോ ഭയങ്കര ത്രില്ലാ. ആന്റിയാണ് എന്റെ റോൾ മോഡല്, ചെറുപ്പത്തില്. ഞാനേ ആ സിനിമാ ടീവില് നാലഞ്ചുതവണ കണ്ടിട്ടൊണ്ട്. അമലേടെ മായാവി നോദിനി സൂപ്പറായിട്ടൊണ്ട്. ആങ്ഹാ.. ഞാനാദ്യം കണ്ട സിനിമാ അനിയത്തിപ്രാവാ. അമ്മേച്ചി കൊതിപറഞ്ഞു നിർബന്ധിച്ചിട്ടാണ് അപ്പൻ സിനിമാക്കു കൊണ്ടുപോയേ. പൊടികുഞ്ഞുങ്ങളാ അന്ന് അലീനയും ജലീനയും. എന്തോരം നെലവിളിയാരുന്നു. ഇപ്പഴ് ആ ഫിലിം ടിവീല് വരുമ്പോ ഞാനവരെ അതും പറഞ്ഞ് കളിയാക്കാ റൊണ്ട്. എന്റെ പിഴ... എന്റെ വലിയ പിഴ. എനിക്ക് കുടിക്കാനിച്ചിരെ വെള്ളം തരാവോ..?

താങ്ക്സ്... തൊണ്ട വരണ്ടിരിക്കുവാരുന്നേ...

നാലു പെൺമക്കളായതുകൊണ്ട് അമ്മച്ചിക്കെപ്പോഴും ആധിയാ. സൂക്ഷിക്കണേ ശ്രദ്ധിക്കണേന്നൊക്കെ എപ്പോഴും പറേം. പണ്ട് ആന്റി ചാടിപ്പോയതിന്റെ ഓർമ്മ കൊണ്ടാവും. അമ്മച്ചീടെ വെപ്രാളോം ആധീം കാണുമ്പോ എനിക്കു ചിരിക്കാനാ തോന്നുവാ. അമ്മേച്ചീടെ കാലത്തെ പെൺകുട്ടികളാണോ ഇന്നൊള്ളത്. കല്ല്യാണം കഴിഞ്ഞ പതിനഞ്ചാം വയസ്സിലൊക്കെ അമ്മച്ചി എന്തോരം വെപ്രാളം കാട്ടീ ട്ടൊണ്ടാകും. എടക്കു വഴക്കു പറേമെങ്കിലും അമ്മച്ചി ആളു പാവമാ. പെൺമക്കളു പെര നെറയുമ്പോ ആർക്കുമൊണ്ടാവില്ലേ വേവലാതി... ഉവ്വാ..

വീട്ടില് ചെന്നാ ഞാനിങ്ങനൊയൊക്കെ ആലോചിച്ച് ച്ചിരെ വെഷമിക്കും. വീടുവിട്ടാ തീർന്നു. ചെല പെൺകൊച്ചുങ്ങളെ കണ്ടി ട്ടില്ലേ. റയിൽവേ സ്റ്റേഷൻ വരെ കൊണ്ടുവിടാൻ വന്ന അപ്പനേം അമ്മച്ചിയേം കെട്ടിപ്പിടിച്ച് കരേം. ട്രെയിനി കേറിയാപ്പിന്നെ തീർന്നു കണ്ണീരും പൂകിലും. പിന്നെ ഏതെങ്കിലും ചെറുക്കന്മാരുടെ മുതുകത്താ കെടപ്പ്. ചക്കരേ തേനേ പാലന്നൊക്കെ. ചെറുക്കൻമാരില്ലേല് ഫോണിലായി കൊഞ്ചൽ. ഞാനും ഏതാണ്ടിങ്ങനൊക്കത്തന്നാ. പിന്നെന്തിനാ മറ്റുള്ളോരെ കുറ്റം പറയുന്നേ.

ലൈഫ് കുറച്ചുകൂടി സംഭവബഹുലമാക്കുന്നതിന് ഞാൻ ടീനയുമായി കൂടിയാലോചിച്ചു. അവൾക്കും സെയിം അവസ്ഥയാ.

ബോറടി ഒരു ദിവസം ആർക്കേഡിയ ഹോട്ടലീന്ന് പിസ്സയും ബർഗറും കഴിച്ച് രണ്ടു കുപ്പി ബിയറും കേറ്റി ഹോസ്റ്റലിലേക്കു മടങ്ങുമ്പോഴാണ് ഞങ്ങൾ പ്രേമം തൊടങ്ങാൻ പദ്ധതിയിട്ടത്. പ്രേമിക്കേണ്ട പ്രായത്തിൽ പ്രേമിക്കണമെന്ന് ഞങ്ങൾ തീരുമാനിച്ചു. അസ്ഥിക്കു പിടിച്ചുള്ള പ്രേമമൊന്നുമല്ലേ. ഒരാളെ മാത്രം പ്രേമിച്ച് ജന്മം കളയാനുമല്ല. പറ്റുന്നേത്രം കോന്തന്മാരെ പ്രേമിച്ച് കാര്യങ്ങൾ സംഭവബഹുലമാക്കുക അത്രതന്നെ. 'ബോയിംഗ് ബോയിംഗ്' സിനിമയിലെ മോഹൻലാലിനെപ്പോലെ. എന്താ നമുക്കും ഇതൊന്നും പറ്റത്തില്ലേ എന്നാണ് രണ്ടു ബിയറുപോലെ നുരഞ്ഞുകൊണ്ട് ഞങ്ങളങ്ങോട്ടുമിങ്ങോട്ടും ചോദിച്ചതേ...

അങ്ങനെ വാലന്റൈൻസ് ഡേയില് വി ഫോർമലി ഇനാഗുറേറ്റഡ് ഔർ ലൗവ് മിഷൻ. വാലന്റൈൻ ഫാദർ പൊറുക്കട്ടെ.

ടീന എന്നേക്കാൾ ഇച്ചിരെക്കൂടി വെളുത്ത സുന്ദരിയാ. ദെവസം കഴിന്തോറും അവൾക്കും കാമുകന്മാരു കൂടി. അഞ്ചാറുപേരെ വളയ്ക്കാനേ എനിക്കു കഴിഞ്ഞൊള്ളൂ. അത്രമതി. എല്ലാരേം മാനേജ് ചെയ്യേണ്ടതിന്റെ വെഷമം ഞാനോർത്തു. കോളേജിലെ പയ്യന്മാരെ ഞങ്ങളൊഴിവാക്കിയാരുന്നു. പൊറത്തുള്ളവരേയാണു പ്രിഫറു ചെയ്തത്. കാരണം കാമുകന്മാരു തമ്മിലറിയരുതല്ലോ.

എന്റെ കഴിവിന്റെ പരമാവധി ഞാനല്ലാരോടും കൊഞ്ചിക്കൊഴഞ്ഞു തൃപ്തിപ്പെടുത്തി. എന്റെ മൊബൈലിൽ ആറുപേരും മത്സരിച്ച് കാശു റീചാർജ്ജു ചെയ്തുതന്നു. പിന്നെ മൊബൈലീവരുന്ന മിസ്കോളു മുഴുവൻ ഞാൻ ചുമ്മാ തിരിച്ചു വിളിക്കുവേ. എന്തോരം സ്ത്രീലമ്പടന്മാരാ നമ്മുടെ നാട്ടില്. പെണ്ണിന്റെ ഒച്ച കേട്ടാമതി തൊടങ്ങും കിന്നാരം. എവിടാ, എന്താ പേര്, എന്താ ചെയ്യുന്നേ തൊടങ്ങി പതിവു ചോദ്യങ്ങളോ ആദ്യം. പിന്നെ സ്ഥിരം വിളി. കുശലാന്വേഷണം. സാഹിത്യം പറച്ചില്. കൊറേ കഴിഞ്ഞ് പ്രേമാഭ്യർത്ഥന. നമ്മള് അഴിഞ്ഞുലന്ന് നിന്നുകൊടുത്താപ്പിന്നേ രണ്ടാം നമ്പറായി വർത്തമാനം. ക്ഷണം, പണം, ടൂറ് അങ്ങനെ നമ്മളെ കാണാതെ കാമം കത്തിച്ചു കളയുന്ന കെഴങ്ങന്മാര്...

ആറു പ്രേമവും മൊബൈലുമായി ജീവിതം ലൈവായിത്തൊടങ്ങിയെന്നു തോന്നി. ആഴ്ചയിൽ ആറുദെസോം എൻഗേജ്ഡായി. ഓരോ ദെവസം ഓരോ കാമുകന്റെ കൂടെ ചുറ്റിക്കറങ്ങി. ഓസ്സിനു പൂട്ടടിച്ചു. ഫാൻസി സാധനങ്ങളും ഡ്രസ്സുകളും വാങ്ങിച്ചു. സിനിമാ കണ്ടു. തീയറ്ററീന്ന് ഇരുട്ടത്ത് തോളത്തു കയ്യിട്ടവരെ ചിണുങ്ങിക്കൊണ്ടു വെലക്കി. യു നോട്ടി, ശ്ശോ ഇതൊന്നും വേണ്ടാന്നേ. കല്യാണം കഴിഞ്ഞിട്ടുമതീന്നൊക്കെ തട്ടിവിട്ടു. പാവങ്ങള് അതൊക്കെ വിശ്വസിച്ചു.

ആദർശത്തിന്റെ അസ്കിതയുള്ള രണ്ടുപേരൊണ്ടാരുന്നു. സുനിൽ ദേവസ്യയും അജയ് ജോണും. അവരെക്കൊണ്ട് ദേഹത്തു തൊട്ടുള്ള ശല്ല്യമില്ലാരുന്നേ. ജന്റിൽമാൻമാര് അവര് നല്ല സുഹൃത്തുക്കളാരുന്നേ. അജയ് കഴിഞ്ഞമാസം കുട്ടിക്കാനത്തുവെച്ച് കാറാക്സിഡന്റീ മരിച്ചു. സത്യത്തീ അന്ന ഞാനൊത്തിരികരഞ്ഞേ. ഒരുപക്ഷെ അതൊക്കെയാവും പ്രേമം അല്ലേ. പുതുപള്ളീലെ അജയിന്റെ വീട്ടില് ബോഡി കൊണ്ടന്നപ്പോഴ് ഞാനും ടീനേം പോയി കണ്ടാരുന്നേ. മൊകമൊന്നുമില്ലേ. ഒരിറച്ചിക്കഷ്ണം. ഞാൻ പരിസരം മറന്ന വിതുമ്പിപ്പോയേ. കൗതുകമൊള്ള കണ്ണുകളും നനുത്ത കട്ടിമീശേം ഒന്നും ഇല്ലാരുന്നേ. പാർക്സിന്റെ ഷർട്ടും പാന്റുമാ അജയ് എപ്പോഴും ഡ്രസ്സുചെയ്യുവാ. ഫെയിന്റായിട്ടൊരു മണമുള്ള സ്പ്രേയും അടിച്ചിട്ടൊണ്ടാകും. ഒപ്പം നടക്കുമ്പോഴേ എന്നെ ചുറ്റിപ്പിടിക്കുന്ന ഒരു മണമാ അതിന്. എനിക്കു വല്ലാത്ത ഇഷ്ടമാരുന്നു ആ മണം. അവനേം.

സുനിൽ ദേവസ്യ ഒരു ബുദ്ധിജീവിം കഥയെഴുത്തുകാരനുമാ. ഒരുപാട് ലോകകാര്യങ്ങള് സംസാരിക്കും. എനിക്കതൊക്കെ കേൾക്കാൻ വല്ല്യ ഇഷ്ടമാ. പലതും എനിക്കു മനസ്സിലാവത്തേയില്ല. ലോകസിനിമയെക്കുറിച്ച് നല്ല വെവരമൊണ്ട്. കുറേ നല്ല സിനിമകളുടെ സി.ഡി സുനിലു തന്നാരുന്നേ. നാട്ടില് ചെല്ലുമ്പോ അതീന്ന് കൊറെയെണ്ണം ഇട്ടുകാണും. ഇറാനിയനും കൊറിയനും ചൈനീസും ജാപ്പാനീസുമൊക്കെയായിട്ട്. കിം കിം ഡുക്കിന്റെ പിയാത്തയാണ് ഒടുവില് കണ്ടത്. ഹൊ വല്ലാത്ത പടമാ. കക്ഷിയോടെനിക്ക് ഭയങ്കര റെസ്പെക്റ്റാ. ഏതോ സിനിമായ്ക്ക് തിരക്കഥയൊണ്ടാക്കാൻ ചാൻസ് കിട്ടീട്ടൊണ്ടൊന്നാ ലാസ്റ്റ് കണ്ടപ്പം പറഞ്ഞേ. എനിക്കൊരു ചാൻസ് തരണേന്ന് പകുതി കാര്യായിട്ട് ഞാൻ റിക്വസ്റ്റ് ചെയ്താരുന്നേ. സിനിമായില് കേറണമെന്ന് കൊതിയൊണ്ടാരുന്നേ. നോക്കാമെന്നവൻ കയ്യിലടിച്ച് പ്രോമിസ് ചെയ്താരുന്നു. പിന്നെ കണ്ടില്ല. പ്രേമങ്ങള് തൊടങ്ങിയതോടെ അഞ്ചാറുമാസം കൊണ്ട് നല്ലതും ചീത്തേയുമായി കൊറേ അനുഭവങ്ങളൊണ്ടായി. ജീവിതം പറേന്നപോലെ അത്രേം ബോറല്ല കേട്ടോ. ആ പിന്നേ ഇത്രം പറഞ്ഞ സ്ഥിതിക്ക് ഒരാളെപ്പറ്റിക്കൂടെ പറയാം. എന്റെ കാമുകന്മാരിലൊരാളുതന്നെ. ഒരു തീപ്പൊരിസാധനമാ. ജെറോം ഡിസൂസ. ജെറോമിന്റ പപ്പ മമ്മിയെക്കൊന്നു ജയിലീ പോയ ആളാ. ജെറോമിന് ആറുവയസ്സൊള്ളപ്പോഴാ സംഭവം. മമ്മിക്ക് മറ്റൊരാളുമായി രഹസ്യബന്ധമൊണ്ടാരുന്നെന്ന് പപ്പക്ക് എപ്പോഴോ മനസ്സിലായത്രെ. ഒരു വർഷത്തോളം പപ്പ മമ്മിയെ വാച്ചു ചെയ്തെന്നും സംഗതി സത്യാന്ന് ബോധ്യമായപ്പോ സുന്ദരമായി വെട്ടിക്കൊന്നെന്നും ജെറോം പറഞ്ഞു. മുൻകഴുത്തീ ചെറിയ വടിവാളുകൊണ്ട് ഒറ്റവെട്ടേ വെട്ടിയൊള്ളൂ. കൊറേ വെട്ടാൻ

പപ്പായുടെ മനസ്സ് സമ്മതിച്ചില്ലെന്ന് ജയിലീന് കണ്ടപ്പോ പപ്പ പറഞ്ഞാരുന്നെന്ന് ജെറോം എന്നോട് പറഞ്ഞിട്ടൊണ്ട്. അതാ സ്നേഹം മോർ ഓവർ അതുമല്ല രസം. വക്കീലിനെ വെക്കാതെ ഒറ്റ പരോളുപോലുമെടുക്കാതെ കൃത്യം പന്ത്രണ്ടുവർഷം ജെറോമിന്റെ പപ്പ ജയിലീ കെടന്നു. ജയിലീന്ന് എറങ്ങിയതിന്റെ മൂന്നാം നാൾ മമ്മീടെ ജാരനേം കൊന്നു. വളരെ പ്ലാൻഡായിട്ടാണത്രേ കൊന്നത്. അന്നു രാത്രി ജാരന്റെ കാറിനെ പപ്പാ ഏർപ്പാടാക്കിയ ക്വട്ടേഷൻ ടീമിന്റെ കാറുകൊണ്ട് ഇടിപ്പിച്ച് കൊഴപ്പമൊണ്ടാക്കി. അവര് അയാളെ തല്ലിക്കൂട്ടി കാറിനകത്തിട്ട് സ്ഥലം വിട്ടു. തല്ലാനുള്ള ക്വട്ടേഷനെ കൊടുത്താരുന്നുള്ളൂ. ആ സമയത്തു തന്നെ ലോറിത്താവളത്തീന്ന് ഒരു നാഷണൽ പെർമിറ്റ് ലോറീടെ ഡ്രൈവർ അണ്ണാച്ചിയെ മട്ടാഞ്ചേരി മാർക്കറ്റീന്നൊള്ള പഴയ പരിചയം വെച്ച് കള്ളുകുടിപ്പിച്ച് കെടത്തി. ക്വട്ടേഷൻകാരു പോയതിന്റെ പൊറകേ പപ്പ പാണ്ടിലോറീം കൊണ്ടുവന്ന് ജാരനെ കാറടക്കം ഇടിച്ചു ചമ്മന്തിയാക്കി കാനായീ തള്ളി. അന്നുരാത്രിതന്നെ ജെറോമിനെ കണ്ട് കാര്യങ്ങളു പറഞ്ഞ് നാട്ടുവിട്ടതാ. ഇപ്പോ എവിടാന്ന് ആർക്കുമറികേല. എവിടെയെങ്കിലും സ്വസ്ഥമായി കഴിഞ്ഞോട്ടെന്നു കരുതി അന്വേഷിക്കാറില്ലെന്നാ ജെറോ പറഞ്ഞേ. ഇതൊക്കെ കേട്ട് ഞാൻ ഞെട്ടിയ ഞെട്ടൽ. ദാ ഇപ്പോ പോലും രോമം എഴുന്നു വരുവാ. എന്നെ കാണുന്നനുമുമ്പ് ജെറോം റ്റ്വന്റിഫോർ അവേഴ്സും വെള്ളത്തിലാരുന്നേ. ലൈക്ക് ലോട്ടസ്, ലോകത്തോടൊക്കെ വെറുപ്പ്, പക... എന്റെ അപ്രോച്ച് ജെറോമിനെ ആകെ മാറ്റിമറിച്ചു കേട്ടോ. അവൻ മാനസാന്തരപ്പെടാൻ തൊടങ്ങി. ഞാനാണങ്കീ കൂടുതൽ സങ്കീർണമായ അനുഭവങ്ങളിലേക്കാ ബോധപൂർവ്വം പോയേ. ലൈഫ് സംഭവബഹുലമാക്കാൻ.

മൊബൈലിൽ ഞാൻ ശൃംഗരിക്കുന്നവരുടെ എണ്ണം ഏതാണ്ട് ഇരുപതായി. ഞാൻ പലപേരിൽ പല ഐഡന്റിറ്റിയിൽ ഓരോരുത്തരായി പരിചയപ്പെട്ടു. ഓഫീസ് ക്ലാർക്കായി, റിസപ്ഷനിസ്റ്റായി, ടീച്ചറായി, നഴ്സായി, സെയിൽസ്ഗേളായി, വീട്ടമ്മയായി, എഞ്ചിനീയറിംഗ് സ്റ്റുഡന്റായി അങ്ങനെ പലപല വ്യക്തികളായി ഫോണിന്റെ മറുതലയ്ക്കലെ കോന്തന്മാരുടെ അഭിരുചിക്കനുസരിച്ച് മെറ്റാമോർഫോസിസ് നടത്തി. വിളിക്കുന്നയാളുടെ പേരു കേൾക്കുമ്പോൾ ഞാനയാളുടെയാളായി രൂപാന്തരം പ്രാപിക്കും. വോയ്സും ടോണും സ്റ്റൈലും മാറ്റും. അതൊരു വല്ലാത്ത ത്രില്ലാണ്. ആൻ അബറേറ്റഡ് ത്രിൽ ഓഫ് ഡിസ്ഗൈസിംഗ് എന്നുവേണമെങ്കിൽ പറയാം. ഓരോരുത്തരും ഓരോരോ സംഭവങ്ങളാണ്. പലജാതി മനുഷന്മാര്. പല താല്പര്യങ്ങൾ, ലഹരികൾ, അത്യാർത്തികൾ, ഭ്രാന്തുകൾ, പച്ചക്കാമങ്ങൾ, അസ്വസ്ഥതകൾ, ആശ്രിതത്വങ്ങൾ.

ലോകം അത്രയേറെ സങ്കീർണവും സംഭവബഹുലവുമാണ് എന്നെ നിക്കു മനസ്സിലായിവന്നു. ഞാനിത്രയൊക്കെ പറഞ്ഞതിനൊള്ള കടപ്പാട് സുനിൽ ദേവസ്യക്കാണു കേട്ടോ. അങ്ങനെയൊരു ദെവസം ഞാനും ടീനയും ഫുഡ്പ്ലാസായിൽ ചിക്കിംഗ് ഓർഡർ ചെയ്ത് കാത്തിരിക്കുമ്പോൾ നല്ല ഹാൻസമ്മായ ഒരു പയ്യൻ കേറിവന്നു. അവനെ കണ്ടപാടെ ടീനയുടെ മുഖം അത്ഭുതം കൊണ്ട് വിടരുന്നത് ഞാൻ ശ്രദ്ധിച്ചു. അവൾ കസേരയിൽ നിന്നൊരു ചാട്ടമാ ചാടിയത്. അവളുടെ പെടപ്പ് കണ്ട് ഞാൻ അമ്പരന്നേ. അയാൾ നേരെവന്ന് ടീനയ്ക്ക് ഓപ്പോസിറ്റുള്ള സീറ്റിൽ ഇരുന്നേ. ടീനയുടെ കസിനാണത്രെ. ഒരു മൾട്ടിനാഷണൽ മാർക്കറ്റിംഗ് കമ്പനീടെ ഏരിയാ എക്സി ക്യൂട്ടീവാണെന്നും പറഞ്ഞു. പത്തിരുപത്തേഴ് വയസ്സുകാണും. നല്ല തങ്കത്തിന്റെ നെറവാ. കട്ടിമീശേം നീണ്ട മൂക്കും. ഇച്ചിരെ പൂച്ചക്കണ്ണു ണ്ടോയെന്നതോന്നും.

ടീനയുടെ പപ്പേം മമ്മീം റിയാദിലാ. പൂത്തകാശുണ്ടേ. അതുകൊണ്ട് എനിക്കും മെച്ചമാ. അത്യാവശ്യം തീറ്റേം കുടീം നടക്കും. അതുകൊണ്ട് അവരു തമ്മില് സംസാരിക്കുമ്പോ ഞാൻ കേറി എടപെട്ടില്ല. അവനെ ടിന്റു എന്നാണ് ടീന വിളിച്ചതേ. എനി ക്കതുകേട്ട് ചിരിവന്നു. നമ്മുടെ മൊബൈലിലെ ടിന്റുമോനെ ഓർത്താ ചിരിച്ചേ. ടിന്റു ആളു സ്മാർട്ടാ. ടോക്കറ്റീവാ. നല്ല തമാശ പൊട്ടിച്ചിരി എനിക്കവനെ നല്ലപോലെ പിടിച്ചു.

എസ്ക്യൂസ്മി എന്നും പറഞ്ഞ് ടീന അവനേം വിളിച്ച് കുറച്ചപ്പുറത്തേ ക്കുമാറി. ഹാൻഡ്റെയിലിമ്മേ ചാരിനിന്നോണ്ട് എന്തോ പറയാൻ തുടങ്ങി. എന്താണെന്ന് എനിക്കു വ്യക്തമായില്ല. ഗസ്ചേഴ്സ് കണ്ടപ്പോ സീരിയസ് മാറ്റർ എന്തോണ്ടെന്നു തോന്നി. കസിനല്ലേ. എന്തേലും കുടുംബകാര്യമാവുമെന്ന് ഞാനൂഹിച്ചു.

പതിപതിനഞ്ചു മിനിട്ടു കഴിഞ്ഞു അവർ ടേബിളിലേക്കുവന്നു. ടീനയുടെ മൊകം വാടിയതുപോലെ തോന്നി. എന്നാലും അവൾ പ്ലസന്റായാണു സംസാരിച്ചത്. അവൻ ഇത്തവണ ഇരുന്നത് എന്റെ ചെയറിന്റെ തൊട്ടടുത്താണ്. അവന്റെ സാമീപ്യം അറിഞ്ഞപ്പോ എന്റെ മേലാസാകലം എന്തോ ഒരിതു തോന്നി. ഒരു മാഗ്നറ്റിക് ഇഫക്ട്. ചെറിയൊരു വിറയൽ എന്നെ പിടികൂടിയെന്നും ഓർക്കുന്നേ..

ഫുഡ് കഴിച്ചതിന്റെ ബില്ലൊക്കെ പേ ചെയ്തത് അവനാരുന്നേ. പിരിയുമ്പോ ഞങ്ങളു നല്ല സൗഹൃദത്തിലായപോലെ തോന്നികേ ട്ടോ. അവനെന്റെ ഫോൺ നമ്പറ് ചോദിച്ചുവേ. പപ്പാ വിളിച്ചപ്പോ സംസാരിക്കാൻ ടീന കുറച്ചങ്ങോട്ട് മാറിയപ്പോഴാ അവൻ നമ്പറു ചോദിച്ചേ. ഞാൻ കൊടുക്കേ ചെയ്തു. ഇവിടുന്നങ്ങോട്ടാ എന്റെ

അധോഗതീം വെള്ളിയാഴിചേം തൊടങ്ങുന്നേ.

പിന്നീടവൻ ഇടയ്ക്കിടെ ഫോണീ മേസേജയക്കും. എല്ലാം നല്ല ഉഗ്രൻ കോമഡിയാ. പിന്നെ അതു വിളികളായി. അവനോട്ടു സംസാരിക്കാൻ തൊടങ്ങിയാപ്പിന്നെ ഞാനൊക്കെ മറക്കുവേ. ഒന്നും ഒന്നരയും മണിക്കൂറാ വർത്തമാനം പറയുവാ. ഫോണുവെക്കാൻ മടിയാ. ഫോണുകട്ടാക്കുമ്പോഴേക്കും മറ്റേ ക്രൂതറകാമുകന്മാരുടെ അമ്പത് മിസ്സ്കോളെങ്കിലുമൊണ്ടാകും. ആദ്യമൊക്കെ ഞാനവരെ പഴയപോലെതന്നെ ട്രീറ്റ് ചെയ്യാരുന്നു. അവനുമായി അടുപ്പം കൂടി യേപ്പിന്നെ ബോധപൂർവ്വം ഞാനങ്ങ് വലിയാൻ തൊടങ്ങി. ടീന മോഡലിംഗും മറ്റുമായി ബിസിയായപ്പോ അവളറിയാതെ ഞങ്ങളു തമ്മീ കാണാനും സൗകര്യമായി. അവനെന്നോട് വല്ലാത്ത ആവേ ശമാരുന്നേ... നന്നായി കെയറും ചെയ്യും. റിയലി എനിക്കും അവന്റെ സാമീപ്യം ഇഷ്ടമാരുന്നേ. അവനെന്നെ ഇഷ്ടപ്പെടുവേം അംഗീക രിക്കേം ചെയ്യുന്നതിലെനിക്കും ഭയങ്കര സന്തോഷമൊണ്ടാരുന്നു കേട്ടോ. സത്യത്തീ ഞാനവന്റെ ട്രാപ്പിൽ കുടുങ്ങിപ്പോകുവാരുന്നേ.

കോഴ്സ് കഴിയാനിനി രണ്ടാഴ്ചയേ ബാക്കിയുള്ളൂന്ന് ഞാനവനോട്ടു പറഞ്ഞപ്പോഴാ എന്നാപ്പിന്നെ നമുക്കൊരു അടിച്ചു പൊളി ട്രിപ്പ് പോയാലോന്നവൻ ചോദിച്ചേ. ഞാൻ സത്യമായും ഞെട്ടി. പക്ഷേ അവൻ നിർബന്ധം പിടിച്ചപ്പോ എനിക്ക് തള്ളാൻ പറ്റിയില്ലാ. അതല്പം സംഭവബഹുലമാകുമെന്ന് എനിക്ക് തോന്നി യാരുന്നേ. എന്തോ ഒരുൾവിളി , ഞാൻ ഒഴിഞ്ഞുമാറാൻ പരമാവധി നോക്കിയതാ. എന്നാലും എന്നാ പറയുവാ ഒടുക്കം ഞാനങ്ങു സമ്മ തിച്ചു പോയി. വരാനൊള്ളത് വഴി തങ്ങുകേലല്ലോ എന്നോടവനുള്ള ആത്മാർത്ഥ പ്രണയം കർത്താവിനെ ആണയിട്ടു പറഞ്ഞപ്പോ എന്റെ ഉള്ളങ്ങലിഞ്ഞുപോയേ.

കോളേജിന്നു ടൂറുപോകുവാന്ന് അപ്പനോട്ടു വിളിച്ചു പറഞ്ഞിട്ടാ ഞാനവനോടൊപ്പം ഊട്ടിക്കു പുറപ്പട്ടേ. രാത്രി കോട്ടയത്തൂന്ന് ഒരു ഊട്ടിബസ്സൊണ്ട്. ആദ്യായിട്ടാ ഞാനേ ഊട്ടില് പോകുന്നേ. കൊറേ സിനിമാകളു പിടിച്ച സ്ഥലവല്ലേ. അവനോടൊത്ത് ഒന്നു കറങ്ങിത്തി രിഞ്ഞ് വരാന്നേ കരുതിയുള്ളൂ.

മുടി ബോബു ചെയ്ത് ജീൻസും ടീഷർട്ടുമിട്ട് പിന്നില് ക്യാരിബാഗും തൂക്കി നിൽക്കുന്ന എന്നേകണ്ടാൽ ഒരാൺകുട്ടിയാണെന്നേ തോന്നൂ. എന്നവൻ പ്രശംസിച്ചു. എനിക്കും അതിഷ്ടമായി. ഞാൻ സ്മാർട്ടാവാൻ അവനോരോരോ നേരം പോക്കുകൾ പറഞ്ഞു. പതുക്കെ ഞാൻ റിലാക്സ്ഡായി. ലോകമൊണ്ടായ കാലം മൊതല്ക്ക് വേലിച്ചാട്ടവും ഒളിച്ചോട്ടവും അവിഹിതബന്ധവുമൊണ്ട്. പിന്നെ ഇതിനാത്തെന്തു

പുളുമ എന്നു ഞാനാശ്വസിച്ചു.

ഞങ്ങൾക്കു കയറേണ്ട ബസ്സു വന്നു. അതിന്റെ ബോഡിയിൽ റ്റ്വി ന്റിറ്റുഫിമെയിൽ കോട്ടയം എന്നൊരു സിനിമടേ പരസ്യമൊണ്ടാരു ന്നു. കോട്ടയത്തുനിന്ന് ഇരുപത്തിരണ്ടാമത്തെ പെണ്ണ് വേലി ചാടുന്നു എന്നു ഞാനതിനെ ചുമ്മാ ട്രാൻസ്‌ലേറ്റുചെയ്തു. ഒരു അറുബോറൻ ചിരിയും ചിരിച്ചു. പത്തരയായപ്പോ റ്റ്വിന്റിറ്റു ഫിമെയിൽ കോട്ടയം സ്റ്റാൻഡുവിട്ടു.

സീറ്റ് നമ്പറുനോക്കി ഞങ്ങളൊരുമിച്ച് സ്വസ്ഥമായി ഇരിപ്പൊറ പ്പിച്ചു. ഞങ്ങളുടെ സൈഡ് സീറ്റിൽ ഒരു യംഗ് കപ്പിളാണിരുന്നത്. അവരുടെ ആക്രാന്തം നെറഞ്ഞ കളികള് കണ്ടപ്പോ ആദ്യായിട്ട് കല്ല്യാണം കഴിച്ചതിന്റെ കേടാണെന്ന് അവനെന്റെ ചെവിയിൽ കമന്റിട്ടു. ഞാൻ ചിരിച്ചു വശം കെട്ടുപോയി. അവനെ തൊട്ടുരുമ്മിയു ള്ള ഇരിപ്പ് എന്നിൽ ശാരീരികമായി എന്തൊക്കെയോ മാറ്റങ്ങളൊ ണ്ടാക്കുന്നതായി എനിക്കു തോന്നി. ഞാനതങ്ങു കഷ്ടപ്പെട്ട് നെയ ന്ത്രിച്ചു കെട്ടോ. അവനാളു ഡീസന്റാരുന്നേ. ബസീന്ന് തോണ്ടാനോ പിടിക്കാനോ ഒന്നും നോക്കീല്ലാ. അതു വലിയ ആശ്വാസമായി കേട്ടോ. എങ്ങാനും അവനെന്തേലും ചെയ്താരുന്നേ അവിടം വച്ചേ നിർത്താരുന്നേ.

ഊട്ടീല് പൊലർച്ചെ എത്തി. എന്നേം വിളിച്ച് അവനൊരു ടാക്സീല് കയറി. അതിനെടേല് അവനേതോ ഫ്രണ്ടിനെ വിളി ച്ചാരുന്നേ. പിന്നീട് എന്നോടു പറഞ്ഞു വിമലിന്റെ ക്വാർട്ടേഴ്സ് ഫ്രീയാണ്. അവൻ നാട്ടീപ്പോയി. നമുക്ക് അവിടെചെന്ന് ഫ്രഷാവാം . താക്കോല് തൊട്ടടുത്ത ക്വാർട്ടേഴ്സിലേല്പിച്ചിട്ടൊണ്ട് എന്ന്.

പത്തു മിനിട്ടുകൊണ്ട് ടാക്സി ഒരു ക്വാർട്ടേഴ്സ് കോംപ്ലക്സി ലെത്തി. വിഎംടി ക്വാർട്ടേഴ്സ് എന്നങ്ങാണ്ടാ അതിന്റെ പേര്.

താക്കോല് അവൻ ചെന്ന് വാങ്ങി. അപ്പുറത്തേ ക്വാർട്ടേഴ്സുകാ ർക്ക് അവനെ നല്ല പരിചയമുണ്ടെന്നു തോന്നി സംസാരം കണ്ടപ്പോ. എന്നെ ഭാര്യയെന്നാണു പരിചയപ്പെടുത്തിയതെന്ന് ക്വാർട്ടേഴ്സ് തൊറക്കുമ്പോ അവൻ ചിരിച്ചോണ്ട് കളിയാക്കിപ്പറഞ്ഞു.

നല്ല വൃത്തീം വെടിപ്പുമൊള്ള ക്വാർട്ടേഴ്സാരുന്നേ അത്. ഒരു അറ്റാച്ച്ഡ്ബെഡ്റൂമും കിച്ചണും ഹാളും. നല്ല ഒതുക്കമൊള്ള കിച്ചൺ. ഞാനതൊക്കെ നോക്കി അപ്രീഷിയേറ്റ് ചെയ്തേ. വിമലിന്റെ ഭാര്യയുടേ മിടുക്കാ. നീയും ഇങ്ങനെയൊക്കെ വീടു നോക്കണം എന്നൊക്കെ അവൻ പുന്നാരം പറഞ്ഞേ. ഞാനതങ്ങു കാര്യമായി ട്ടാ എടുത്തേ, എനിക്കും ച്ചിരെ മോഹങ്ങളൊക്കെ തോന്നിത്തുടങ്ങി. കുളിച്ച് ഡ്രസ്സൊക്കെ മാറി ഞങ്ങളു ഫ്രഷായി. പകലു മുഴുക്കേ ഊട്ടീല്

കറങ്ങി. ബോട്ടുസവാരി നടത്തി. നല്ല ഫുഡ് കഴിച്ചു. എന്നെ വളരെ കെയറു ചെയ്ത് നിർബന്ധിച്ച് ഫുഡും സ്നാക്സുമൊക്കെ കഴിപ്പിച്ചു. അവൻ നീറ്റാണെന്ന് എനിക്കു തോന്നി. അവനോടൊത്തൊള്ള ജീവിതം ഞാനപ്പഴ് സൊപ്നം കണ്ടുപോയി.

സന്ധ്യയോടെ ക്വാർട്ടേഴ്സിലെത്തി. രാത്രി ബ്രഡ്ഡുപൊരിച്ചു. ഓംലെറ്റും ഒണ്ടാക്കി കഴിച്ചു. നല്ല തണുപ്പൊണ്ടാരുന്നേ. കെടക്കാൻ നേരം അവൻ ബാഗീന്ന് ഒരു കുപ്പി ബ്രാൻഡി എടുത്തു. ഞാനമ്പര ന്നുപോയേ. എന്നോട് റിക്വസ്റ്റ് ചെയ്ത് അവനതീന്ന് കുറച്ചു കഴിച്ചു. നല്ല തണുപ്പാ. താനും രണ്ടെണ്ണം വിട്ടോ എന്നവൻ നിർബന്ധിച്ചേ. എന്തായാലും ഇത്രേമായി, ഇനിയെന്തിനാ ഇതായിട്ട് ഒഴിവാക്കുന്നേ ന്നു കരുതി രണ്ടുപെഗ്ഗ് കഴിച്ചു. ആകെ മുങ്ങിയാ കുളിരില്ലല്ലോന്നല്ലേ.

അവൻ തറയില് ബെഡ്ഷീറ്റ് വിരിച്ച് കെടക്കാൻ നോക്കിയപ്പോ ഞാൻ തന്നാ നിർബന്ധിച്ചത്. തറയീ നല്ല തണുപ്പാ ബെഡ്ഡില് കെടന്നോളാൻ. പിന്നെ കൊറേ നേരം ഓരോന്നും പറഞ്ഞൊള്ള ചിരിയാരുന്നേ. മദ്യത്തിന്റെ ഓരോ കളികള്.

ഒരുമിച്ചിരുന്നാ വന്നേ. പിന്നെന്താ ഒരുമിച്ച് കെടന്നാല് എന്നു ഞാനവനോടുള്ള വിശ്വാസത്തിൻ പൊറത്ത് ചോദിച്ചേ. അവൻ കിട്ടിയ തക്കത്തിന് കേറി കട്ടീലികെടന്നു. ഇച്ചിരെ നേരം കഴിഞ്ഞ് അവനെന്നെ ഉമ്മവെക്കാനും തഴുകാനും തൊടങ്ങിയേ. സോ ഹോട്ട്ലി. സംഗതി കൊള്ളാമെന്ന് എനിക്കും തോന്നി. പതുക്കെ പതുക്കെ എന്റെ കംട്രോളു വിട്ടു. ഹി റിയലി സ്പെൽബൗണ്ഡ് മി. അവനൊരു സെക്കന്റു കൊണ്ട് ഡ്രസ്സൊക്കെ ഊരിക്കളഞ്ഞേ. ആ തണുപ്പിലും ദേഹം ചുട്ടുപൊള്ളുന്നത് ഞാനറിഞ്ഞു. അവന്റെ കൈക്രി യകളിൽ എനിക്ക് എന്തെന്നില്ലാത്ത സുഖം തോന്നി. ഭയങ്കര സ്മൂത്തി യാണവൻ. ലൈക്ക് കാസനോവ. കാര്യങ്ങൾ കൈവിട്ടു പോകുവാന്നു തോന്നിയപ്പാ ഞാനെതിർത്തു. വേണ്ടായെന്നു കെഞ്ചിപ്പറഞ്ഞു തടഞ്ഞു. പെട്ടന്നാണവന്റെ മട്ടുമാറിയേ. അവനൂരിക്കളഞ്ഞ എന്റെ അടിയുടുപ്പുകള് വലിച്ചെടുത്ത് ചുരുട്ടി എന്റെ വായിലേക്കു തള്ളിക്ക യറ്റി. പിശാചിനെപ്പോലെയാ എന്നോടു പിന്നെ പെരുമാറിയേ. ഹി ഈസ് എ ഡർട്ടി എനിമൽ. എന്റെ മാറിടം അവൻ ഞെക്കി പ്പിഴിഞ്ഞു. കടിച്ചുപറിച്ചു. ഞെരടി ഒടിച്ചു. അതിക്രൂരമായി ഭോഗിച്ചു. അങ്ങനെ മൈ ഫസ്റ്റ് എക്സ്പീരിയൻസ് മഹാചീത്തയായി. ഞാൻ ഹെൽപ് ലെസായിരുന്നേ.

പിന്നെ അവനെഴുന്നേറ്റ് കുറേ ബ്രാൻഡി കൂടി കുടിച്ചു. പാതിരാത്രി ഞാൻ തളർന്നു മയങ്ങിയപ്പോ വീണ്ടും അവനെ പിശാചു ബാധിച്ചു. ഒരു കരുണേം കാട്ടാതെയാ പിന്നേം പിച്ചിച്ചീന്തിയേ.

രാവിലെ ഒണർന്നപ്പോ എനിക്ക് അനങ്ങാൻ മേലാരുന്നേ. ബ്രാൻഡീടെ കെട്ട വിട്ടപ്പോ അവൻ സങ്കടമഭിനയിച്ചു. എന്നോട്ട കാലുപിടിച്ച് സോറി പറഞ്ഞു. വെള്ളപ്പൊറത്ത് ചെയ്തുപോയതാണ പറഞ്ഞു കരയേം ചെയ്തു. ഞാനും വല്ലാതായിപ്പോയി. പത്തുപതി നൊന്നമണിവരെ ഞാനതേ കെടപ്പ കെടന്നു. പിന്നെ എഴുന്നേറ്റ ബാത്ത്റൂമീ കയറി. ചൂടുവെള്ളമുണ്ടാക്കി അവൻ ബക്കറ്റിലൊഴിച്ച വെച്ചാരുന്നു. ദേഹത്തുകൊരിയൊഴിച്ചപ്പോ എല്ലായെടവും പുകഞ്ഞു നീറി. ഇടത്തേ മാറിടം ചൊകന്ന് കരുവാളിച്ച് ആപ്പിളുപോലെ കെടന്നു. എന്റെ കണ്ണുനെറഞ്ഞുപോയി. ജസ്റ്റ് ഫെയ്റ്റ്. ഐ ബികേയിം എ സ്ലാറ്റേൺ. ഐ വേർസൻ മൈസെൽഫ്. കഷ്ടം സംഭവബഹുലമായ തലേരാത്രി ഞാൻ റീവൈൻഡ് ചെയ്തു. എനിക്ക എന്നോട്ട തന്നെ വെറുപ്പുതോന്നി. വെർജിനിറ്റിയോ എറ്റികിറ്റോ ഓർത്തല്ല, ഞാൻ തോൽപ്പിക്കപ്പെട്ടല്ലോന്ന് ഓർത്താ സങ്കടപ്പെട്ടത്.

പൊറത്തുന്ന് ഫ്രൈഡ് റൈസും ചിക്കനും വാങ്ങിക്കാമെന്നവൻ പറഞ്ഞു. ഞാനൊന്നും മിണ്ടീല്ല. അവൻ ഡ്രസ്സുമാറി പൊറത്തേ ക്കിറങ്ങിയശേഷം ഞാൻ മൊബൈൽ ഓണാക്കി. വീട്ടിന്നൊള്ള വിളി ഒഴിവാക്കാൻ ഞാൻ മൊബൈലിലെ ബാറ്ററി ഊരിയിട്ടിരി ക്കുവാരുന്നേ. ഫോണിൽ വീട്ടിലേക്ക വിളിച്ച് യാത്രയിലാ പിന്നെ വിളിക്കാംന്ന് പറഞ്ഞ് കട്ട് ചെയ്തു. ടീനയുടെ വിളി വന്നു. ഞാനെടു ത്തില്ല. പിന്നെ ഞാൻ ഫോൺ ഓഫാക്കാതെ ബാറ്ററി ഊരി. ബാറ്ററി ഊരിയിട്ടാപ്പിന്നെ ഫോൺ ഔട്ട് ഓഫ് കവറേജ് ഏരിയാ ആകും. അതൊരു സൂത്രമാ.

പിന്നെ ഞാൻ ഡ്രസ്സ് ചേയ്ഞ്ച് ചെയ്ത് കയറിക്കിടന്നേ. ക്ഷീണം കാരണം ഒറങ്ങിപ്പോയി. ഒണർന്നപ്പോ നേരം നാലുമണി. അവൻ ഇത്രനേരമായിട്ടും വരാത്തതെന്താന്നോർത്ത് എന്റെയുള്ളിൽ ഒരാ ന്തലുണ്ടായി. ഞാൻ മുടികോതിവെച്ച് ഡോറിനടുത്തേക്ക നടന്നു. ഡോറുതൊറക്കാനൊത്തില്ല. അത് പൊറത്തുന്ന് പൂട്ടിയിരിക്കുവാ രുന്നേ. എന്റെ മൈൻഡാകെ ഡിസോർഡറായി. ഞാൻ വേഗം മൊബൈൽ ബാറ്ററിയിട്ട് ഓണാക്കി. അപ്പോൾ തുരുതുരാ ടീനയുടെ മെസേജ് വന്നുവീണു.

ഞാൻ മെസേജ് ഓപ്പൺ ചെയ്തു. വേർ ആർ യൂ ഡിയർ?... വിത്ത് ഹിം. എന്നായിരുന്നു ആദ്യത്തെ മെസേജ്. രണ്ടാമത്തേതു നോക്കി ഞാൻ തരിച്ചിരുന്നുപോയേ. "യൂറ്റൂ" എന്നായിരുന്നു അത്. വിറയലോടെ അടുത്ത മെസേജും നോക്കി. ഹി ഈസ് റോട്ടൻ ആൻഡ് ചീറ്റ്. ചെക്ക് ഹിസ് മൊബൈൽ. ഹി സെന്റ് മി എ മേസേജ് ദാറ്റ് ഹി ഡ്രഡ്ജ്ഡ് യൂ. ഐ ആം ഫോർവേഡിംഗ് യൂ ദാറ്റ് മെസേജ്.

അവിടത്തെ കൊട്ടും തണുപ്പിലും ഞാൻ വെയർത്തു കുളിച്ചുവേ. ഞാൻ വല്ലാതെ വിറച്ച ശരീരം കുഴഞ്ഞുപോയേ. കണ്ണിലിരുട്ടുകയറി. ഇച്ചിരെക്കഴിഞ്ഞ് അവൾടെ ലാസ്റ്റ് മെസേജ് നോക്കി. അവൻ ടീനക്കയച്ച മെസേജ് എനിക്കവൾ ഫോർവേഡ് ചെയ്തതാ. 'ഐ ഡ്രഡ്ജ്ഡ് ഹേർ, കോട്ട്ഹേർ, യൂ ഫൂൾ' എന്നായിരുന്നു അത്. വലിയൊരിരമ്പം തലയിലുണ്ടായതും ചുഴലിബാധിച്ചപോലെ ഞാൻ കട്ടിലിലേക്കു മറിഞ്ഞുവീണു.

അവൻ വരുന്നതുവരെ എനിക്കു ബോധമില്ലാരുന്നേ. ഈ സമയം ഞാൻ വേറൊരു കാര്യം കൂടി പറയട്ടെ. ഞാൻ നേരത്തെ പറഞ്ഞല്ലോ ഞങ്ങടെ കുടുംബത്തിന് പാരമ്പര്യമായി കിട്ടിയ നാട്ടുചികിത്സേടെ കാര്യം. അതിലൊന്നാണേ മഞ്ഞപ്പിത്ത ചികിത്സ. രണ്ടാമത്തേത് പറയാൻ കൊള്ളത്തില്ലാന്നും ഞാൻ പറഞ്ഞാരുന്നു. ഇത്രേം പറഞ്ഞ സ്ഥിതിക്ക് അതുടെ പറയാം. പട്ടികളുടെ വരിയെടുക്കലാ അത്. സംസോർട്ട് ഓഫ് ഗെൽഡിംഗ്. അപ്പനക്കാര്യത്തില് സ്കിൽഡാണ്... നല്ല കൈക്കൊണമൊണ്ട്. നാട്ടിലെ നാടനായാലും വിദേശിയായാലും പട്ടികളെ വീട്ടീ കൊണ്ടുവന്നാ വരിയെടുക്കുവാ. അതിനായി വീട്ടിന്റെ ബായ്ക്കിൽ ഒരു ഷെൽട്ടറൊണ്ട്. സാധാരണ സ്ത്രീകളെ ഗെൽഡിംഗ് കാണിക്കാറില്ലാ. പക്ഷേ ഞാൻ പലതവണ അതു കണ്ടിട്ടൊണ്ട്. വരി എടുത്ത് കളഞ്ഞ് ചാരവും പിന്നേയൊരു പൊടി പച്ചമരുന്നും വെച്ച് സ്റ്റിച്ചിടുവാ ചെയ്യുന്നേ. പച്ചമരുന്നെന്താണ് എനിക്കറിയാൻ മേലാ. പട്ടീടെ വായ ചാക്കുകഷ്ണം കൊണ്ടുമൂടി ബലമൊള്ള തോർത്തുകൊണ്ട് കെട്ടും. കാലും കൈയ്യും രണ്ടുപേരു ചേർന്നു പിടിക്കും. വിതിൻ സെക്കന്റ് അപ്പൻ കാര്യം നടത്തും. പട്ടിപോലും അറിയത്തില്ല. സംഗതി പോയ കാര്യം. ഒറ്റ പട്ടീടെ കാര്യത്തിലും അപ്പനു പെഴവും പറ്റീട്ടില്ല- കേട്ടോ. അതാണു കൈക്കൊണമെന്നു പറഞ്ഞതേ.

അവൻ വന്നു തട്ടിവിളിച്ചപ്പോ ഞാൻ ഞെട്ടിയൊണർന്നേ. ഞാൻ കംട്രോളു ചെയ്തു. എനിക്കും അവനും രാത്രി ഭക്ഷണം കൊണ്ടുവന്നാരുന്നു. എന്നോട് ഫുഡ് കഴിച്ചോളാൻ പറഞ്ഞ് അവൻ ഡ്രസ്സുമാറി ബാത്ത്റൂമിൽ കയറി. വെള്ളം വീഴുന്ന ശബ്ദം കേട്ടപ്പോ ഞാൻ അവന്റെ ജീൻസിന്റെ പോക്കറ്റീന്ന് മൊബൈൽ തപ്പിയെടുത്തു. മെസേജ് ഫോൾഡറീ നോക്കി. അവൻ രാവിലെ പതിനൊന്നരയ്ക്ക് ടീനയ്ക്കയച്ച മെസേജ് ഞാൻ കണ്ടു. ഐ റിയലി ഷോക്ക്ഡ്. ജസ്റ്റ് ആൻ ഇന്റ്യൂഷൻ ഞാൻ അതിന്റെ വീഡിയോ റെക്കോർഡ് ഫയൽ ഓപ്പണാക്കി. അതിനാത്ത് കുറേ ഫോൾഡറുകൾക്കുള്ളിലായി ഒളിപ്പിച്ചുവെച്ച് എന്റെ കൊറേ ന്യൂഡ് ഫോട്ടോസുകള് കണ്ടു. ബെഡ്ഡീ കെടക്കുന്ന ഫോട്ടോകള്. ഹി ഈസ് എ പെർവെട്ടേഡ് ബീസ്റ്റ്. ബട്ട് ഞാനൊട്ടും പതറിയില്ല. കാര്യങ്ങൾ ഞാൻ ഭംഗിയായി ഡീൽ ചെയ്തു.

പിന്നീടങ്ങോട്ട് ഞാൻ ഭയങ്കര റൊമാന്റിക്കായും അപ്പീലിംഗായും അഭിനയിക്കുവാരുന്നേ.

പിന്നേ മറ്റൊരു കാര്യം ഞാൻ ശ്രദ്ധിച്ചാരുന്ന കേട്ടോ. അവിടെ ഒരു പെണ്ണ് താമസിക്കുന്നതിന്റെ ലക്ഷണമൊന്നും കണ്ടില്ലാരുന്നേ. ഒന്നുമില്ലേലും കറണ്ടുകമ്പിയിൽ വവ്വാല് തൂങ്ങിയമാതിരി അയയിൽ നാല് ബ്രേസിയറെങ്കിലും കാണണ്ടേ. വിമലും ഭാര്യയും താമസിക്കുന്നു എന്നവൻ പറഞ്ഞത് കള്ളമാരുന്ന കേട്ടോ.

ഒക്കെക്കൂടി അവനോട് പകയും വെറുപ്പും നെറഞ്ഞ് ഞാൻ വശംകെട്ടു. ടോട്ടലി ഡിസ്ഗസ്റ്റഡ്. സോ, കാര്യങ്ങൾ സംഭവബഹുലമാക്കാൻ തന്നെ ഞാനങ്ങു തീരുമാനിച്ചു.

ഇച്ചിരെ നേരം പഞ്ചാര വർത്തമാനേം പറഞ്ഞ് തഴുകീം പിടിച്ചും അവൻ കേറിക്കെടന്നൊറങ്ങി. ഞാനവന്റെ ട്രാവൽ ബാഗ് ചെക്കു ചെയ്തപ്പോ ഒരു ബ്രാൻഡിക്കുപ്പികൂടെ കണ്ടു. റിയലി എനിക്കാശ്വാസമായി കേട്ടോ. അടുക്കളയിൽ ചെന്ന് ഏറ്റവും മൂർച്ചയൊള്ള കത്തി തിരഞ്ഞെടുത്തു. അരിശം തീർക്കാനേ അവന്റെ ബാഗിൽ നിന്ന് ഒരു ബർമൂഡയെടുത്ത് കത്തികൊണ്ട് കീറി കഷണങ്ങളാക്കിയിട്ടു. അതവൻ കാണാതിരിക്കാൻ ബെഡ്ഡിനടിയിലേക്കു തിരുകി. പിന്നെ വർക്ക് ഏരിയയിലെ നെരുപ്പോടിൽ വിറകിട്ട് തീകാഞ്ഞും കൊണ്ട് ഞാനോരോന്നായി പ്ലാൻ ചെയ്തു.

രാത്രി ഏഴരയായപ്പോ എഴുന്നേറ്റ് അവന്റെ സമീപം ചെന്നിരുന്നു. ഒറങ്ങുമ്പോ ആൾക്കാര് എന്തോരം നിഷ്കളങ്കരാ. ഒണർന്നിരിക്കുമ്പോ ചതീം വഞ്ചനേം. ഞാനവനെ തട്ടി വിളിച്ചൊണർത്തി. സ്നേഹമൊള്ള കാമുകിയായി നെറ്റിയും മുടിയും തഴുകി. ഓ സ്വീറ്റി സോറി ഡിയർ ഐ വല് യൂ ന്നൊക്കെ അവൻ അപ്പോ പട്ടുവാക്കു പറഞ്ഞുവേ. ഞാനെല്ലാറ്റിനും ആടിക്കൊഴഞ്ഞു മറുപടി-പറഞ്ഞു. മണിമണിപോലെ ചിരിച്ചു. എന്നെ കട്ടിലിലേക്കു വലിച്ചിട്ട് കീഴ്പ്പെടുത്താൻ അവനൊരറ്റംപറ്റ് നടത്തിയെങ്കിലും ഫെയിലിയറായി. ഈ അവസരം മൊതലാക്കി ഞാനവന്റെ കോംപ്ലക്സീത്തന്നെ കുത്തി. ഓ രണ്ടെണ്ണം കഴിച്ചാലിതൊക്കെ നിസ്സാരമാ. വാ കഴിക്ക് ഉഷാറാവ് ന്നൊക്കെ പറഞ്ഞ് ക്ഷണിച്ചു. ഞാൻ തുണിയൊക്കെ ഊരിക്കളഞ്ഞേ. തലേ ദെവസത്തെ ബാക്കി മദ്യം ആദ്യമേ ഒഴിച്ചു കൊടുത്തു. അത് തീർത്തപ്പോഴേക്കും അവനു കിക്കു കയറി. പിന്നെ അവൻ ബാഗിലെ കുപ്പിയെടുത്തു നീട്ടി. പുവർഗൈ...ഞാൻ പിന്നേം പിന്നേം ഒഴിച്ചുകൊടുത്തു. കുറേ ഞാനും കുടിച്ചേ. ലഹരി കേറുമ്പോഴൊണ്ടാവുന്ന മിഥ്യാഭിമാനവും പൗരുഷം ചോദ്യം ചെയ്യപ്പെട്ടതിലൊള്ള ഫീലിംഗ്സും കാരണം അവൻ ഒടുക്കത്തെ കുടിയാ കുടിച്ചേ. എനിക്കു

വേണ്ടതും അതുതന്നാരുന്നേ.

നല്ല ഫിറ്റായപ്പോ അവൻ ഡ്രസ്സൊക്കെ അഴിച്ചുകളഞ്ഞ് എന്നെ ചുറ്റിപ്പിടിച്ച് യൂറോപ്യൻ മോഡൽ നൃത്തം തുടങ്ങി. കൊറേ നേരം കഴിഞ്ഞ് എന്റെ ദേഹത്തോട്ടുകേറി എന്തൊക്കെയോ കാണിച്ചു. ഏതാണ്ടും മിനിട്ടുകൊണ്ട് ഓഫായി. മലർന്ന ശവം പോലെ കെട ക്കുന്ന അവനെ കണ്ടപ്പോ നത്തോലി ഒരു ചെറിയ മീനല്ലെന്നും ഈ നീർക്കോലി ഒരു വലിയ പാമ്പാണെന്നും എനിക്കു മനസ്സിലായേ.

രാത്രി വൈകുന്തോറും തണുപ്പുകൂടിക്കൂടിവന്നേ. ഒരുതരം പിശറൻ മഞ്ഞുകാറ്റുമൊണ്ട്. ഞാനാ ബ്രാൻഡിക്കുപ്പീന്ന് രണ്ടു പെഗ്ഗുകൂടി ഒഴിച്ചു കുടിച്ചു. ഒരാത്മധൈര്യത്തിന് അതു വേണവാരുന്നേ. അവന്റെ മൊബൈലെടുത്ത് കോളുകളും മെസേജും ഒന്നുകൂടി ചെക്കുചെയ്തു. മെമ്മറിക്കാർഡ് ഊരി ക്ലോസറ്റിലിട്ടു. സമയം പന്ത്രണ്ടുമണി കഴിഞ്ഞപ്പോ വാപിളർന്നൊറങ്ങുന്ന അവന്റെ സുന്ദരൻ മൊകത്ത് ഞാനൊരടിവെച്ചു കൊടുത്തേ. നോ റെസ്പോൺസ്. പിന്നെ മദ്യക്കു പ്പീടെ കഴുത്ത് അവന്റെ അണ്ണാക്കിലേക്കു തള്ളി. അല്പം ബാക്കിയാ യത് ഞാനടുത്തു മാറ്റിവെച്ചു. ഒരു മണിക്കൂർകൂടി വെയ്റ്റുചെയ്യാമെന്നു കരുതി.

ഡൽഹി ഇഷ്യുവെച്ച് സർക്കാർ ഷണ്ഡീകരണ നെയമം കൊണ്ടു വരുവല്ലേ. പേടിക്കണ്ട എനിക്കു രക്ഷപ്പെടാൻ പഴുതൊണ്ടാകും. ഇല്ലേല് പോട്ടെ. കാര്യങ്ങളിനീം സംഭവബഹുലമാകട്ടെന്നൊക്കെ ചിന്തിച്ചോണ്ടിരുന്നേ.

കൊറേനേരം കഴിഞ്ഞ് ഞാനെഴുന്നേറ്റ് ബെഡ്ഡിനടീന്ന് ബർമൂഡ പീസുകളെടുത്ത് അവന്റെ വായ്ക്കകത്തേക്കു തള്ളിക്കയറ്റി. അനക്കമൊ ന്നുമില്ല. മൂർച്ചയൊള്ള കത്തിയെടുത്ത് ഞാനവന്റെ നെഞ്ചത്തോട്ടു കേറി പൊറം തിരിഞ്ഞിരുന്നേ. അവന്റെ തൊടകളും രണ്ടും അകത്തി കാല് മേലോട്ടു വലിച്ചുവെച്ച് ഞാനെന്റെ കാലുകൊണ്ട് പൂട്ടിട്ടു.

പിന്നെ എന്റപ്പനെ നന്നായി മനസ്സീ ധ്യാനിച്ചു. അന്നേരം ചെമ്പൻ നെറമൊള്ള ഒരു പട്ടീയേം കൊണ്ട് വീട്ടിലേക്ക് ആൾക്കാരു വരുന്നതു കണ്ടു. അപ്പൻ സന്തോഷത്തോടെ തിണ്ണേന്ന് എറങ്ങി. ആൾക്കാര് വണക്കം പറയുന്നു. വൈകുന്നേരത്തെ വെയില് തെളങ്ങു ന്നൊണ്ട് മഞ്ഞവെയില് പട്ടീടെ കുഞ്ചിരോമങ്ങളില് ഇക്കിളിയിട്ടോ ണ്ടിരിക്കുവാ. അമ്മച്ചി അകത്തുന്ന് ഒരു പ്ലേറ്റ് നെറയെ വരട്ടിവെച്ച പോർക്കെറച്ചീമായി വരുന്നു. അപ്പനതു വാങ്ങി പട്ടിക്കിട്ടുകൊടുക്കു ന്നു. പട്ടി വിശറിപോലെ വാലാട്ടിക്കൊണ്ട് അതുമുഴുവനും തിന്നു തീർത്തു. അപ്പോ അപ്പൻ പട്ടിയെ സ്നേഹത്തോടെ തലോടിക്കൊ ണ്ടിരിപ്പാരുന്നേ. പിന്നീടപ്പൻ പട്ടിയോട് മാപ്പിരക്കുന്നതു കണ്ടേ.

ചെവിയേല് വെള്ളം തെറിപ്പിച്ച് സമ്മതം വാങ്ങിച്ചശേഷം എല്ലാരും ചേർന്ന് പട്ടിയെ മലർത്തിക്കെടത്തുന്നു. വായ ചാക്കുകൊണ്ടുമൂടി തോർത്തിട്ട് കെട്ടുന്നു. കഴുത്തേല് പട്ട ചുറ്റി കുറ്റിക്കു കൊളുത്തുന്നു. കാലുകള് ജോണേട്ടനും കറിയാച്ചനും ചേർന്നു പിടിക്കുന്നു. റേസർ ബ്ലേഡുപോലെ മൂർച്ചയൊള്ള കത്തികൊണ്ട് കയ്യൊതുക്കത്തോടെ രണ്ടേ രണ്ടു ചീന്തൽ. സക്സസ്. യെസ് സിംപ്ലി ഐ സ്ലാഷ്ഡ് ഹിസ് സ്ക്രോട്ടം ആൻഡ് ഫ്ളിപ്പ്ഡ് ഹിസ് ടെസ്റ്റക്ൾസ്...അയലയുടെ കണ്ണ് തോണ്ടിക്കളയുന്നപോലെ. വിതിൻ സെക്കന്റ്സ്...ഹാഹാ...

ഒറ്റ നിമിഷംകൊണ്ട് ജീവിതത്തിന്റെ സകല നെറവും കെട്ടുപോയ പട്ടീടെ മോങ്ങലുകേട്ടാ ഞാൻ ഞെട്ടിയുണർന്നേ.. എന്റെ ചങ്കീന്നാരുന്നേ ആ നെലവിളി. അസഹ്യമായ വേദന കൊണ്ട് തലകുടഞ്ഞ് ഞാനൊന്നൂടെ നോക്കി. എടതു നെഞ്ചത്തുന്ന് ചോര കുതിച്ചൊഴുകുവാ. അവന്റെ അടിവയറ്റത്തും തൊടയിലും ചോരപ്രളയം. കത്തി ചോരയിൽ മുങ്ങി ബെഡ്ഡിൽ കെടപ്പൊണ്ട്. മാതാവേ ഞാനെന്നതാ ചെയ്തേ. എന്റെ എടതു നെഞ്ച് ശൂന്യമാരുന്നേ. എവിടെപ്പോയി അതെന്നു കണ്ണുവെറച്ചുംകൊണ്ട് ഞാൻ നോക്കിയപ്പോ അവന്റെ നെഞ്ചത്തു കെടക്കുന്നകണ്ടു. വരണ്ടൊണങ്ങിയ വെള്ളരിക്കാമുറി പോലെ ഒരിറച്ചിക്കഷണം. ബോധം കെട്ട ഒറക്കത്തിലും ചുണ്ടത്തു വീണ ചോരതുള്ളികൾ അവൻ നാവിട്ടുനൊണയുന്നതും കണ്ടു.

എന്റപ്പന് ആദ്യമായി പെഴച്ചു..പെഴച്ചു..പെഴച്ചു...

ബോധം വിട്ടുപോകും മുമ്പ് നെലവിളിക്കാതിരിക്കാൻ നീറിനെപ്പോലെ അവന്റെ മുതുകും കടിച്ചു പിടിച്ച് കെടന്നു ഞാൻ. അവനിഷ്ടമുള്ള ഭോജ്യം അവനു തന്നെ സമ്മാനിച്ചു. ഒരപ്പം കൊണ്ട് ഞാനവന്റെ വിശപ്പകറ്റാൻ ശ്രമിച്ചതാ. അത്രയൊള്ളൂ സാർ. മനസ്സങ്ങനാ സാർ. പക എന്നോടുതന്നാരുന്നേ മനസ്സിന്.

അവനെതിരെ കേസൊന്നുമെടുക്കേണ്ട സാർ. എന്നെ പെട്ടെന്ന് ഈ ഹോസ്പിറ്റലിലെത്തിച്ചല്ലോ. ജീവൻ രക്ഷിച്ചല്ലോ. ഇട്ടേച്ചു പോകുവാരുന്നിട്ടും പോയില്ലല്ലോ. അപ്പനോട് ഞാനെല്ലാം പറഞ്ഞേ. തലേകയ്യും വെച്ച് ഓരേ ഇരിപ്പാരുന്നു കൊറേനേരം. പിന്നെ പറഞ്ഞതിങ്ങനാ. നെന്നെ കെട്ടിക്കാൻ പത്തിരുന്നൂറു പവനും ഒണ്ടാക്കി വെച്ചിരിക്കുവാ. അതിനി ഇരട്ടിയെങ്കിലുമൊണ്ടാക്കേണ്ടേന്ന്. എന്താ സാർ എല്ലാരും ഇങ്ങനേ...?

●

വാട്സ്ലാപ്പ്

മാസങ്ങൾ നീണ്ട ചാറ്റിങ്ങിനെത്തുടർന്ന് അനിവാര്യമായും സംഭവിക്കേണ്ടത് അവർക്കിടയിലും സംഭവിച്ചു. ഇരുവരും പ്രണയ പരവശരായി. മിഥ്യാ ഉലകത്തിലാണ് കഴിയുന്നത്ര സമയം ചെലവഴിച്ചിരുന്നതെങ്കിലും അയാളിട്ട വാട്സപ്പ് സ്റ്റാറ്റസ് 'സങ്കല്പ ലോകമല്ലീയുലകം.' എന്നാണ്. ഇത്തരം അറുപഴഞ്ചൻ കാഴ്ചപ്പാടുകൾ മാറ്റണമെന്ന് ഒരു രാത്രി സല്ലാപമധ്യേ അവൾ വാശിപിടിച്ചതിനാൽ 'യു ആർ ആസ് ഹോട്ട് ആസ് എ തായ്‌ലൻഡ് കെയ്ക്ക് ' എന്ന പ്രണയം ഞെരിപിരികൊള്ളുന്ന സ്റ്റാറ്റസിലേക്ക് അയാൾ ചുവടുമാറ്റി. അതോടെ ചാറ്റിങ്ങിന് എരിവും പുളിയും കൂടി, കൂടുതൽ ആസ്വാദ്യ മാകുകയും വിഭവസമൃദ്ധമാകുകയും ചെയ്തു. യഥാർഥത്തിലില്ലെങ്കിലും ഉണ്ടെന്ന തോന്നിപ്പിക്കുന്നതെന്തോ അവർക്കിടയിൽ കാന്തിക പ്രഭാവമായി.

സൈബർ സ്പേസിലെ സിയോൺ താഴ്‌വര അവരുടെ പ്രണയ കേളികൾക്ക് വേദിയൊരുക്കി ചുംബനങ്ങളുടെ ചൂട് താങ്ങാനാവാതെ വാട്സാപ്പ് പൊറുതിമുട്ടി.

'തൊട്ടുരുമ്മിയിരിക്കാൻ കൊതിയായി.' എന്നൊരു ദിനം അവൾ സ്റ്റാറ്റസ് മാറ്റിയിട്ടതോടെ അയാളുടെ രാവുകൾ നിദ്രാവിഹീനങ്ങ ളായി. ഉത്കടമായ ശരീരകാമനകൾ വീർപ്പുമുട്ടിച്ചു തുടങ്ങി.

'കാണാൻ കൊതി' എന്നൊരു ഇരകോർത്ത് പാതിരാത്രി വാട്സാപ്പിലയാൾ ചൂണ്ടയിട്ടു. 'എനിക്കും'- തൽക്ഷണം അവൾ അതിൽക്കേറികൊത്തി. അയാളിലെ വിടൻ അപ്പോൾ വിസ്തരിച്ച് കോട്ടുവായിട്ടു. ഇടതുവശത്ത് ഒരു മാംസപിണ്ഡം കണക്കെ കഥകെ ട്ടുറങ്ങുന്ന ഭാര്യയെ വെറുപ്പോടെ നോക്കി. ശവം...

കൊച്ചിക്കാരിയായിരിക്കുന്ന അവളും ബാംഗ്ലൂർകാരനായിരിക്കുന്ന അയാളും ഏതാനും ദിവസത്തെ ഓൺലൈൻ ആലോചനയിലൂടെ കൂടിക്കാഴ്ചാപദ്ധതികൾ ആസൂത്രണം ചെയ്തു. 'എളുപ്പം തിരിച്ചറിയാൻ മുഖത്തിന്റെ ഒരു സെൽഫി അയയ്ക്കുമോ' അയാളുടെ അഭ്യർത്ഥനയ്ക്ക്

'ഏത് ആൾക്കൂട്ടത്തിലും എന്റെ കുട്ടനെ ഞാൻ കണ്ടുപിടിച്ചോളും. പിന്നല്ലേ ഹോട്ടലിന്ന്'' എന്നവൾ സമാശ്വസിപ്പിച്ചു. അനന്തരം സ്മൈലികളുടെ കള്ളച്ചിരി പങ്കുവെച്ചു.

ഞായറാഴ്ച്ചയായി, പ്ലാൻ ചെയ്ത പ്രകാരം രാവിലെ കറുത്ത ലെഗിൻസും, ചെമന്ന ടോപ്പുമിട്ട് നന്നായി അണിഞ്ഞൊരുങ്ങിയശേഷം മുറിക്കു പുറത്തേക്കിറങ്ങാനാഞ്ഞ അവൾ, മുമ്പെങ്ങും കാണാത്ത മോടിയോടെ കസവുജുബ്ബയും മുണ്ടും ധരിച്ച് കാറിലേക്ക് കയറുന്ന ഡാഡിയെക്കണ്ട് നടുങ്ങി. കള്ളിപ്പൂച്ചെയെപ്പോലെ കർട്ടന് പിന്നിൽ പതുങ്ങി. ശ്വാസമടക്കിപ്പിടിച്ച് അയാളയച്ച ആ വാട്സാപ്പ് ഇമേജ് ഒന്നുകൂടി പരിശോധിച്ചു.

കൃത്യം രണ്ടുമണിക്കൂർ കഴിഞ്ഞ് മൊബൈൽ ഫോണെടുത്ത് യാതൊരു സങ്കോചവുമില്ലാതെ അവൾ ടൈപ്പു ചെയ്തു തുടങ്ങി. നഗരത്തിലെ ആഡംബര ഹോട്ടലിൽ ശീതികരിച്ച മുറിയിൽ അക്ഷമനായി ചുട്ടുപഴുത്തിരിക്കുന്ന അയാൾ അതിപ്രകാരം വായിച്ചു. 'സോറി ഡിയർ, മൈ ഡാഡ് കമ്മിറ്റഡ് സൂയിസൈഡ് ജസ്റ്റ് റ്റു ഹവേഴ്സ് ബിഫോർ. സോ ഐ വോൺട് കം...'

●

മറവി

തീവണ്ടിയിൽ അവളാകെ അസ്വസ്ഥയായിരുന്നു. ഭർത്താവിനെ കൂടെക്കൂടെ സംശയത്തോടെയും രോഷത്തോടെയും നോക്കുകയും എന്തോ തിരയുന്നതുപോലെ ഭാവിക്കുകയും ചെയ്തു.

ഭർത്താവിന്റെ നിസ്സംഗതയിൽ മടുത്തിട്ടെന്നവണ്ണം ഇടയ്ക്ക് അവൾ മറ്റ് കൂപ്പെകളിലേക്ക് നടന്നു. പത്തുമിനിറ്റ് കഴിഞ്ഞ് സ്വന്തം കൂപ്പെയിലെത്തുമ്പോൾ ഭർത്താവിനോട് നിങ്ങളുടെ കൈയിൽ ഏല്പിച്ചതല്ലേ? എന്നവൾ ക്രുദ്ധയായി.

അയാളും അസ്വസ്ഥനായി മറ്റ് കൂപ്പകളിൽ ഇതേ സമയം അലഞ്ഞുനടക്കുകയായിരുന്നു.

"പ്ലാറ്റ്ഫോമിലെ ബെഞ്ചിലിരിക്കുമ്പോൾ നിന്റെയടുത്താണ് ഉണ്ടായിരുന്നത്," എന്നയാൾ ക്ഷോഭിച്ചു.

"പിന്നെ എപ്പോഴാണ് എന്നെ ഏല്പിച്ചത്?"

"ട്രെയിൻ കയറാനോടുമ്പോൾ നിങ്ങളുടെ കൈയിൽ തന്നത് ഞാൻ നന്നായോർക്കുന്നു!"

അയാൾ ഏറെനേരം പകച്ച മുഖഭാവത്തിൽ നിന്നശേഷം അവളുടെ പുറത്തുതട്ടി പറഞ്ഞു: "സോറി ഞാൻ മറന്നുപോയി."

അവളും അയാളുടെ അവസ്ഥകണ്ട് മനസ്സലിഞ്ഞുപോലെയായി.

"സോറി ഞാനും!"

"നമുക്കടുത്ത സ്റ്റേഷനിൽ ഇറങ്ങി അടുത്ത വണ്ടിക്ക്..." ഒരേ സമയമാണ് രണ്ടുപേരും ഇങ്ങനെ പറഞ്ഞത്. കയറിയ സ്റ്റേഷനിൽ തിരിച്ചെത്തി. തങ്ങൾ ഇരുന്ന ബെഞ്ചിലേക്ക് ഇരുവരും കുതിക്കുന്നതുപോലെ തോന്നിപ്പിച്ചു.

അവിടെ കൈയും കാലുമിളക്കി അലസമായി അത് കിടന്നിരുന്നു. അവരെ നോക്കി ഒരു കള്ളച്ചിരിച്ചിരിച്ച് കണ്ണിറുക്കി അതു പറഞ്ഞു.

"ഞാനും മറന്നേക്കാം..."

●

ന്യൂസ് ബ്രേക്ക്

ബറൂച്ചിലെത്തിയപ്പോൾ ഒരു മനോഹരസ്വപ്നത്തിൽ നിന്ന് നദിയ ഷെറഫ ഞെട്ടിയുണർന്നു. മുടികോതിയൊതുക്കി അവൾ പുറത്തേക്കു പിന്നോട്ടുപോകുന്ന കാഴ്ച്ചകളിലേക്ക് കണ്ണയച്ചു. സ്വപ്നത്തിൽ കണ്ട പട്ടങ്ങളെല്ലാം ചരടുവിട്ട് പറന്നു പോയിരുന്നു. പതുക്കെയെഴുന്നേറ്റ് വാഷ്ബെയ്സിനിൽ മുഖം അമർത്തികഴുകി. ആകാശത്തിന്റെ സ്വാതന്ത്ര്യവും സ്വച്ഛതയും അനുഭവിച്ച് നാട്ടിൽ ചെലവഴിച്ച പതിനാറു ദിവസം. മൂത്തുമ്മാന്റെ എൺപതാം പിറന്നാൾ ശരിക്കും ഉത്സവമായിരുന്നു. ബാപ്പ, ഉമ്മ, ഇത്താത്ത, നദീം, സുഹറ, മൽഹർ അങ്ങനെ ബന്ധുക്കളും സുഹൃത്തുക്കളുമായി കഴിച്ചുകൂട്ടിയ രസികൻ ദിവസങ്ങൾ. ചെസ്സുകളി ഭ്രാന്തനായ ബാപ്പ ഒറ്റദിവസം പോലും തന്നെ വെറുതെ വിട്ടില്ല. കളിക്കും തോൽക്കും ഇതുതന്നെയായിരുന്നു തന്റെ വിധി. ഇർഫാൻ മൂന്നു ദിവസമേ ഉണ്ടായിരുന്നുള്ളൂ. അതായിരുന്നു വലിയ സങ്കടം. ഡൽഹിയിൽ പ്രശ്നം സങ്കീർണ്ണമായതിനാൽ പെട്ടെന്ന് തിരിച്ചു പോവേണ്ടി വന്നു. നിക്കാഹ് കഴിഞ്ഞിട്ട് വെറും പതിനൊന്ന് ദിവസമാണ് ഒരുമിച്ച് കഴിഞ്ഞത്. മാസം നാലായി വിവാഹിതരായിട്ട്. എന്തുചെയ്യാം ഈ പണിക്ക് മംഗലമൊന്നും പറഞ്ഞിട്ടുള്ളതല്ല. നദീ... എന്തായാലും ഇത്രയൊക്കെ എത്തിച്ചില്ലേ. അതു തന്നെ വലിയ കാര്യം- ഇർഫാൻ പൊട്ടിച്ചിരിച്ചുകൊണ്ട് പറയും.

ടൈംസിലെ പേനയുന്തൽ അത്ര തിരക്കുള്ള പണിയാണോ എന്ന് അവനെ പ്രകോപിപ്പിക്കാൻ ചോദിക്കും. പക്ഷേ ലളിതമായൊരു മന്ദഹാസമാണ് എപ്പോഴും മറുപടി ഉണ്ടാവുക. ഇർഫാന് രണ്ടാഴ്ച്ച കഴിഞ്ഞ് വേണമെങ്കിൽ ലീവ് സംഘടിപ്പിക്കാമായിരുന്നു. പക്ഷേ ഇത്തവണ താനാണ് പറ്റിച്ചത്. താനല്ല... ന്യൂസ് എഡിറ്ററാണു പണി തന്നത്. റിക്വസ്റ്റ് ചെയ്തതിനേക്കാൾ ആറു ദിവസം കൂടുതൽ ലീവെടുത്തതിന്റെ കെറുവും അദ്ദേഹത്തിനുണ്ടാകും. എന്നാലും അസഹനീയമായ തിരക്കുകളിൽ നിന്നും ഒരൽപം മോചനം അത്രയേ ഈ

മുങ്ങൽ കൊണ്ടുദ്ദേശിച്ചുള്ളൂ. ഫോൺ ഓഫാക്കിയിട്ടു. ചെയർമാന് ഒരു മെയിലുമയച്ചു. ഒളിപ്പാർപ്പു തുടരുമ്പോഴാണ ഇർഫാൻ വിളിച്ച് കാര്യം പറയുന്നത്. എൻ ഇ നേരിട്ട് ഇർഫാനെ ഫോൺ ചെയ്തതും അൺഓതറൈസ്ഡ് ആബ്സന്റാണ് താനെന്നറിയിച്ചതും. അതവന് വലിയ ഷോക്കായി. ഭയങ്കര ഡ്യൂട്ടീകോൺഷ്യസ് ആണ് ഇർഫാൻ. തെറി പറഞ്ഞില്ലെന്നേയുള്ളൂ. ഇമ്മീഡിയറ്റായി എൻ. ഇ യെ കോൺടാക്ട് ചെയ്യാൻ പറഞ്ഞ് ഫോൺ വെച്ചപ്പോൾ എന്തോ ഒരനിഷ്ടം അവനിൽ വർക്ക ചെയ്യുന്നുണ്ടെന്നുതോന്നി.

എന്തായാലും അപ്പോൾ തന്നെ 'കാലൻ' ചേതേശ്വർ ബക്തയെ വിളിച്ചതു നന്നായി. ആകെ ചുട്ടുപഴുത്തു നിൽക്കുകയായിരുന്നു മൂപ്പിലാൻ. രണ്ടു സോറിയൊക്കെ പറഞ്ഞ് തണുപ്പിച്ചു. പിറ്റേന്നു തന്നെ എം.പി ക്വാട്ടയിൽ ഓഫീസിൽ നിന്ന് ട്രെയിൻ റിസർവേഷൻ ഏർപ്പാടാക്കിത്തന്നു. ടിക്കറ്റ് ഡൗൺലോഡ് ചെയ്യുമ്പോൾ മനസ്സില തുവരെ നിറഞ്ഞു നിന്നിരുന്ന ആഹ്ലാദമെല്ലാം ചോർന്നു തുടങ്ങിയിരു ന്നു. വീണ്ടും പഴയ ലാവണത്തിലേക്ക്. ഇനിയെന്നാണ് ഇർഫാനെ കാണാനാവുക... രണ്ടുപേർക്കും ഒരുമിച്ച് ലീവ് കിട്ടുക എന്നത് അത്ര എളുപ്പമല്ല തന്നെ. ഡൽഹിയിലേക്കു ട്രാൻസ്ഫർ കിട്ടിയാൽ ജീവിതം ഒന്നു ട്രാക്കിലാവുമായിരുന്നു. അലച്ചിലും അനാഥത്വവും മാത്രമാണിപ്പോൾ കൂട്ട്. ആഗ്രഹിച്ചു ചേർന്ന ജോലിയായതിനാൽ വലിച്ചെറിഞ്ഞു കളയാനും വയ്യ. കൂട്ടുകാരികൾ പലരും രംഗംവിട്ട് കുടുംബജീവിതത്തിലേക്ക് ചേക്കേറി. നല്ല വീട്ടമ്മമാരായി. മറ്റുചിലർ ന്യൂസ് റൂമുകളിൽ അഭയം തേടി. താനിപ്പോഴും കളത്തിൽ തന്നെ തുടരുകയാണ്. ഇഷ്ടവും ആവേശവും ചോർന്നുപോയിട്ടൊന്നുമില്ല. മനസ്സമാധാനം, സുരക്ഷിതത്വം ഇടയ്ക്കിതൊക്കെ ആലോചിച്ചുപോ കും. രണ്ടോ മൂന്നോ കൊല്ലം കൂടി തുഴയാം. അതിനിടയിൽ നമ്മുടെ ആത്മാവിന്റെ തൃപ്തിക്ക് വല്ലതും ചെയ്യാനായാൽ അത്രയും നന്ന്. പ്രൊഫഷണലായി എന്തുസിയാസ്റ്റിക്കാണുതാനെന്ന് ബിപിൻ മൽഹോത്ര പുകഴ്ത്താറുണ്ട്. "ഫീൽഡിലിറങ്ങിയാൽ തീപ്പൊരിയാണു നീ. മുടിനാരിഴ കീറിയല്ലേ റിപ്പോർട്ടിംഗ്. സോ ഫാസ്റ്റ്, സോ ക്വിക്ക്, ഡിപ്ലോമാറ്റിക്, ആൻഡ് ഹെവി ഡിറ്റേയ്ൽഡ്..."

ആ അഭിനന്ദനം വിലപ്പെട്ടതാണ്. മരവിച്ചു പോയേക്കാവുന്ന മനസ്സിന് ഒരുണർവ്വു കിട്ടും ഇത്തരം നല്ല വാക്കുകൾ കേൾക്കുമ്പോൾ. എന്നും പഴിയും പിഴവും മാത്രം പറയുന്ന ന്യൂസ് എഡിറ്ററടക്കം എല്ലാം വരണ്ടയന്ത്രങ്ങളാണ്. തുരുമ്പെടുത്ത വാർത്തകളിൽ മാത്രം അഭിരമിക്കുന്ന വെള്ളപ്പന്നികൾ... സത്യത്തിൽ അവർ വിളിക്കു മ്പോഴും അവരെ കാണുമ്പോഴും അറപ്പാണ്. ഒരുതരം വൃത്തികെട്ട

വഴുവഴുപ്പ് ഫീൽചെയ്യുമപ്പോൾ. ഇതിപ്പോൾ അടിയന്തിരമായി ഡ്യൂട്ടിക്ക് ജോയിൻ ചെയ്യണമെന്ന് കർക്കശമായി പറഞ്ഞ് നാഷണൽ ഡാൻഡിയാ രാസ് ഫെസ്റ്റ് കവർ ചെയ്യാനാണ്. ന്യൂസ് എഡിറ്ററുടെ സൂത്രപ്പണിയായിരുന്നു. 'ഫെസ്റ്റിവൽ 14 നാണ്... കാച്ച് ദ ഹെവൺ മൈ ഗേൾ' എന്നാണ് വിളിച്ചു നിർദ്ദേശിച്ചത്. രാസലീലാ നൃത്തമാണ്, അതിലെ സ്വർഗ്ഗം പിടിച്ചെടുക്കണം പോലും. ഡർട്ടി പിഗ്... അഹമ്മദാബാദ്ദിലെ പട്ടം പറത്തലായിരുന്നു ന്യൂസ് എഡിറ്റർ മുമ്പ് നേരിട്ടേൽപ്പിച്ച മറ്റൊരസൈൻമെന്റ്. ഈ പണി ഏൽപ്പിച്ചതിനു പിന്നിലും ഒരു ഇകഴ്ത്തൽ, ഒരു പുച്ഛം ഒളിഞ്ഞിരിപ്പുണ്ടെന്ന് നദിയാ ഷെറഫയ്ക്ക് തോന്നി. നിന്നെക്കൊണ്ട് ഇത്രയൊക്കയേ പറ്റൂ... നീയൊക്കെ പട്ടം പറത്തിയും നൃത്തം പിടിച്ചും നടന്നാ മതി എന്നെല്ലാം പറയാതെ പറയുന്നതായി ന്യൂസ് എഡിറ്ററുടെ ഫോൺ കോൾ.

അവൾക്കു വല്ലായ്മയും അമർഷവും ഉണ്ടായി. തനിക്ക് ഒരു പെണ്ണിന്റെ പരിഗണനയെങ്കിലും ലഭിച്ചിരുന്നെങ്കിലെന്നവൾ ആത്മാർത്ഥമായി ആഗ്രഹിച്ച സന്ദർഭങ്ങൾ നിരവധിയാണ്. സ്കൂൾ കാലം തൊട്ട് അവൾ 'മുസ്ലീം കുട്ടി' എന്നാണ് അറിയപ്പെട്ടത്. അധ്യാപകരും അങ്ങനെ പ്രയോഗിക്കുന്നത് എത്രയോ തവണ കേട്ടിരിക്കുന്നു. എന്നാൽ ഹിന്ദുക്കുട്ടിയെന്നോ ക്രിസ്ത്യാനിക്കുട്ടിയെന്നോ ആരെയും വിളിക്കാറില്ല. ഒരു പെൺകുട്ടിയായി ജീവിക്കാനും സ്വന്തം പേരിലറിയപ്പെടാനും അന്നേ മനസ്സിലുന്നിയ വാശിയാണ് ഇപ്പോഴിവിടെവരെ എത്തിച്ചത്. എന്നാൽ ന്യൂസ് റൂമിലായാലും സൗഹൃദങ്ങൾക്കിടയിലായാലും അകൽച്ച വല്ലാതെ പ്രകടമാക്കുന്ന ആ പ്രയോഗം ഹൃദയത്തെ മുറിപ്പെടുത്തിക്കൊണ്ടിരുന്നു. ഇപ്പോഴും ജീൻസ് ധരിച്ചതിനും തട്ടമിടാത്തതിനും സ്വന്തം സമുദായം കാട്ടിയതെന്താണ്. 'ഫത്വ' പോലെ തുടർച്ചയായി ഭീഷണികൾ. ഊമക്കത്തുകൾ... ഫോൺ വിളികൾ... ബാപ്പയുടെ നെഞ്ചുറപ്പ് ഒന്നു കൊണ്ട് മാത്രമാണ് അതിജീവിച്ചത്.

അവൾ കാപ്പിയുമായി വന്ന വേണ്ടറോട് ഒരു കപ്പ് കാപ്പി വാങ്ങിച്ചു പത്തു രൂപ കൊടുത്തു. "ചേഞ്ച് നഹീ അപ്പുറമാ തരാം..." അയാൾ പറഞ്ഞു. ഇതേതു ഭാഷയാണെന്ന് അവൾ വിസ്മയിച്ചു. ഇതാണ് ശരിയായ ദേശീയ ഭാഷ. എത്ര മനോഹരം. എല്ലാ ഭാഷക്കാർക്കും മനസിലാവുകയും ചെയ്യും... അവൾ പുഞ്ചിരിയോടെ ചായക്കപ്പ് ചുണ്ടോട് ചേർത്തു.

വഡോദരയിൽ ഒരുമണിക്കൂർ നേരം ഷണ്ടിങ്ങിനായി ട്രെയിൻ നിർത്തിയിടും. സ്റ്റേഷനിലിറങ്ങി ഒന്നു റിലാക്സ് ചെയ്യാം. എന്തെങ്കിലും ലഘുവായി കഴിക്കാം. ഇർഫാനെ സ്വസ്ഥമായിരുന്നു വിളിച്ച് അൽപനേരം കൊഞ്ചിയാം.

അപ്രതീക്ഷിതമായി ഒരു മഴച്ചാറ്റൽ പറന്നു കയറി. ട്രെയിൻ നേരെ മഴയിലേക്ക് ഇരമ്പിക്കയറിയ പ്രതീതി. മറ്റ് യാത്രികർ പെട്ടെന്ന് ഷട്ടർ താഴ്ത്തിയിട്ടു. നദിയ അതിനു മുതിരാതെ പുറത്തെ മഴയെ മാത്രം ശ്രദ്ധിച്ചു. അവളുടെ മുഖത്തും ടോപ്പിലും മാറിടത്തുമെല്ലാം മഴത്തുള്ളികൾ നൃത്തം വെച്ചു. അവൾ ഒരുമാത്രകൊണ്ട് നാട്ടിൻപുറത്തെ വയൽവരമ്പിലെത്തി. ഗൃഹാതുരത്വം എന്നത് എത്രമേൽ പരിഹാസ്യവും അശ്ലീലവുമാണെന്ന് അവൾക്ക് ഞൊടിയിടയിൽ മനസിലാക്കുകയും ചെയ്തു. അത്രയൊന്നും നന്മ നിറഞ്ഞതല്ല തന്റെ ഗ്രാമമിപ്പോൾ. മുൾമുനയിൽ നിൽക്കുന്ന ബലൂൺ. അവൾ ആ രൂപകത്തെ വീണ്ടും വീണ്ടും വിശകലനം ചെയ്യാൻ ശ്രമിച്ചു.

ട്രെയിനിൽ വെച്ച് മഴത്തുള്ളികളോട് കിന്നരിച്ചപ്പോഴുണ്ടായിരുന്ന ഉൻമേഷമൊന്നും നദിയ ഷെറഫയ്ക്ക് വഡോദര സ്റ്റേഷനിൽ സ്റ്റീൽ ബെഞ്ചിലിരുന്നപ്പോൾ തോന്നിയില്ല. ഒരുതരം മരവിപ്പ്. ഇർഫാനെ മൂന്നു തവണ വിളിച്ചിട്ടും അവൻ അറ്റന്റ് ചെയ്തില്ല. രണ്ടുമൂന്നു സ്ലൈസു കളിൽ ജാം പുരട്ടി വിശപ്പിനെ തൃപ്തിപ്പെടുത്താൻ മാത്രമായി കഴിച്ചു. ഇനി ഇർഫാൻ തിരിച്ചു വിളിച്ചാൽ തന്നെ ഫോണെടുക്കില്ലെന്നവൾ പിണങ്ങിയുറപ്പിച്ചു.

ഒന്നരമണിക്കൂർ കഴിഞ്ഞാണ് ഇർഫാൻ തിരിച്ചു വിളിച്ചത്. നദിയ ഫോൺ കട്ടാക്കി. തുടർന്നും മൊബൈലിൽ അവന്റെ ചിരിക്കുന്ന മുഖം തെളിഞ്ഞപ്പോൾ അവൾക്ക് പിടിച്ചു നിൽക്കാനായില്ല. ഫോൺ ചെവിയോടു ചേർത്തു പിണക്കം തീർത്തു. പരിഭവങ്ങളും മാറി. അപ്പോൾ ഫോണിലേക്ക് മറ്റൊരു കോൾ ഇടിച്ചു കയറുന്നതു കേട്ടു. ഇർഫാനോട് സോറി പറഞ്ഞു കട്ടാക്കി. നരേഷ് പ്രഭാകറാണ്, എ ബ്രില്ല്യന്റ് ജേണലിസ്റ്റ്. സായി റാമിന്റെ ശിഷ്യൻ! കുസൃതി നിറഞ്ഞ ചിരിയോടെ നാദിയ അയാളെ തിരിച്ചു വിളിച്ചു. “ഡാൻഡിയ രാസും കുന്ത്രാണ്ടവുമൊന്നുമല്ല ആൻ ഇംപോർട്ടന്റ് ഇൻഫർമേഷൻ ഫോർ യു.. വ്യാജ ഏറ്റുമുട്ടൽ കേസിലെ വമ്പൻസ്രാവ് സുപ്രീം കോടതിയിൽ നൽകിയ മുൻകൂർ ജാമ്യാപേക്ഷ തള്ളി. കക്ഷി ഒളിവിലാണ്. അയാൾ ഖെദ്ദയ്ക്ക് സമീപം പരിയേജി തടാകത്തിനടുത്ത് ഒരു ഫാം ഹൗസിൽ കഴിയുന്നുണ്ട്. ഗാന്ധി നഗറിൽ നിന്ന് ആർ.ബി നൽകിയ വിവരമാണ്. യൂ മസ്റ്റ് ട്രയിസ് ഹിം ആന്റ് കാച് ഹിം. ക്യാമറയ്ക്കും മീഡിയയ്ക്കും മുഖം കൊടുക്കാതെ മുങ്ങി നടപ്പാണ് ദാറ്റ് ഫെല്ലോ. സുപ്രീം കോർട്ട് സിവിയേർലി ക്രിട്ടിസൈസ്ഡ് ഹിസ് ആറ്റിറ്റിയൂഡ്. നദിയാ, യൂ ഹാവ് എ ചാൻസ് ടു റിട്ടേൺ ലൈം ലൈറ്റ്സ്... ഗോ അഹെഡ്...”

മനസിൽ ഒരു കുളിരും ആവേശവും ഉണർന്നതവൾ അറിഞ്ഞു.

കണ്ണുകൾ വിടർന്നതും മൂക്ക് ചെമന്നതും ശരീരം ചെറുതായി വിറകൊണ്ടതും വലിയൊരുർജ്ജം നിറഞ്ഞതിന്റെ തെളിവായി അവളിൽ പ്രകടമായി.

"സന്ദേശ് യൂ ഹാവ് എ മെസ്സേജ്..." അവൾ സന്ദേശ് ധന്യാലിന്റെ നമ്പറിലേക്ക് ഒരു എസ്.എം.എസ് അയച്ചു.

"ഐ ആം ഓൾവേയ്സ് എ മെസ്സേജ്" സന്ദേശ് സ്വതസിദ്ധമായ നർമ്മം വിടാതയച്ച റിപ്ലൈ അവൾ വായിച്ചു.

"ആർ യൂ മഹാത്മാ ഗാന്ധി... ഫോർ ബീയിംഗ് ഓൾവേയ്സ് മെസ്സേജ്..." അവൾ അതേ നാണയത്തിൽ തിരിച്ചടിച്ചു.

"നോ നദിയ ഐ സിംപ്ലി മെന്റ് മൈ നെയിം..."

"നെയിം..." അവളൊന്നു നടുങ്ങി. പേര്... പെരുവിരൽ തുമ്പിൽ നിന്ന് ഒരു പെരുപ്പ് അവളിലേക്ക് പടർന്നുകയറി.

"ചൽ ക്ലുത്ത് കീ ഔലത്ത്... അരേ ചൂഡേ ഛോട്ട് ലഗാനേ ആയീഹോ ക്യാ... തുമാരീ ബാപ്പ് കി ഖബർസ്ഥാൻ ഹേ ക്യാ... ബാഗ് ജാഓ യഹീസേ വർന്നാ കാട്കേ കുത്തേക്കോ ഖിലാവൂംഗാ..." പിൻ കഴുത്തിൽ പിശാച് പിടിച്ചതുപോലൊരു പിടിത്തവും ഊക്കനൊരു തള്ളും... "മീഡിയാസ്.. ബൈചൂത്ത്... നോവൺ എലൗഡ് ഇൻ ദിസ് ഏരിയ.. ഗോ ആന്റ് ഫക്..." തെറിയുടെ പൂരംതന്നെ. അവളറിയാതെ പിൻകഴുത്തിൽതൊട്ടു.

മഥുരയിൽ കമ്മ്യൂണൽ വയലൻസിനുള്ള സാധ്യതയെ പറ്റി ഇന്റലിജൻസ് വിഭാഗം നൽകിയ റിപ്പോർട്ട് ഇർഫാൻ ചോർത്തിയിരുന്നു. ശ്രീകൃഷ്ണജന്മസ്ഥാനം എന്ന പ്രശ്നം രഥയാത്രയുമായി ബന്ധപ്പെട്ട് സങ്കീർണ്ണമാവാനിടയുണ്ടെന്ന് അവൻ റിപ്പോർട്ടു ചെയ്തു. ശ്രീകൃഷ്ണൻ ജനിച്ച വീണ കാരാഗൃഹത്തിനു തൊട്ടുമുകളിലാണ് ഷാഹി ഈദ് ഗാഹ്. ശ്രീകൃഷ്ണ ക്ഷേത്രത്തിന്റെ വർണ്ണ ശബളിമയിൽ നിന്നിറങ്ങി മഥുരയിൽ നിന്ന് വൃന്ദാവനിലേക്കുള്ള മീറ്റർ ഗേജ് റയിൽ പാളത്തിലൂടെ അരക്കിലോമീറ്ററോളം നടന്നാണ് തൊഴുത്തും കന്നുകാലികളും ചാണകവും നിറഞ്ഞ വഴിത്താരയിലെത്തിയത്. കുട്ടികൾ അവിടവിടെ തൂറിവെക്കുന്നുണ്ടായിരുന്നു. ദുർഗന്ധം നിറഞ്ഞതും മലീനവുമായ ചുറ്റുപാടിൽ പത്തിരുപത് കുടുംബം അവിടെ കഴിയുന്നുണ്ട്. തൊഴുത്താണ് വീട്. കന്നുകാലികളോടൊപ്പം കിടപ്പ്. അറപ്പോടെ കുന്നും പാടവും കയറിയാണ് ആളും പ്രാർത്ഥനയുമൊഴിഞ്ഞ ഷാഹി മസ്ജിദിലെത്തിയത്. അവിടെ പട്ടാളം കൈയ്യടക്കിയിരുന്നു. കഴുത്തിൽ തൂക്കിയിരുന്ന ഐ ഡി കാർഡ് വലിച്ചുപൊട്ടിച്ചാണ് ഒരു ഹവിൽദാർ ഉറഞ്ഞു തുള്ളിയത്. നിതിൻ ദേശായി അയാളോട്

കയർത്തപ്പോഴാണ് സുരക്ഷാചുമതലയുള്ള സുബേദാർ പ്രഭുകുമാർ സംഘാലിയ ഇടപെട്ടത്. കാര്യം വെട്ടിത്തുറന്നു പറഞ്ഞില്ലെങ്കിലും അയാളുടെ അതിരൂക്ഷമായ നിലപാടിൽ എല്ലാം വ്യക്തമായിരുന്നു. നിതിന്റെ ക്യാമറ സീസ് ചെയ്യുമെന്നായിരുന്നു ഭീഷണി. ഒടുവിൽ തടിയും കൊണ്ട് പോരേണ്ടി വന്നു. എങ്കിലും ആ പ്രദേശത്തിന്റെ സംഘർഷഭരിതവും ദൈന്യത നിറഞ്ഞതുമായ ജീവിതം രണ്ടു ദിവസത്തെ സ്പെഷൽ സ്റ്റോറിയാക്കാൻ കഴിഞ്ഞു.

'ദേയർ ഈസ് സംതിങ് ഇൻ എ നെയിം...' നാദിയ ഷെറഫ ആവർത്തിച്ച് മനസ്സിൽ ഉരുവിട്ടു...

സന്ദേശിനെ വിളിക്കാമെന്നവൾ ഉറപ്പിച്ചു. വിശ്വസിക്കാവുന്ന വനാണ്. അതീവ രഹസ്യസ്വഭാവമുള്ളതാണ് എന്നതുകൊണ്ട് തന്നെ റെസ്പോൺസിബിലിറ്റിയുള്ളവരെ മാത്രമേ ഏൽപ്പിക്കാവൂ. ഫ്രീലാൻസ് വീഡിയോ ഗ്രാഫറാണ് സന്ദേശ്. ഒട്ടേറെ സന്ദർഭങ്ങ ളിൽ തനിക്കു തുണയായിരുന്നു. കഴിയുമെങ്കിൽ നാളെ രാവിലെ തന്നെ വൈദ്യയിലെത്താൻ സന്ദേശിനോട് നിർദ്ദേശിച്ചാലോ... അല്ലെങ്കിൽ വേണ്ട. അഹമ്മദാബാദിലെത്തി ബ്യൂറോയിൽ മുഖം കാണിക്കാം. ഡാൻഡിയാ രാസ് ഫെസ്റ്റ് കവറു ചെയ്യാൻ സ്ട്രിംഗർ ജയന്ത് റാം മോദിയെ ഏൽപ്പിക്കാം. ഒരു വെച്ചുമാറലാണെന്ന് അയാളെ ബോധ്യപ്പെടുത്തിയാൽ മതി. സന്ധ്യയോടെ അഹമ്മദാ ബാദിലെത്തും. ഫ്ളാറ്റിൽചെന്ന് ഒന്ന് ഫ്രഷായി കിടന്നുറങ്ങണം.

ഒരു ജേണലിസ്റ്റ് ഒരു ജോലിയും പിന്നത്തേക്കു മാറ്റിവെക്കരുതെ ന്ന തത്വം നാദിയ ഷെരഫ തൽക്കാലം വിസ്മരിക്കാൻ തീരുമാനിച്ചു. ആക്ട് ഇൻ ടൈം. വാർത്ത ഒരു മണിക്കൂർ പഴകിയാൽ ആറിയ പഴങ്കഞ്ഞിയാണ്. ശശിഭൂഷൺ സാറിന്റെ ഓർമ്മപ്പെടുത്തലൊന്നും അവളുടെ വാടിയ മനസ്സിൽ ചലനമുണ്ടാക്കിയില്ല. പെട്ടെന്ന് ആകെ ഒരുന്മേഷക്കുറവ് ബാധിച്ചതുപോലെ തോന്നിയവൾക്ക്. ഇത്തവണ നേരത്തേയാണോ.. അടിവയറ്റിൽ നേരിയ വേദന. അവൾ കണ്ണടച്ച് സീറ്റിലേക്ക് കഴിയാവുന്നത്ര ചാരിയിരുന്നു. ലാട്രിനിൽ പോകണ മെന്ന് തോന്നിയെങ്കിലും തളർച്ചയും തലചുറ്റലുപോലുള്ള തോന്നലും അവളെ ദുർബലയാക്കി.

ഫ്ളാറ്റിലേക്കു കയറുമ്പോൾ ലോകത്തിലെ സകലതിനോടും വെറുപ്പ് തോന്നി നദിയയ്ക്ക്. ബ്യൂറോയിലെ പതിവു വെടിവെട്ടതിനും സൊള്ളലുകൾക്കും നിന്നുകൊടുത്തില്ല. ചീഫ് റിപ്പോർട്ടറെ കണ്ട് അനുവാദം വാങ്ങിയേക്കാം എന്നു കരുതി ക്യാബിനിൽ കയറിയ താണ്. പല്ലും നഖവും വേണ്ടത്ര ഉപയോഗിച്ച് കടിച്ചുകുടയുകയായി രുന്നു അയാൾ: ലീവ് എക്സ്റ്റന്റു ചെയ്തതാണു പ്രകോപനം. ശമ്പളം

പറ്റുമ്പോഴതിനൊരു അന്തസ്സു കാണിക്കണം എന്നു വരെ പറഞ്ഞു വെച്ചു. വല്ലാത്ത അപമാനം. സാധാരണ ചീഫ് സന്ദീപ് ഭാട്ടിയ ആരോടും അങ്ങനെ പെരുമാറാറില്ല. പൊതുവേ ശാന്തനും സൗമ്യനും ആണ്. എന്താണു പറ്റിയതെന്നു വ്യക്തമല്ല. താൻ ലീവെടുക്കുന്ന സമയത്ത് ബ്യൂറോയിൽ പുതുതായി ജോയിൻ ചെയ്ത നീതി കുൽക്കർണ്ണി ചീഫിന്റെ അലർച്ചകേട്ട് ആലിലപോലെ വിറക്കുന്നതു കണ്ടു. പാവം, അവളോടൊന്നു മിണ്ടാൻ പോലും നിൽക്കാതെ ഇറങ്ങി ഒറ്റ നടപ്പായിരുന്നു. ക്ഷോഭം തണുപ്പിക്കാൻ തനിച്ചുള്ള നടത്തമാണ് നല്ലത്. ബാഗിനു നല്ല ഭാരമുണ്ടായിരുന്നെങ്കിലും പത്തിരുപതു മിനുട്ട് നേരം നടന്നിട്ടും ഒന്നുമറിഞ്ഞില്ല. ഭാരമോ ദാഹമോ ക്ഷീണമോ ഒന്നും.

'ഒരു പന്നിയേയും പിടിക്കാൻ പോവുന്നില്ല' എന്നു ചുവരിനൊരു ചവിട്ടു കൊടുത്ത് അവൾ കിടക്കയിലേക്കു മറിഞ്ഞു. പിന്നെ എഴുന്നേറ്റിരുന്ന് മിനറൽ വാട്ടറിന്റെ കുപ്പി ഉയർത്തി വായിലേക്കൊഴിച്ചു.

പിറ്റേന്ന് ആകെ ബഹളമായിരുന്നു ബ്യൂറോയിൽ.

"യൂ മസ്റ്റ് ഗോ ദേർ ആന്റ് ഫൈന്റ് ഹിം വേർ ഹി ഈസ്" ചീഫ് റിപ്പോർട്ടർ കർക്കശമായി പറഞ്ഞു. ഇങ്ങനെയൊരു സൂചന കിട്ടിയിട്ട് ഉഴപ്പിയതിനെ അദ്ദേഹം ശകാരിച്ചു. "യൂ ടേക്ക് ഇനഫ് ടൈം യൂ നീഡ്..." കുറച്ചു കഴിഞ്ഞപ്പോൾ അയാൾ അൽപം മയപ്പെട്ടു.

ഇർഫാനെ വിളിച്ച് അഭിപ്രായം ചോദിക്കാമെന്നു കരുതി നദിയ പുറത്തിറങ്ങി. വിലക്കാനാണു സാധ്യത. പക്ഷേ സംസാരിച്ചപ്പോൾ അവനിൽ നിന്നുള്ള അനുകൂല പ്രതികരണമാണു ലഭിച്ചത്. അവന്റെ കരുതലുള്ള വാക്കുകളും പ്രോത്സാഹനങ്ങളും നദിയയെ ഉത്തേജിതയാക്കി. വെല്ലുവിളി ഏറ്റെടുക്കാൻ തന്നെ അവളുറച്ചു. തന്റെ കൂടെ സന്ദേശിനെ അയച്ചാൽ മതിയെന്ന ഒറ്റ നിർബന്ധം മാത്രം അവൾ ചീഫിനു മുന്നിൽ വെച്ചു.

അന്വേഷണം രണ്ടു മൂന്നു ദിവസം നീളുമെന്നതിനാൽ ഖെദ്ദയിൽ തങ്ങേണ്ടി വരുമെന്ന് ചീഫ് ഓർമ്മിപ്പിച്ചു. അവിടെ പരിചയക്കാരന്റെ ഒരിടത്തരം ലോഡ്ജ് ഏർപ്പാടാക്കാമെന്നും ആർക്കും സംശയത്തിനിടകൊടുക്കരുതെന്നും അദ്ദേഹം തുടർന്നു പറഞ്ഞു.

വ്യാജ ഏറ്റുമുട്ടൽ കേസിൽ തനിക്കുള്ള സവിശേഷ താൽപര്യം ചീഫിനറിയാം. അതെപ്പോഴും പറയാറുമുണ്ട്. മരിച്ചതിൽ ഒരാൾ തന്റെ നാട്ടുകാരനാണ്. സോ, നിരന്തരം ഫോളോഅപ്പ് കൊടുക്കുന്നതിൽ താൻ കാണിക്കുന്ന ശ്രദ്ധ. മറ്റൊന്ന് ആർ.ബി യുമായുള്ള വ്യക്തിപരമായ അടുപ്പം. ആദ്യദിനം പരിയേജ് തടാകത്തിനു സമീപമുള്ള ഗ്രാമങ്ങളിലെല്ലാം ചുറ്റി തിരിഞ്ഞു. നിലക്കടലയെണ്ണയുടെ

ഗന്ധമാണെങ്കും. പുകയിലപ്പാടങ്ങളും ചെറുകിട സിമന്റ് നിർമ്മാണ യൂണിറ്റുകളും പാതയോരങ്ങളിൽ കണ്ടു. ചാണകവരടികൾ ഉണക്കുന്ന വൃദ്ധകൾ. ചളിയും പൊടിയും നിറഞ്ഞ കൊതുമ്പ് പോലെ മുടിയുള്ള കുട്ടികൾ. പൊതുടാപ്പിനു മുന്നിൽ നീണ്ടു കിടക്കുന്ന കുടങ്ങളും ഇരുമ്പുബക്കറ്റുകളും. വരണ്ടുണങ്ങിയ കുറെ സ്ത്രീകൾ അങ്ങിങ്ങായി നിൽക്കുന്നു. ഇടയ്ക്കിടെ ഉരുണ്ടു പോകുന്ന ട്രാക്ട്ടറുകളിലും ടില്ലറുക ളിലും അള്ളിപ്പിടിച്ച് കുറേ പുരുഷൻമാർ. ഒരു തരം മഞ്ഞ വെയിൽ. ഉപ്പു ചുവയുള്ള കാറ്റ്. നദിയ ഷെറഫയ്ക്ക് മട്ടുപ്പ് തോന്നി. ഓക്കാനം വന്നപ്പോൾ അവൾ തല കാറിനു വെളിയിലേക്കു തള്ളി.

സന്ദേശ് തിരച്ചു പോകാമെന്നു പറഞ്ഞപ്പോൾ അവൾ പതുക്കെ തലയിളക്കി. ലോട്ടസ് പ്ലാസയിൽ തിരിച്ചെത്തി. മുഷിഞ്ഞ മണം നിറഞ്ഞ ഇടനാഴിയിലൂടെ നടക്കുമ്പോൾ തന്നെ ആരോ നിരീക്ഷി ക്കുന്നുണ്ടെന്ന തോന്നൽ നാദിയയ്ക്ക് കലശലായി. 'സം വൺ വാച്ചിങ് മി' അവൾ പെട്ടെന്ന് താഴത്തെ ഫ്ളോറിൽ തങ്ങുന്ന സന്ദേശിനു മെസ്സേജ് വിട്ടു. പെട്ടെന്ന് അവൾ കടന്നുപോയ മുറിയുടെ വാതില ടഞ്ഞു.

ഹിന്ദിച്ചുവയുള്ള ഗുജറാത്തിയിലാണവർ എന്തോ പറഞ്ഞതെന്ന് നദിയക്ക് വ്യക്തമായി. സന്ദേശ് കിതച്ചു കൊണ്ട് സ്റ്റെയർക്കേസ് കയറി വന്നപ്പോൾ അവൾ താൻ കേട്ട വാക്കുകൾ അവനെ പറഞ്ഞു കേൾപ്പിച്ചു. അതു കേട്ടതും സന്ദേശിന്റെ മുഖത്ത് ഭയം ഇരമ്പിയെത്തു ന്നതും എന്നാൽ അതു പുറത്തു കാട്ടാതിരിക്കാൻ നന്നേ ശ്രമിക്കുന്നതും അവൾ ശ്രദ്ധിച്ചു.

"നതിംഗ് നദിയാ... ദേയർ വാച്ചിംഗ് അസ്. ദേയ് റിയലൈസ് ദാറ്റ് വി ആർ ഫ്രം മീഡിയ... ദെൻ റ്റുമാറോ, വി മസ്റ്റ് ലീവ് ഹിയർ. ടേക്ക്കെയർ..."

അവൻ ഭംഗിയായി പറഞ്ഞൊപ്പിക്കാൻ ശ്രമിക്കുന്നുണ്ടെന്ന് നദിയാക്കു തോന്നി. ഇത്ര ഒഴുക്കോടെ സന്ദേശ് സംസാരിക്കുക പതിവില്ല. എന്തെങ്കിലും ഫൗൾ പ്ലേയുണ്ടോ... വരുന്നതു വരട്ടെ എന്നുറപ്പിച്ച് അവൾ സ്വന്തം മുറി തുറന്നു. റിസപ്ഷനിൽ വിളിച്ച് സംശയം തീർത്താലോ എന്നൊരുമാത്ര ചിന്തിച്ചു... പോട്ടെ ലീവ് ഇറ്റ്.. അവൾ മനസ്സ് പതറിപ്പോവാതിരിക്കാൻ യത്നിച്ചു.

ഏഴുമണിക്കു തന്നെ അവൾ സന്ദേശിനോടൊപ്പം ഭക്ഷണം കഴിച്ച് മുറിയിലേക്കു തിരിച്ചു വന്നു. നിഷ്ഫലമായ അന്വേഷണത്തെ ക്കുറിച്ചോർത്ത് നിരാശയായിരിക്കുമ്പോൾ അവൾക്ക് ഇർഫാനെ വിളിക്കാൻ തോന്നി. ഒരു ഓണക്കാല മഴപോലെ അവന്റെ വാക്കുകൾ കാതിൽ പെയ്തപ്പോൾ നദിയ എന്തെന്നില്ലാതെ സുഖവും

സുരക്ഷിതത്വവും അനുഭവിച്ചു. ഒന്നിച്ചിരുന്നപ്പോൾ കൊടുക്കാൻ കഴിയാതിരുന്ന ഉമ്മകൾ നൽകി അവൾ ഫോൺ കട്ടാക്കി.

ഡോർബെല്ല് കേട്ടപ്പോൾ ഉള്ളുകിടുങ്ങിപ്പോയി. "അള്ളാ..." അവൾ അറിയാതെ വിളിച്ചു പെട്ടെന്ന് സന്ദേശിനെ വിളിക്കാനാണു തോന്നിയത്. " നദിയ മി ഔട്ട് സൈഡ്, ഓപ്പൺ..." സന്ദേശ് പറഞ്ഞപ്പോഴും ഹൃദയമിടിപ്പ് കൂടിക്കൊണ്ടിരുന്നു. വാതിൽ തുറന്നപ്പോൾ അടിമുടി പുതച്ചുകൊണ്ട് സന്ദേശ് നിൽപ്പുണ്ട്. പെട്ടെന്ന് അവൻ അവളെ മുറിയിലേക്കു തള്ളി പിന്നാലെ കയറി. നദിയ വിറച്ചുപോയി.

"സന്ദേശ്, വാട്ട് ഹാപ്പൻഡ്?"

അവൻ ചുണ്ടിൽ ചൂണ്ടുവിരൽ ചേർത്തു ശ്... ശ് എന്ന ശബ്ദമുണ്ടാക്കി. അപ്പോൾ മുറിക്കു പുറത്ത് ഇടനാഴിയിലൂടെ ചടുല വേഗത്തിലുള്ള കാലൊച്ചകൾ കേട്ടു. വാതിലിൽ തുടരെയുള്ള ഇടി വീണു. സന്ദേശ് നദിയയെ പിടിച്ച് ബാത്ത് റൂമിൽ തള്ളി. അവൾക്ക് ശ്വാസം നിലക്കുന്നതു പോലെ തോന്നി. ഡോർബോൾട്ട് തുറക്കുന്നതും ആരൊക്കയോ ഉച്ചത്തിൽ സംസാരിക്കുന്നതും കേട്ടു. അൽപനേരം കഴിഞ്ഞ് വാതിലടയുന്നതും കാലൊച്ചകൾ അകന്നു പോകുന്നതും അവൾ നെഞ്ചിടിപ്പിനൊപ്പം ശ്രദ്ധിച്ചു.

ബാത്ത്റൂമിൽ നിന്നിറങ്ങിയപ്പോൾ കരണം തിരുമ്മിക്കൊണ്ട് വിവശനായി നിൽക്കുന്ന സന്ദേശിനെയാണു കണ്ടത്. "ദാറ്റ് ഡെവിൾസ്..." അവളെ ഉറ്റുനോക്കി കൊണ്ട് മറ്റൊന്നും പറയാതെ ടേക്ക് കേയർ എന്നു മാത്രം പറഞ്ഞ് അവൻ പുറത്തേക്കിറങ്ങി. തീർത്തും ശൂന്യമാകുന്നതുപോലെ അവൾക്കുതോന്നി.

പിറ്റേന്ന് പ്രഭാതത്തിൽ സന്ദേശ് ഊർജ്ജസ്വലനായിരുന്നു. വളരെ പ്രധാനപ്പെട്ട ഒരു വിവരം അവൻ നദിയയെ അറിയിച്ചു. നമ്മൾ അന്വേഷിക്കുന്നയാൾ മഹേന്ദ്രവാഡിലാണുള്ളത്. നരോൽഗം സ്വദേശിയായതുകൊണ്ട് സന്ദേശിന് ആ മേഖലയിൽ ചില സുഹൃത്തുക്കൾ ഉണ്ട്. അവരാണ് ഈ വിവരം നൽകിയത്. കൃത്യമായ സ്ഥലവും അവർ പറഞ്ഞിരുന്നു.

മാഹേന്ദ്രവാഡിലെ ഫാം ഹൗസിൽ എത്തിയപ്പോൾ നിർദ്ദാക്ഷിണ്യം പുറത്താക്കപ്പെട്ടു അവർ. പരിചാരകരുടെ ചീത്തവിളി അസഹനീയമായിരുന്നു. വീണ്ടും വീണ്ടും അഭ്യർത്ഥിച്ചപ്പോൾ എന്തോ അയാളുടെ പോലീസ് ബുദ്ധി വഴങ്ങി. സസ്പെൻഷനിൽ കഴിയുന്ന അയാൾ പ്രത്യേകിച്ചൊന്നും പറഞ്ഞില്ല. കോടതിവിധിയിൽ അയാൾക്കുള്ള നീരസം പ്രകടമാക്കിയാണു സംസാരിച്ചത്. കഴിയാവുന്നത്ര ഊറ്റിയെടുക്കാൻ നോക്കിയെങ്കിലും നദിയയുടെ

കുശാഗ്രബുദ്ധി വേണ്ടത്ര ഫലം കണ്ടില്ല. അയാൾ വരാല്വ പോലെ വഴുതികൊണ്ടിരുന്നു. വേണ്ടാത്തതൊന്നും കൊടുക്കരുതെന്ന് ഭീഷണിപോലെ പറഞ്ഞ് നിർത്തി. 'ക്ലിയർ ഔട്ട്' എന്നൊരു മുരൾച്ചയും കേട്ടു. ഇനിയിവിടെ നിന്നാൽ പന്തികേടാണെന്ന് സന്ദേശ് മുന്നറിയിപ്പ് നൽകി. വേഗം സ്ഥലം വിടാം.

കാറിലിരിക്കുമ്പോൾ ചീഫിനെയും നരേഷിനേയും അവൾ മനസ്സാ പഴിച്ചു. കാര്യമായിട്ടൊരു സംഗതിയും കിട്ടിയില്ല. രണ്ടു ദിവസം കളഞ്ഞു. ഗെറ്റ് ലോസ്റ്റ്. അവൾ നരേഷിനെ വിളിച്ച് പരിഭവം അറിയിച്ചു. പൊട്ടിച്ചിരിയോടെ അയാൾ പറഞ്ഞത് കേട്ടപ്പോൾ തനിക്ക് പിശകു പറ്റിയിട്ടില്ലെന്ന് നദിയക്ക് തോന്നി. ഇതുതന്നെയാണു വാർത്ത. ഒറ്റവാക്കും വിടാതെ വിഷ്വൽസ് എയർ ചെയ്യാനാണ് നരേഷ് നിർദ്ദേശിച്ചത്.

"വി ഡോണ്ട് കെയർ എനിതിംഗ്. ന്യൂസ് ആൻഡ് ഫാക്ട്സ് ദാറ്റ്സ് ഫസ്റ്റ്"

വിഷ്വൽസ് മൂന്നാലുതവണ ആവർത്തിച്ചുകണ്ടു നദിയ ഷറഫ. എഡിറ്റിംഗ് വേണമെന്നവൾക്കു തോന്നിയില്ല. സന്ദേശ് വളരെ പെർഫെക്ടായി ചെയ്തിട്ടുണ്ട്. ചീഫ് റിപ്പോർട്ടർ കാണാതെ അയക്കുന്നതു ശരിയല്ല. നദിയ ചീഫിന്റെ ക്യാബിനിൽ ചെന്നു. തിരക്കുകൾക്കിടയിലും അദ്ദേഹം നദിയയെ സ്വീകരിച്ചു.

ഇന്റർവ്യൂ രണ്ട് മൂന്നു തവണ ആവർത്തിച്ച് കണ്ടശേഷം ചീഫ് സന്ദീപ് ഭാട്ടിയ എഴുന്നേറ്റു. അദ്ദേഹത്തിന്റെ മുഖം മുറുകിയിരിക്കുന്നത് നദിയ ശ്രദ്ധിച്ചു. ഫയറിംഗായിരിക്കുമോ... അവൾ കാതുകൾ തയ്യാറാക്കിവെച്ചു. കേൾക്കാൻ തന്നെ... പക്ഷെ കക്ഷി ചോദിച്ചത് ഒരു ഫോൺ നമ്പർ ആണ്. ആശ്വാസത്തോടെ അവൾ മൊബൈലിൽ നിന്ന് ഫോൺ നമ്പർ കണ്ടെടുത്തു കൊടുത്തു. എന്തിനാണ് പാൻഡെയുടെ നമ്പർ വാങ്ങിയതെന്ന് ആലോചിച്ച് കുഴങ്ങുമ്പോൾ പോയ്ക്കൊള്ളാൻ ആംഗ്യം കാട്ടി ചീഫ് സ്വന്തം ഫോണെടുക്കുന്നത് കണ്ടു. എന്തെന്നറിയാത്ത വിഷാദത്തോടെ അവൾ തന്റെ സീറ്റിൽ വന്നിരുന്നു. മുഖം ഇരുകൈകളുടെയും പിണപ്പിലേക്കു താഴ്ത്തി ടേബിളിൽ കുനിഞ്ഞിരുന്നു.

പത്തിരുപതുമിനുട്ട് കഴിഞ്ഞപ്പോൾ നദിയഷറഫ തലയുയർത്തിയത് ചീഫ് റിപ്പോർട്ടറുടെ മുഖത്തേക്കാണ്. അദ്ദേഹം പറഞ്ഞ കാര്യങ്ങൾ അതീവ ശ്രദ്ധയോടെ അവൾ കേട്ടിരുന്നു. നദിയ തന്നെ ചെയ്താൽ മതി. "റ്റുമാറോ ഇറ്റ്സെൽഫ് യൂ കാൻ സ്റ്റാർട്ട്..." പുറത്തു തട്ടി ധൈര്യം നൽകി നരച്ചതാടിയുമുഴിഞ്ഞ് ക്യാബിനിലേക്കു നടക്കുന്ന ചീഫിനെ അത്ഭുതാദരങ്ങളോടെ നദിയ നോക്കി നിന്നു.

ഈ മനുഷ്യനെയാണോ താൻ പഴിച്ചത്. ചീഫ് സന്ദീപ് ഭാട്ടിയയുടെ പേരിൽ ഹോട്ടൽ അതിഥി ആൻഡ് ഗസ്റ്റ് ഹൗസിൽ മുറി ബുക്ക ചെയ്തിരുന്നു. അവിടെ ചെന്ന് താക്കോൽ വാങ്ങിയപ്പോൾ പലരും തുറിച്ചു നോക്കുന്നത് നദിയ ശ്രദ്ധിച്ചു. എന്നാൽ അതൊന്നും ഗൗനി ക്കുന്നതായി ഭാവിക്കാതെ അവൾ സന്ദേശിനൊപ്പം ചേർന്നു. അവർ തെറ്റിദ്ധരിച്ചോട്ടെ. അതാണു ഗുണം ചെയ്യുക.

വൈകുന്നേരം നാലരയോടെ ഇറങ്ങി അമുൽപാർലർ വഴി കൃഷ്ണ മെഡിക്കൽസും പിന്നിട്ട് ഗാന്ധിപ്രതിമയിരിക്കുന്ന ജംഗ്ഷൻ വരെ നടന്നു ഇരുവരും. കനത്ത ട്രാഫിക്കുള്ള പാതയാണിത്. എട്ടാം നമ്പർ പോലീസ് ചൗക്കിക്കടുത്ത് നിന്ന് നദിയ തിരിച്ചു നടന്നു. അമ്പരന്ന സന്ദേശ് പിന്നാലെയെത്തി.

“നമുക്കു ലാൽബാഗിലും രാംസാഗർ തടാകത്തിന്റെ കരയിലും അൽപനേരം ചെലവഴിക്കാം. നല്ലൊരു ഈവനിംഗല്ലേ...” നദിയ സന്ദേശിന്റെ അമ്പരപ്പുമാറ്റി. ചീഫ് റിപ്പോർട്ടർ നൽകിയ അസൈ ന്മെന്റ് എന്താണെന്ന് ഇതുവരെ സന്ദേശിനെ അറിയിച്ചിട്ടില്ല.

“വോ വഹാം ഹേ ഗോധ്രാമേം...” എന്ന് ആ മനുഷ്യൻ പറഞ്ഞ സ്ഥലത്താണ് ഇന്റർവ്യൂ പല ആവർത്തികണ്ട് ചീഫ് നിർത്തിയത്. പിന്നീട് എന്താണു സംഭവിച്ചതെന്ന് ഊഹിക്കാനാവുന്നില്ല. ഒരു ഇലക്ട്രോണിക്സ് റിപ്പയറിംഗ് കടയുടെ പേരും തന്ന് പറഞ്ഞു വിട്ടതാണ്. ഈ നഗരത്തിൽ എവിടെയാണാവോ അത്. പോലീസ് സ്റ്റേഷനിൽ അന്വേഷിക്കാൻ ഭയമുണ്ട്. അനുഭവമാണല്ലോ ഗുരു. പഴയ ‘മാസകർ’ കഴിഞ്ഞ് ഒരു വ്യാഴവട്ടം പിന്നിട്ടല്ലോ... സീയെം കഴിഞ്ഞമാസം കലാപത്തെ ന്യായീകരിക്കുന്ന രീതിയിൽ പ്രസംഗി ക്കുകയും ചെയ്തു. ഈ സാഹചര്യത്തിൽ നമുക്കു കിട്ടിയ ഈ ഇൻഫൊ ർമേഷൻ വിലപ്പെട്ടതാണ്... മികച്ച ഒരു ഫോളൊഅപ് സ്റ്റോറിയായി നദിയക്കിതിനെ മാറ്റാൻ കഴിയും. രണ്ട് ഡയമെൻഷനിലുള്ള രണ്ട് സ്റ്റോറികൾ ഒരേ ദിവസം ഏയർ ചെയ്യാം... ട്രൈ യുവർ ലവൽ ബെസ്റ്റ് മൈ ഗേൾ..” പുറത്തുതട്ടി താടിയുഴിഞ്ഞ് ചീഫ് ക്യാബിനിലേക്കു നടക്കുന്നത് അവൾ വീണ്ടും മനസ്സിൽ കണ്ടു.

സൈക്കിൾ റിക്ഷയിലും മഞ്ഞപ്പെയിന്റടർന്നുപോയ ഒരു പഴഞ്ചൻ ടാക്സികാറിലുമായി രണ്ടാമത്തെ ദിനം അതിരാവിലെ തിരച്ചിലാ രംഭിച്ചു. മാച്ചിബസാർ, സൂപ്പർ മാർക്കറ്റ്, എൽ.ഐ.സി റോഡിലെ സ്റ്റേറ്റ് ബാങ്ക്, ശ്രീറാം കോംപ്ലക്സ്, സ്റ്റുവർട്ട് ലൈബ്രറി, ചാന്ദിനി ചൗക്ക്, തിരുപ്പതി ജ്വല്ലറി തുടങ്ങിയ ജനത്തിരക്കേറിയ സ്ഥലങ്ങളി ലേക്കും എല്ലാ വഴികളിലൂടെയും അന്വേഷണം നീണ്ടു. പലരോടും അറിയാവുന്ന ഹിന്ദിയിൽ നദിയയും ഗുജറാത്തിയിൽ സന്ദേശും ആ

ഷോപ്പിനെക്കുറിച്ച് ചോദിച്ചറിയാൻ ശ്രമിച്ചു. അവസാനക്കൈയായി ഐ.സി.ഐ.സി.ഐ ബാങ്കിലും, ആക്സിസ് ബാങ്കിലും കയറി നോക്കാമെന്ന് സന്ദേശ് പറഞ്ഞു. എക്കൗണ്ടുണ്ടെങ്കിൽ എന്തെങ്കിലും ഡിറ്റെയിൽസ് കിട്ടാതിരിക്കില്ല.

അങ്ങനെയൊരു ഇലക്ട്രോണിക്സ് റിപ്പയറീംഗ് കടയുടെ വിലാസമുണ്ട്. അത് ഗോധ്രയിലല്ല. പന്ത്രണ്ട് കിലോമീറ്റർ ദൂരെയുള്ള റാണിപുരയിലാണ്. ഐ.സി.ഐ.സി.ഐ ബാങ്കിലെ അസി. മാനെജർ തീർത്തു പറഞ്ഞു. ബാംറോളി-ഖുർദ്ദ്-ഛരാന്യ-വാങർവാ വഴി പോയാൽ മതിയെന്ന് ഔദാര്യം പോലെ പറഞ്ഞുകൊടുക്കുക യും ചെയ്തു.

കുറച്ചു ദൂരമല്ലെയുള്ളൂ, പോകാമെന്ന് റ്റാക്സി ഡ്രൈവർ സമ്മതിച്ചു. റാണി പുരയിൽ അരിച്ചുപെറുക്കിയിട്ടും അങ്ങനെയൊരു റിപ്പയറിംഗ് കട കണ്ടെത്താനായില്ല. അന്യഗ്രഹ ജീവികളോടെ പോലെയാണ് നാട്ടുകാർ അവരോട് പെരുമാറിയത്. എന്തൊക്കെയോ അടക്കിപ്പി ടിച്ചുകൊണ്ടുള്ള സംസാരമായിരുന്നു പലരുടേതും. സംശയത്തിന്റെ കാന്തസൂചികളായിരുന്നു നോട്ടങ്ങളിൽ. എന്നാൽ ആ നോട്ടങ്ങളിൽ മറച്ചു വെക്കപ്പെട്ടയാൾ റാണിപുരയ്ക്കു കിഴക്കായി രണ്ടു നാഴിക ദൂരെ സുഭദ്രകുഞ്ജിൽ ഇഷ്ട്ടിക കൊണ്ടു പണിത ഒറ്റമുറി വീട്ടിൽ പനിച്ചു വിറച്ചു കിടക്കുന്ന ഭാര്യയ്ക്കരികെ നിസ്സഹായനായി ഇരിപ്പുണ്ടായിരു ന്നു. തലേന്ന് ജീവൻജ്യോത് ആസ്പത്രിയിൽ അവരെ ഡോക്ടറെ കാണിച്ച് കൃഷ്ണമെഡിക്കൽസിൽ നിന്നും മരുന്നും ഗുളികകളും വാങ്ങി നദിയയ്ക്കും സന്ദേശിനും അരമണിക്കൂർ മുൻപിലായി അയാൾ ഗോധ്ര യിലുണ്ടായിരുന്നു.

ഭാര്യക്ക് റൊട്ടിയും ബജിയും തയ്യാറാക്കി പതുക്കേ അയാൾ പുറത്തിറങ്ങി. ട്രാക്ടറുകൾ ബജ്റ പാടത്തേക്കു നിരനിരയായി നീങ്ങു ന്നതു നോക്കിനിന്ന അയാൾക്ക് സലാം പറഞ്ഞ് അവർ നീങ്ങി.

“ത്രീഭുവൻജി ഗ്ഹുദനാ ഖേർമേ ആഊചേ...”[1] ചിലർ വിളിച്ചു ചോദിച്ചു. പ്രസന്നത നടിച്ച് അയാൾ തിരിച്ചും അഭിവാദ്യം ചെയ്തു.

“ബാജ്രീനു പാക് കിട്‌ലോകേ്യാ...?

ഹിൻഗ് ബാനാ കാട്‌വാനു സമയ് ആവിജ്ജുചേ...?[2]

“ജോ.. ജോ... ആജേ അമിത്ജി ആവ്സേ..., ബൗത്ത് മോട്ടു സമ്മേളൻ ചേ...”[3] ഒരാൾ വിളിച്ചു പറഞ്ഞു. അയാൾ പെട്ടെന്ന്

1പാടത്തേക്കു വരുന്നോ?

2ബജ്റ വിളയെന്തായി? നിലക്കടല വിളവെടുക്കാറായോ?

3ഇന്ന് അമിത്ജി വരുന്നുണ്ട്. വലിയ സമ്മേളനമാണ്.

മൗനിയായി. കിണറ്റിൽ നിന്ന് ഒരു തൊട്ടി വെള്ളം കോരി വീടിന കത്തേക്കു കയറിപ്പോയി.

ഒറ്റമുറിയുടെ ചുമരിൽ മുഷിഞ്ഞകയർക്കട്ടിലിന്റെ കോണിൽ ദുർഗ്ഗയുടെ കലണ്ടറിനടുത്ത് തൂങ്ങുന്ന രണ്ടു ഫോട്ടോ അയാളുടെ വെള്ളെഴുത്തു ബാധിച്ച കണ്ണിൽ പ്രതിബിംബിച്ചു.

"പാപ്പാ മേ അനേ മാറി നാകിയോ... പേട് കാപ്പിനെ മാരി നാക്കിയോ... ഹ പാപിചോ.. മനേ സുകാം ജനം ആപ്പിയോ.. ബദാ സാതേ ദുശ്മനിച്ചേ..."?[4] കാൽക്കൽ കെട്ടിപ്പിടിച്ചു വീണു കിടക്കുന്ന മകൻ.

ഓർത്തപ്പോൾ അയാളുടെ നെഞ്ചുപിടഞ്ഞു.

"അയ്യാ ന ഉഭരാക്യോ ജാബൗവജ്..."[5]

എന്നു പറഞ്ഞ് കരുണകാട്ടാതെ പുറത്താക്കിയതാണ്. പിന്നീട വന്റെ ശവം പോലും കണ്ടുകിട്ടിയില്ലല്ലോ...

പകയായിരുന്നു അവനെല്ലാരോടും... അയാൾ ഉത്തരീയമഴിച്ച് മുഖം തുടച്ചു... പിറവിയിലേ പിഴച്ചു... സ്കൂളിലും ഗ്രാമത്തിലും പരിഹാ സ്യനായി വളർന്നു മഹാവീർ ദയാൽ എന്ന പേരു മാത്രമേ ഉണ്ടാ യിരുന്നുള്ളൂ. വലിയ പേടിത്തൊണ്ടനായിരുന്നു. ആണാണെന്ന് കാണിക്കാനാണ് കലാപത്തിൽ ചേർന്നത്. 'പാവയ്യ' ഹിജഡ, ആണും പെണ്ണും കെട്ടവൻ എന്ന ക്രൂരമായ അവഹേളനം അവനു സഹിക്കാൻ പറ്റാത്തതുകൊണ്ടാണ്, ജൂനഗഡിൽ നിന്നും എല്ലാം വിറ്റു പെറുക്കി ഇങ്ങോട്ട് കുടിയേറിയത്. ഇവിടെയാകട്ടെ അവനു ലോകത്തോടുള്ള വെറുപ്പ് പതിന്മടങ്ങായി. പെണ്ണിനെപ്പോലെ കുണുങ്ങി നടക്കുന്നവൻ എന്നായിരുന്നു പലരും അവനെപ്പറ്റി പരി ഹസിച്ചത്. സ്ത്രീകളോട് തന്നെ ഒടുങ്ങാത്ത പകയായിരുന്നു അവന്. അമ്മയോട് പോലും നേരാവണ്ണം സംസാരിക്കാറില്ല. 'ബേവിജ് ദുഷ്ട... നിർദ്ദയ്...' അവളെപ്പോഴും പരാതിപ്പെടും.

നിറവയറു വെട്ടിക്കീറുമ്പോൾ എന്തായിരിക്കും അവന്റെയുള്ളി ലുണ്ടായ വികാരം? അറിയില്ല. കാലുകെട്ടിപിടിച്ച് കരഞ്ഞപ്പോൾ ശപിക്കാനും തോന്നിയില്ല...

"നാനു ചോക്രോ സത്ര വയ്സ്നുചേ... യേ ഗുജ്റി ഗയോ യേ ദുഃഖ് ചേ" [6]അയാൾ പിറുപിറുത്തുകൊണ്ട് തലക്കിട്ടടിച്ചു.

4അച്ഛാ ഞാൻ കൊന്നു. വയറു വെട്ടിപ്പിളർന്നാണു കൊന്നത്. മഹാപാപി. എന്നെ എന്തിനാണിങ്ങനെ ജനിപ്പിച്ചത്? പകയാണ് എല്ലാവരോടും

5ഇവിടെ നില്ക്കേണ്ട. രക്ഷപ്പെട്ടോളൂ.

6പതിനേഴു വയസ്സായിരുന്നു ഇളയവന്. അവൻ കൊല്ലപ്പെട്ടതാ സങ്കടം.

ഉച്ചയ്ക്ക് ശേഷമെങ്കിലും കടയിൽ ചെല്ലണമെന്ന് അയാൾ തീരുമാനിച്ചു. ഭാര്യയോട് കാര്യങ്ങൾ പറഞ്ഞ് മരുന്നും ഗുളികകളും എടുത്ത് കട്ടിൽക്രാസിയിൽ വെച്ചു. രാത്രി നേരത്തേ വരാമെന്ന് അവളെ ആശ്വസിപ്പിച്ച് അയാളിറങ്ങി. പഴഞ്ചൻ യമഹ ബൈക്കിൽ കയറി പതുക്കെ നീങ്ങി. ഭക്ഷണപാത്രം അടങ്ങിയ ബാഗ് മടിയിലേക്ക് ഭദ്രമായി ചേർത്തുവെച്ചു.

ദ്വാരക നഗർ ജങ്ഷനിലെ അധികമാരും ശ്രദ്ധിക്കാത്ത പഴയ കെട്ടിടത്തിലാണ് അയാളുടെ കട. സാവകാശം പലക പാളികൾ തുറന്ന് തന്നെ കാത്തിരിക്കുന്ന ജോലിത്തിരക്കിലേക്കയാൾ പ്രവേശിച്ചു. നാളത്തേക്ക് നന്നാക്കിക്കൊടുക്കേണ്ട ആറേഴ് ടെലിവിഷൻ സെറ്റുകളുണ്ട്. പത്തും പന്ത്രണ്ടും വർഷം പഴക്കമുള്ളവയാണ് എല്ലാം.

കർട്ടനിട്ടു തിരിച്ച നീണ്ട മുറിയായിരുന്നു അത്. പിന്നിൽ പല ആക്രിസാധനങ്ങളും പഴയ പിക്ച്ചർ ട്യൂബുകളും മദർബോർഡുകളും കൂട്ടിയിട്ടുണ്ട്. ചുമരിൽ തറച്ച അലൂമിനിയം തട്ടിൽ ഒരു ബ്ലാക്ക് ആന്റ് വൈറ്റ് ടി വി ഉണ്ട്. അയാൾ അത് ഓൺ ചെയ്ത് ടൂൾ മേശക്കടുത്തിരുന്ന് ഒരു ടെലിവിഷന്റെ ശരീരം തുറന്നു. അതിന്റെ ഹൃദയതടത്തിൽ വിരലോടിച്ചു. മനുഷ്യനും ഇതുപോലെത്തന്നെ. കുറേനാൾ തെളിയും പിന്നെ മങ്ങും ഒടുവിൽ കെട്ടുപോകും.

പെട്ടെന്നാണ് വലിയ സൈറൺ മുഴക്കി പോലീസ് ജീപ്പുകൾ ചീറിപ്പാഞ്ഞു തുടങ്ങിയത്. കടകളടയ്ക്കാനും ആളൊഴിഞ്ഞുപോകാനും വിളിച്ചുപറയുന്നതു കേട്ടു. അമിത്ജിയുടെ വരവു പ്രമാണിച്ചാവുമിതെന്ന് അയാൾ കരുതി. ദമാവാവിലേക്കുള്ള റോഡിലൂടെ ജലപീരങ്കിയുമായി പോലീസ് വണ്ടി കുതിച്ചു പോകുന്നത് കണ്ടു. പിന്നാലെ മൂന്നു നാലു വാൻ നിറയെ പേലീസുമുണ്ട്. കടകളടയുന്നതും തെരുവു വിജനമാവുന്നതും എത്ര പെട്ടെന്നാണ്!

അപകടം മണത്ത അയാൾ പതുക്കെ മടക്കിക്കൊളുത്തിയിട്ട പലകപാളികൾ താഴ്ത്തി. എന്നാലും ഒരു എങ്കോണിപ്പ് ബാക്കിയായി. എന്തും സംഭവിക്കട്ടെ ഇനിയെന്താണ് ഇനിനപ്പുറം സംഭവിക്കാനുള്ളത് എന്നൊരു നിസംഗത അയാളെ ബാധിച്ചിട്ട് വർഷങ്ങളായി. ചെയ്താൽ തീരാത്തത്ര ജോലിയും ഭാര്യയുടെ അവശതയുമാണ് ഇപ്പോഴയാളെ അലട്ടുന്നത്.

പത്തിരുപതു മിനുട്ട് കഴിഞ്ഞാണ് അയാൾ ഭക്ഷണത്തെക്കുറിച്ചോർത്തത്. വാതിലിന്റെ പലകയുയർത്തി അയാൾ പുറത്തേക്കു നോക്കി. റോഡും തെരുവും ശൂന്യമാണ്. പോലീസ് ജീപ്പുകൾ ചെമന്നവെട്ടം ജ്വലിപ്പിച്ച് തലങ്ങും വിലങ്ങും നീങ്ങുന്നുണ്ട്.

അയാൾ തല അകത്തേക്ക് വലിച്ചു. കൂടുതൽ നിസംഗനായി

ജോലി തുടർന്നു. ഒന്നരമണിക്കൂർ പിന്നിട്ട് കാണും വാതിൽ മേൽ തുടർച്ചയായി പടപടാ അടിക്കുന്ന ശബ്ദം. പോലിസാവുമോ... സംശയിച്ച് മടിച്ചു മടിച്ച് അയാൾ വാതിലിന്റെ വിടവിലൂടെ പാളിനോക്കി. വീണ്ടും തല്ലിപ്പൊളിക്കുന്നതുപോലെ വാതിൽ കിടുങ്ങി. അയാൾ ഇമചിമ്മുന്ന വേഗത്തിൽ പാളി തുറന്നു, ഒറ്റ വലിക്ക് കൊളുത്തുകൾ തിരികെ വീണു.

ഒരു യുവതി. ഇട്ടിരുന്ന ടീ ഷർട്ടിലും ജീൻസിലും നിറയെ ചോര ഉണങ്ങിപ്പിടിച്ചിരിക്കുന്നു. അവൾ കിടു കിടാ വിറയ്ക്കുന്നുമുണ്ട്. കണ്ണുകൾ തുറിച്ചിരിക്കുന്നു. പിളർന്ന വായടക്കാൻ പറ്റാതെ നിലവിളിക്കും നിശബ്ദതയ്ക്കുമിടയിൽ എവിടെയോ ആണ്.

"ദിക്കിരി തു കൊൻ ചേ..." [7]വരണ്ട ശബ്ദത്തിൽ അയാൾ ചോദിച്ചു. മറുപടിയില്ല. "സു നാം ചേ..? ക്യാടീചേ..?[8]

എന്തോ ഗുരുതരമായ പ്രശ്നമുണ്ടെന്നു അയാൾക്കു തോന്നി. രക്ഷപ്പെടുത്തുകയെന്നതാണു പ്രധാനം അയാൾ കാരുണ്യത്തോടെ പറഞ്ഞു.

"ബചീനെ ആനി അന്തർ ചുപായിജാ.."[9] അയാൾ കർട്ടൻ മാടിവെച്ച് അകത്തേക്കു കൈ ചൂണ്ടി. ഞൊടിയിടയിൽ അവൾ കർട്ടനു പിന്നിൽ മറഞ്ഞു.

കുറേ നേരത്തേക്ക് പുറത്തു ബഹളമൊന്നും കേട്ടില്ല. വാതിലിന്റെ എങ്കോണിച്ച വിടവിലൂടെ പുറത്തേക്കുനോക്കി. സ്ഥിതി ശാന്തമാണെന്നു തോന്നി അയാൾക്ക്. എന്നാൽ നിമിഷങ്ങൾക്കുള്ളിൽ ആർപ്പും അട്ടഹാസവുമായി ഒട്ടേറെ വാഹനങ്ങൾ കടന്നു പോയി. അയാൾ അൽപം പതറിയെങ്കിലും മനൊധൈര്യം വീണ്ടെടുത്തു. അകത്തു നിന്ന് അനക്കമൊന്നും കേൾക്കുന്നില്ലല്ലോ. നേരം ഇരുട്ടിത്തുടങ്ങി. പനിച്ചു വിറച്ചു കിടക്കുന്ന ഭാര്യയെക്കുറിച്ചു ഓർത്തപ്പോൾ അയാൾക്ക് ആധി കലശലായി. ഈ പെൺകുട്ടിയെ എന്തു ചെയ്യും.. ആരാണിവൾ.. എന്താണു പറ്റിയത്- ഒന്നും വ്യക്തമല്ല.

അയാൾ ഭക്ഷണപാത്രമെടുത്ത് കർട്ടനു പിന്നിലേക്കു നീങ്ങി. മുട്ടിന്മേൽ മുഖമമർത്തി കുനിഞ്ഞുകൂടി ഇരിപ്പാണവൾ കിതപ്പുമാറിയിട്ടില്ല. വാത്സല്യത്തോടെ അയാൾ നിർബന്ധിച്ചു.

"ജമ്മനു ലിയോ... റോട്‌ലി.. സാക്.."[10]

7കുട്ടീ, നീയാരാണ്?

8പേരെന്താണ്? എവിടുന്നാണ്?

9രക്ഷപ്പെട്, ഇതിനകത്ത് ഒളിക്കൂ?

10ഇതാ ഭക്ഷണം.. റൊട്ടിയും കറിയും

അവൾ ഭയം നിറഞ്ഞൊരു നോട്ടം നോക്കി.

"ദർവാന നെഹി, ഭുക്കിയാ നരഹോ"[11]

അവൾക്ക് അനക്കമൊന്നും ഇല്ല. ആശ്വസിപ്പിക്കും പോലെ അയാൾ ആവർത്തിച്ചു. "അയ്യ, തനേ, കോയി കായ് നയീ കരേ.."[12] എന്നു പറഞ്ഞ് കുപ്പിയിലെ വെള്ളം അവൾക്കു നീട്ടി. അതു വാങ്ങി ആർത്തിയോടെ കുടിക്കുന്നത് വിഷമത്തോടെ അയാൾ നോക്കി നിന്നു.

"സുനാംചേ..? നാം.. നാം..?

അന്തംവിട്ടു തുറിച്ചു നോക്കി നിൽക്കുന്ന അവളുടെ മുടിയിൽ തഴുകി ആശ്വസിപ്പിച്ചു. വിക്കി വിക്കി അവൾ പറഞ്ഞൊപ്പിച്ചു.

"നാം.. നാം.. നദിയഷറഫ.." എരിയുന്ന നിശ്വാസം പുറത്തേക്കു വന്നു.

അവൾ ഇമകൾ മുറുക്കിയടച്ചു. വിലപിച്ചു.

സന്ദേശ്, സന്ദേശ്... ഐ ലോസ്റ്റ് ഫെയ്ത്ത് ഇൻ ഗോഡ്.. ഏങ്ങി ഏങ്ങിയുള്ള കരച്ചിൽ അയാളിലും നൊമ്പരമുണ്ടാക്കി. ഹിന്ദിയിലാണ് പിന്നീടയാൾ അവളോടു സംസാരിച്ചത്. തങ്ങൾ നേരിട്ട അപകടവും അതിനിടയാക്കിയ അലച്ചിലും അവൾ പറഞ്ഞു. എന്തിനാണ് ഗോധ്രയിൽ വന്നതെന്ന് നദിയ വെളിപ്പെടുത്തിയപ്പോൾ അയാളുടെ മുഖത്ത് തിരിച്ചറിയാനാവാത്ത ഒരു സ്തോഭം മിന്നിമാഞ്ഞു.

ഉത്തരീയം അഴിച്ചുകൊടുത്ത് പുതയ്ക്കാൻ നിർദ്ദേശിച്ച് അയാൾ അവളെ നിർബന്ധിച്ച് ബൈക്കിൽ കയറ്റിയിരുത്തി. ഇവിടെ തങ്ങുന്നതു അപകടമാണെന്നും അതിഥി ഗസ്റ്റ് ഹൗസിലേക്കുള്ള റോഡ് പോലീസ് നിയന്ത്രണത്തിലാണെന്നും നദിയയെ ബോധ്യപ്പെടുത്തി. റാണി പുരയിലേക്കുള്ള ഊടുവഴികളിലൂടെ സഞ്ചരിച്ച് 'അച്ചാല' കഴിഞ്ഞപ്പോൾ അയാൾ നദിയയോടു പറഞ്ഞു "ദർവാന നഹി, ആ ഹമാര്ര പ്രദേശ് ചേ.."[13]

●

11പേടിക്കേണ്ട, വിശന്നിരിക്കേണ്ട.

12ഇവിടെ ആരും ഉപദ്രവിക്കില്ല.

13പേടിക്കേണ്ട.. ഇതു നമ്മുടെ പ്രദേശമാണ്.

കടന്നപ്പാനി

"ക്ഷമിക്കുവിൻ
നിങ്ങളോടും ക്ഷമിക്കപ്പെടും"

ലൂക്ക:6:37

ചോദ്യം തന്റെ നേർക്കാണിനി വരികയെന്ന് ജോണിക്കുട്ടിക്ക് ഉറപ്പായി. ഓരോരുത്തരും അവരവരുടെ നിസ്സഹായാവസ്ഥ തങ്ങളാലാവും വിധം വിവരിച്ചു കഴിഞ്ഞ സ്ഥിതിക്ക് അങ്ങനെ വരാനേ തരമുള്ളൂ. അടിയന്തിരയോഗം ചേർന്നതുതന്നെ ഈ ജീവന്മരണപ്രശ്നത്തിന് പരിഹാരം കണ്ടെത്താനാണ്. ഡപ്യൂട്ടി തഹസിൽദാർ അച്യുതൻകുട്ടിമാരാർ ഫയർഫോഴ്സിനെ വിളിക്കാനാണ് നിർദ്ദേശം വെച്ചത്. എന്നാൽ അതിന്റെ അപ്രായോഗികത വ്യക്തമാക്കി സംസാരിച്ചത് ഫയർഫോഴ്സിൽ മുപ്പത്തിരണ്ട് വർഷം നിസ്വാർത്ഥ സേവനമനുഷ്ഠിച്ച് വിരമിക്കാൻ അമ്പത്താറു വയസ്സു കാത്തിരിക്കുന്ന ഉണ്ണിരവിയാണ്.

തീയിട്ടുകരിക്കുകയാണ് സാധാരണ ചെയ്യുക. എന്നാൽ ഇവിടെയതു പ്രായോഗികമല്ല. ടെലിഫോൺ ലൈൻ, കേബിൾ ലൈൻ എന്നിവ കടന്നു പോകുന്നത് പ്രശ്നമാണ്. മാത്രമല്ല നിറയേ കായ്ച്ചുകിടക്കുന്ന പുളിമരം നശിക്കും. നൂറ്റാണ്ടിലേറെ പ്രായമുള്ളതാണല്ലോ ആ പുളിമരം. അതുമല്ല, ഓപ്പറേഷനിൽ എന്തെങ്കിലും പാളിച്ച പറ്റിയാൽ കോളനി നിവാസികൾക്ക് അപകടമാകുമെന്നും ഉണ്ണിരവി ചൂണ്ടിക്കാട്ടിയിട്ടുണ്ട്.

ഉണ്ണിരവി വിവരിച്ച വസ്തുതകളുടെ അടിസ്ഥാനത്തിൽ റസിഡന്റ്സ് അസോസിയേഷന്റെ ഭയാശങ്ക ഒന്നുകൂടി വർദ്ധിപ്പിക്കേണ്ടതുണ്ടെന്ന് പ്രസിഡന്റ് ഓർമ്മിപ്പിച്ചു. ഇതു കേട്ടപാടെ യോഗത്തിൽ സന്നിഹിതരായവരെല്ലാം അഹമഹമിഹയാ ആധികൾ സൂപ്പർലേറ്റീവ് ഡിഗ്രിയിലാക്കി ബഹളം വെച്ചു തുടങ്ങി. നാവടക്കി സക്രിയമായി ചിന്തിക്കാൻ സെക്രട്ടറി ഹേമാംബികാദേവി അഭ്യർത്ഥിച്ചു.

പ്രശ്നത്തിനു സത്വരമായ പരിഹാരം വേണം. ഇത് കോളനിയിലെ ഇന്മേറ്റ്സുകളുടെ സുരക്ഷിതത്വവുമായി ബന്ധപ്പെട്ട കാതലായ വിഷയമാണ്. വല്ല ആനയോ കാട്ടുപോത്തോ ആണെങ്കിൽ വെടിവെച്ചു കൊല്ലാമായിരുന്നു. പക്ഷേ ഇതിനോടതു പറ്റില്ലല്ലോ. മനുഷ്യന്റെ നിസ്സഹായത എത്ര ഭീകരമാണ് എന്നെല്ലാം ഹേമാംബികാദേവി പരിതപിച്ചു. ഹേമാംബികയുടെ മുഖം വാടിയതുകൊണ്ട് ഭർത്താവ് ഗംഗാധരമേനോന്റെയും മുഖം വാടി. തുടർന്ന് ഘടികാരദിശയിൽ ഓരോരുത്തരുടെയും മുഖം വാടി വാടി വന്നു. അതേ ക്രമത്തിൽ പ്രസിഡണ്ടിന്റെ നോട്ടവും സഞ്ചരിച്ചു. ആ നോട്ടം വന്നു നിന്നത് തന്റെ മുഖത്താണെന്ന് മനസ്സിലാക്കിയതും ജോണിക്കുട്ടിയിൽ തന്നെ തറച്ചു നിന്നു. ജോണിക്കുട്ടിയാകട്ടെ കുപ്പായത്തിന്റെ കോളർ നേരെയാക്കുന്നതായി നടിച്ച് കഴുത്ത് എങ്ങോട്ടെന്നില്ലാതെ വെട്ടിച്ചു.

കോളനിയിൽ വല്ലപ്പോഴുമുണ്ടാകുന്ന സങ്കീർണപ്രശ്നങ്ങൾ ഏറ്റെടുത്ത് പരിഹാരം കണ്ടെത്തുന്നതിൽ ജോണിക്കുട്ടി കാണിക്കാറുള്ള ഉത്സാഹം എല്ലാവരും മതിപ്പോടെയാണ് കാണുന്നത്. ആ അംഗീകാരമാണ് ഇക്കാര്യത്തിൽ തനിക്കു കുരിശാവുന്നതെന്ന് അയാൾ തിരിച്ചറിഞ്ഞു. താൻ വിചാരിച്ചാൽ, അല്പം റിസ്ക്കെടുത്തിട്ടാണെങ്കിലും പരിഹരിക്കാവുന്ന പ്രശ്നമാണിതെന്നു ജോണിക്കുട്ടിക്ക് ബോധ്യമുണ്ട്. വെറുതെയെന്തിനാ വേലിക്കലുള്ള കുദാശയെടുത്ത് വേണ്ടാത്തിടത്ത് വെക്കുന്നതെന്ന് ഓർത്തിട്ടാണ്.

കീറാമുട്ടിയായ പ്രശ്നവും പ്രസിഡണ്ടിന്റെ കർക്കശ്യനോട്ടവും കാരണം വീർപ്പുമുട്ടിക്കിടക്കുകയായിരുന്ന യോഗത്തിൽനിന്ന് മുട്ടൽമാറ്റാൻ ചിലരെഴുന്നേറ്റ് മൂത്രപ്പുരയിലേക്കു പോയി. ജോണിക്കുട്ടിക്കും ഒന്നുപോയാൽ കൊള്ളാമെന്നു തോന്നി. അപ്പോഴാണ് അഞ്ചുമണിയാകാൻ അനുവാദം ചോദിച്ചുകൊണ്ട് മുനിസിപ്പാലിറ്റി അലാറം മുഴങ്ങിയത്.

നല്ല സുന്ദരൻ ഞായറാഴ്ച. നാലു പെഗ്ഗും കേറ്റി കോഴിക്കാലോ ബീഫോ കടിച്ചുപറിച്ച് കുഴഞ്ഞിരിക്കേണ്ട നേരത്താണ് പല പുരുഷകേസരികളും യോഗത്തിൽ കോട്ടുവായിട്ടിരിക്കുന്നത്. കാര്യത്തിൽ വേഗം തീരുമാനമുണ്ടാക്കി കുപ്പിയിലിറങ്ങി നീരാടണമെന്നാണ് അവർ ആത്മാർത്ഥമായി ആഗ്രഹിച്ചത്. ഇനിയും വൈകിയാൽ രാവിലെ ഹാങ്ഓവറായിരിക്കുമെന്ന് പി.ഡബ്ല്യൂ.ഡി സൂപ്രണ്ടിംഗ് എഞ്ചിനീയർ പോൾ കുര്യച്ചേരി തൊട്ടടുത്തിരുന്ന ഓവർസിയർ മണികണ്ഠകുറുപ്പിനോട് പറഞ്ഞു. പോൾസാറിന്റെ പോത്ത് ഉലത്തിയത് റെഡിയായിട്ടുണ്ടാവുമല്ലെയെന്നാണ് കുറുപ്പ് അതിനു

ചിയേഴ്സടിച്ചത്. ചമ്മിയ മുഖത്തോടെ ഇരുന്ന പോളിനെ തൊമ്മിയേയെന്നവണ്ണം പ്രസിഡണ്ട് രൂക്ഷമായി നോക്കി ശാസിച്ചു. ആ ഗ്യാപ്പിൽ ജോണിക്കുട്ടി ആർക്കോ മൊബൈലിൽ ഒരു മിസ്കോൾ വിട്ടു. ആ മിസ്കോൾ എത്തുന്നിടത്താവും തന്റെയും കോളനിയുടെയും രക്ഷകൻ ഉണ്ടാവുകയെന്ന് ജോണിക്കുട്ടിക്കുറപ്പുണ്ട്.

സംഭവിച്ചേക്കാവുന്ന ഒരപകടത്തെപ്പറ്റി റസിഡന്റ്സ് വാസികൾക്ക് മുന്നറിയിപ്പ് നല്കിയതാണ് ജോണിക്കുട്ടിയെക്കൊണ്ട് പുലിവാൽ പിടിപ്പിച്ചത്. അയാളുടെ ശ്രദ്ധയിലാണ് 'ലവന്മാരുടെ' പോക്കുവരവ് ആദ്യം പതിഞ്ഞത്. അപകടം ആദ്യം മണത്തുനോക്കിയതും അയാളാണ്. പിന്നെയൊരു വെപ്രാളമായിരുന്നു... അതെങ്ങനെയെന്നാൽ...,

അവധിദിവസങ്ങളിൽ മുട്ടിൽ വെയിലടിക്കുന്നതുവരെ ഉറങ്ങുന്ന സ്വഭാവക്കാരനാണ് ജോണിക്കുട്ടി. അന്നൊരു രണ്ടാം ശനിയാഴ്ച; അന്നു പത്തരയ്ക്കാണ് മൂട്ടിൽ വെയിൽ വീണത്. ജോണിക്കുട്ടി കണ്ണുതിരുമ്മി കോട്ടുവായിട്ടും കൊണ്ട് ഉണർന്നു. അലമാരയുടെ വാതിലിൽ തൂക്കിയിട്ട കൊന്തയിലേക്കാണ് ആദ്യം നോക്കിയത്. അതൊരു നിത്യ ശീലമാണ്. ഉണർന്നാൽ ആദ്യം വെന്തീഞ്ഞയിൽ നോക്കി കുരിശുവരയ്ക്കും. പിന്നെ, കടവായിലൂടെ ഈത്തപ്പിങ്കാണ്ടിയുമൊലിപ്പിച്ച് വാപിളർന്നുറങ്ങുന്ന ഭാര്യയുടെ മോന്തയിലേക്കും മേശപ്പുറത്തു നിറച്ചുവെച്ച മൊന്തയിലേക്കുമാണ് നോക്കുക. മൊന്തയെടുത്ത് അഞ്ചാറുകവിൾ വെള്ളം ഗ്ളുഗ്ളളെക്കുടിച്ച ശേഷം വാതിൽതുറന്ന് പ്രഭാതസഞ്ചാരത്തിനിറങ്ങും.

പിന്നെ പതിവു കലാപരിപാടികൾ യഥാവിധി നിർവ്വഹിച്ച് പഴയ 'വെസ്പാ' സ്കൂട്ടറിൽ കയറി ഓഫീസിലേക്ക് വിടും. ജീവിതത്തിന്റെ അർത്ഥശൂന്യതയെക്കുറിച്ച് പതിനഞ്ച് മിനിട്ട് ഉച്ചത്തിൽ ഉപന്യസിച്ച ശേഷം സ്കൂട്ടർ അയാളെ ഓഫീസിലെത്തിക്കും. ഇങ്ങനെ സ്വസ്ഥവും ആനന്ദപൂർണ്ണവുമായ ജീവിതം നയിച്ചു വരുന്നതിനിടയിലാണ് അന്നൊരു രണ്ടാംശനിയാഴ്ച ജോണിക്കുട്ടി പത്തരയ്ക്കുണർന്ന് കൊന്തയിലേക്കു നോക്കിയത്. അപ്പോഴാണ് അലമാരച്ചില്ലിന്മേൽ അവൻ ചിറകടിക്കുന്നത് കണ്ടത്. ചുഴിഞ്ഞ് ചുഴിഞ്ഞ് പറക്കുന്നതും, അരിച്ചരിച്ച് നോക്കുന്നതും. ജനൽച്ചില്ലിലേക്കു പറക്കുന്നതും ജനാലവഴി വരുന്ന വെളിച്ചത്തെ വിശകലനം ചെയ്യുന്നതും. ഫാനിനെ ചുറ്റിച്ച് ചടുലവേഗത്തിൽ പറക്കുന്നതും തുറന്നുകിടക്കുന്ന ബാത്റൂമിൽ കയറി ഇളക്കിമറിക്കുന്നതും തിരിച്ച് മുറിയിലേക്കു തന്നെ ഇരമ്പിക്കുതിച്ചു വരുന്നതും... എല്ലാം കണ്ടു.

ജോണിക്കുട്ടി വിപദിധൈര്യം മാത്രം മുതലാക്കി ഒരു ജനൽപാളി

കൈയെത്തിച്ച് ഇറന്ന് തള്ളി. ഇതിൽ ക്രുദ്ധനായി അയാൾക്കുമേൽ അഞ്ചാറുമറി പറന്ന് വെകിളിപിടിപ്പിച്ച ശേഷം അവൻ ജനലിലൂടെ പുറത്തേക്കു പോയി.

ഡ്രാക്കുളയെക്കണ്ട ഷെർലക്ഹോംസിന്റെ അവസ്ഥയിലായി ജോണിക്കുട്ടി. വിളറി വക്രിച്ച് ജാഗ്രതയുള്ള ഒരു നോട്ടം മാത്രമായി കിടക്കയിലയാൾ ശേഷിച്ചു. കൊട്ടിയൂർ അമ്പായത്തോട്ടിലുള്ള തന്റെ വീടും കർത്താവോടൊപ്പം ചുമരിൽ തൂങ്ങുന്ന അപ്പന്റെ ചില്ലിട്ട ഫോട്ടോയും ജോണിക്കുട്ടിയുടെ മനസ്സിൽ വിലങ്ങിക്കിടന്നു.

വീടിനു തറകെട്ടുന്ന നേരത്ത് അപ്പനെ സംഘംചേർന്ന് കുത്തി മലർത്തിയ സാത്താന്റെ സന്തതികളാണിവർ. നട്ടുച്ചയ്ക്കായിരുന്നു സംഭവം. ഇളയവനായ തന്നേയും ഒക്കത്തെടുത്ത് അമ്മച്ചി ഓടിയ ഓട്ടവും പിന്നെ നെഞ്ചുറഞ്ഞുയർന്ന നിലവിളിയും... ജോണിക്കുട്ടി ചെവി പൊത്തി. വിറയലോടെ ചാടിയെണീറ്റ് മൊന്തയിലെ വെള്ളം അപ്പാടെ അണ്ണാക്കിലേക്കു കമഴ്ത്തി. തല ഒന്നുരണ്ടു തവണ കുടഞ്ഞു.

ജോണിക്കുട്ടി തലകുമ്പിട്ട് മുടി കശക്കിക്കൊണ്ടിരിക്കുമ്പോൾ യോഗം പിന്നെയും ബഹളമയമായി മറ്റ് കാര്യങ്ങളെന്തെങ്കിലും ചർച്ച ചെയ്യാനുണ്ടോയെന്ന് സെക്രട്ടറി ആരാഞ്ഞു. കോളനിയിലെ കുട്ടികളെ സ്കൂളിൽ കൊണ്ടുവിടുന്ന രണ്ട് വാൻ ഡ്രൈവർമാർ കുട്ടിയൊന്നിന് പ്രതിമാസം 600 രൂപ വെച്ച് വർദ്ധിപ്പിച്ചു നൽകണമെന്നാവശ്യപ്പെട്ട് നൽകിയ അപേക്ഷ പരിഗണിക്കണമെന്ന് ബിനാമി പേരിൽ വാഹനം കൊണ്ടു നടത്തുന്ന അസി. എഞ്ചിനീയർ രാജൻനായർ നിർദ്ദേശിച്ചു. അതിന്മേലുള്ള ചർച്ചയ്ക്ക് ആരും പ്രത്യേകം ഉന്മേഷം കാണിച്ചില്ല. ജോണിക്കുട്ടി ഒന്നുകൂടി മൊബൈലിൽ രക്ഷകനെ വിളിച്ചു മുഴുനേരം മണിയടിച്ചിട്ടും മറുവശത്ത് പ്രതികരണമുണ്ടായില്ല. രണ്ടാമത്തെ സിനിമ പൊട്ടിയ സന്തോഷ് പണ്ഡിറ്റിനെപ്പോലെ തലയിൽ കൈയും വെച്ച് ഇതികർത്തവ്യതാമൂഢനായി ഇരിക്കുന്ന ജോണിക്കുട്ടിയെ പ്രസിഡണ്ട് ഇടംകണ്ണിട്ടു നോക്കി. പേരെടുത്തുവിളിച്ചു. എല്ലാവരും വീർപ്പടക്കി. എന്താവും ജോണിക്കുട്ടിയുടെ മറുപടി...?

മൊബൈൽഫോൺ തെരുപ്പിടിച്ചുകൊണ്ട് പരുങ്ങൽ പ്രകടമാകും വിധം എഴുന്നേറ്റ് ഒന്നും മിണ്ടാതെ ജോണിക്കുട്ടി കുറച്ചകലേക്കു മാറിനിന്നു.

'ഒന്നിൽ പോയാൽ മൂന്നിൽ' എന്ന പ്രമാണ പ്രകാരം വീണ്ടും ഫോണിന്റെ ഉദരത്തിൽ ഞെക്കി. നിങ്ങൾ വിളിക്കുന്ന സബ്സ്ക്രൈബർ ഇപ്പോൾ പ്രതികരിക്കുന്നില്ലെന്ന് ബി.എസ്.എൻ.എൽ യുവതി അറിയിച്ചു. അതായത് 'ഇപ്പോൾ പ്രതികരിക്കുന്നില്ല' എന്നതു തന്നെയാണ് യോഗത്തിൽ തൽക്കാലം നൽകേണ്ട മറുപടി;

ജോണിക്കുട്ടിയുടെ മൂർദ്ധാവിൽ ബൾബ് മിന്നി.

എന്നാൽ സംഭവിച്ചത് ജോണിക്കുട്ടിക്ക് അനുകൂലമായ കാര്യങ്ങളാണ്. ഫോൺ അട്ടഹസിക്കുന്നതു കേട്ട് സഹിക്കാതെ (ഇഞ്ചിയും മല്ലിയിലയുമിട്ട് പോർക്കിറച്ചി വേവിക്കുന്ന തിരക്കിൽ) "ശല്യം" എന്നു പ്രാകിക്കൊണ്ട് നല്ല ഒന്നാന്തരം പത്താംക്ലാസ്സ് വിദ്യാഭ്യാസമുള്ള ലൈലാമ്മച്ചേടത്തി അടുക്കളപ്പടി ചാടി തിണ്ണയിലെത്തി. മൊബൈലിൽ ജോണിക്കുട്ടിയുടെ പേരു കണ്ടപ്പോൾ 'ഈശോയേ' എന്ന് ആത്മാർത്ഥമായി നെഞ്ചിൽ കൈവച്ചു. പോർക്കിറച്ചി വേവിക്കുന്ന കാര്യം മറന്ന്, (പിന്നെ ചുമ്മാ പോ, പോർക്കിറച്ചി ച്ചിരെ വെന്താലും കുഴപ്പമില്ല എന്നാണു പാചക വിധി-ലൈലാമ്മ) കല്ലും കൈയ്യാലയും കവച്ചുവെച്ച് കുന്ന് ചാടിക്കയറി.

"ദേണ്ട് ലൂസ് ചേട്ടാ, ഫോണ്ണ്ണ്.. ഫോണ്ണ്ണ്"

ലൈലാമ്മ ചവുട്ടിത്തുള്ളി കുന്നും കയറി വരുമ്പോൾ ഭൂമിയിൽ നടക്കുന്ന നിസ്സാരമായ സംഭവങ്ങളൊന്നുമറിയാതെ ആകാശത്തേക്കു തൊട്ടുത്തു നിൽക്കുന്ന നെടുങ്ങൻ കുരുമുളകു കൊടിയുടെ തുഞ്ചത്തായിരുന്നു രക്ഷകൻ. പിന്നിൽ കങ്കാരുസഞ്ചിപോലെ കുരുമുളകു നിറഞ്ഞു വീർത്ത മട്ടവുമായി ഒറ്റമുളയേണിയുടെ അവസാനകവറ്റയിൽ നിൽപ്പാണദ്ദേഹം. അത്യുന്നതങ്ങളിൽ മാത്രം കിട്ടുന്ന ദിവ്യമുന്തിരിപോലെ മൂത്തു പഴുത്തു പാകമായ കുരുമുളകു പറിച്ചെടുക്കാൻ ഇന്നുച്ചതിരിഞ്ഞ് രണ്ട് മണിക്ക് ഭൂമിയിൽ നിന്ന് പുറപ്പെട്ടതാണ്.

"എന്താടീ കെടന്നുകാറുന്നേ..." ഒരശരീരി കേട്ടു

"ലൂസ് ചേട്ടാ ഫോണിൽ ജോണിക്കുട്ടി വിളിക്കുന്നേ..."

സെക്കന്റുകൾക്കുള്ളിൽ ബലിഷ്ഠമായ രണ്ടു കണങ്കാൽ നിലം തൊട്ടു-അതെ, സാംബശിവശൈലിയിൽ പറഞ്ഞാൽ, അതെ, അതാണു നമ്മുടെ കഥാനായകൻ ജേസീബി ലൂക്കാച്ചൻ എന്ന പൗലോസ് ലൂക്കാ മേച്ചിറാകത്ത് (ഭാര്യ ലൈലാമ്മയാകട്ടെ, ശൈലിയൽപം മാറ്റി, ലൂക്കായിലെ 'ലൂവും' പൗലോസിലെ 'സ്' ഉം ചേർത്ത് 'ലൂസ് ചേട്ടാ' എന്നാണു പ്രണയപൂർവ്വം വിളിക്കുന്നത്. എന്താകാര്യമെന്ന് ആർക്കറിയാം...? അറുപതു വയസ്സുള്ള, എന്നാൽ കാഴ്ചയിൽ അമ്പതുമാത്രം തോന്നിപ്പിക്കുന്ന, കാരിരുമ്പിന്റെ കരുത്തും കസ്തൂരിമഞ്ഞളിന്റെ കാന്തിയും ഒത്തിണങ്ങിയ പ്രകൃതിയുടെ സുഗന്ധം-അതാണു ലൂക്കാച്ചേട്ടൻ. ലൂക്കാച്ചേട്ടനോടൊപ്പം അരമണിക്കൂർ ചെലവഴിച്ചിട്ടുള്ള ആരും ആ ഉദ്ദണ്ഡതയ്ക്കു മുന്നിൽ നമിച്ചുപോകും.

"വണ്ടിയയക്കുമോടാ തെണ്ടീ..." കാര്യങ്ങളറിഞ്ഞ ലൂക്കാച്ചേക്കൻ ജോണിക്കുട്ടിയോട് ഒടുക്കം ചോദിച്ച ചോദ്യമാണിത്.

"അച്ചായി ഒരു വണ്ടി പിടിച്ചേച്ച് പോര്... കാശിവിട്ടുന്ന് കൊടുത്തേച്ചേക്കാം..." ജോണിക്കുട്ടി പറഞ്ഞു ഫോൺകട്ടായി.

ജോണിക്കുട്ടി യോഗത്തെ കാര്യങ്ങൾ അറിയിച്ചു. ലൂക്കാച്ചേട്ടൻ ഇന്നോ നാളെയോ ഇവിടെയേത്തും. ക്ലീനായി കാര്യം നടത്തും. ഇനിയെല്ലാവർക്കും സമാധാനമായിരിക്കാം.

എല്ലാവരിൽ നിന്നും ഒരേ സമയം ദീർഘനിശ്വാസമുയർന്നു. മൂന്നാല്ല മിനിട്ടുനിടയിൽ എല്ലാവരും കലപില വെച്ച് പലഭാഗത്തേക്കായി ഇറങ്ങിപ്പോയി. നിമിഷങ്ങൾക്കകം കോൺഫറൻസ് ഹാൾ ഒന്നാം തീയ്യതിയിലെ ബാറുപോലെ മൂകമായി.

"കാശെത്ര്യയാവും..? കമ്പ്യൂട്ടർ മോണിറ്റർ തെളിയുന്നതുപോലെ ചിരിച്ചുകൊണ്ട് ഹേമാംബികാദേവി തിരക്കി.

"വണ്ടിക്കൂലി, പിന്നെ ഒരു രണ്ടായിരം രൂപാ..."

"രണ്ടായിരം...?"

"ആയിരം കൂലി... ബാക്കി ചെലവ്..."

"ഓക്കെ.. ചെലവുകാര്യം മിസ്റ്റർ ജോണി നോക്കുമല്ലോ?

ഞങ്ങൾക്ക പരിചയമില്ലാത്തതുകൊണ്ടാണ്..."

"അച്ചായിയുടെ കാര്യം ഞാൻ നോക്കിക്കൊള്ളാം.."

"പിന്നേ, കാശ് അസോസിയേഷൻ ഫണ്ടീന്ന് എടുത്തോളൂ... ഇതാ ചെക്ക്..."

"വാതിലും ജനാലയുമൊക്കെ അടച്ചിട്ടേക്കാൻ മുൻകൂർ പറയും. അതെല്ലാവരേയും മാഡം കൃത്യമായി അറിയിച്ചേക്കണം. രാത്രിയേ കാര്യം നടത്തത്തൊള്ളൂ. അതുങ്ങൾക്കപ്പോ കണ്ണുകാണില്ലല്ലോ. സീരിയസായി വല്ലതും അലമ്പുണ്ടാക്കിയാലോ..."

"ഇവിടുത്തെ അമ്പത്തെട്ടു ഫാമിലീടേം കോൺടാക്റ്റ് നമ്പർ എന്റെ പക്കലുണ്ട്. ജോണി ഇൻടൈം എന്നെ വിളിച്ചാൽ മതി. കോൾ മീ... കൃത്യമായി ടൈം പറയണം. ആക്ഷനു ബിഫോർവൺ അവർ... ഓക്കേ..." ചിരി ടേൺ ഓഫ് ചെയ്ത് ഹേമാംബികാദേവി അന്നനടയിലായി.

തനിച്ചായ ജോണിക്കുട്ടി നേരെ നടന്നത് സർക്കാർ കടലാസുകളിലെ മുഴുത്ത കോമാകൾ പോലെ ആയിരക്കണക്കിനു പുളിങ്ങ പേറിനിൽക്കുന്ന ആ പെരും പുളിയുടെ ചുവട്ടിലേക്കാണ്. ഹരം കയറി അടിമുടി കായ്ച്ചുനിൽക്കുകയാണ് പുളിമരം. കുറഞ്ഞത് ഒരു ലക്ഷത്തി അമ്പതിനായിരത്തി അറുന്നൂറ്റമ്പത് പുളിങ്ങ അതിന്മേൽ കാണുമെന്ന് ജോണിക്കുട്ടിയിലെ ഇക്കണോമിക്സ് ആന്റ്

സ്റ്റാസ്റ്റിസ്റ്റിക്സ് വിദഗ്ധൻ കണക്കുകൂട്ടി.

പുളിയുടെ ഒരു ഭാഗം മുഴുവൻ മറച്ച് കാക്കത്തൊണ്ടിയെപ്പോലു ള്ള ഒരു ഭീകരവള്ളി പടർന്നു പന്തലിച്ച് കിടപ്പുണ്ട്. അതിനകത്ത് നല്ല ബലമുള്ള പുളിങ്കൊമ്പത്തു തന്നെ പിടിച്ച് തൂങ്ങിക്കിടപ്പാണ്. അയാളുടെയും റസിഡന്റ് വാസികളുടെയും മനസ്സമാധാനം തകർക്കു ന്ന സങ്കീർണ്ണ പ്രശ്നം. ഒരുഗ്രൻ കടന്നപ്പാനി.

ജോണിക്കുട്ടി പുളിഞ്ചോട്ടിലേക്കു നോക്കി. പ്രമോഷനാവുന്നതി ന്റെ തലേന്നു ലക്കും ലഗാനുമില്ലാതെ വെള്ളമടിച്ചു വീണികിടന്ന സ്ഥലം. ഉച്ചയ്ക്ക് പച്ചവെട്ടം മുഖത്തടിച്ചപ്പോൾ കണ്ണുമിഴിച്ചത്, ഈ പുളിയുടെ വിഭ്രമിപ്പിക്കുന്ന ഉയരത്തിലേക്കാണ്. അതൊരു വല്ലാത്ത കാഴ്ച തന്നെ. ഭഗവാൻ ബുദ്ധൻപോലും ബോധോധയവേളയിൽ ഇങ്ങനെയൊരു ജാജ്വല്ല്യമാനത അനുഭവിച്ചിരിക്കില്ല. ഹാങ്ഓവ റിന്റെ പാരമ്യത്തിൽ ജോണിക്കുട്ടി, കാറ്റും വെയിലുമായി കമ്പനി കൂടിയിരിക്കുന്ന ആകാശത്തോട് വിളിച്ചു സങ്കടപ്പെട്ടതിങ്ങനെയാണ്.

“ഇന്നു ജേയെസ്സിന്റെ കസേരയിലിരിക്കേണ്ട ഞാനല്ലേ കർത്താവേ ഈ പുളിഞ്ചോട്ടീ കെടക്കുന്നേ?...” അന്നു നിർത്തിയ താണു ജോണിക്കുട്ടി വെള്ളമടി. മന്മഥൻ സാറെ മാനസഗുരുവാക്കി. അതോടെ സടയെല്ലാം കൊഴിഞ്ഞു. ശൗര്യം പോയി. നിർഗുണ നായി. അധികനേരം പുളിഞ്ചോട്ടിൽ തങ്ങുന്നത് അപകടമാണെന്ന് ജോണിക്കുട്ടിക്കറിയാം. അതുകൊണ്ട് ഏതാനും ചില ചിന്താഭാരവു മായി ക്വാർട്ടേഴ്സിലേക്കു നടന്നു.

നാളെ അച്ചായി വരുമോ... ഫോൺ വിളിച്ച് ഒന്നൂടെ ഓർമ്മി പ്പിക്കണോ... മറ്റന്നാളാവുമോ വരുന്നേ... കുപ്പി കരുതേണ്ടി വന്നേ ക്കുമോ... എന്നാലാകെ പ്രശ്നമാകും... ഇതാ പ്യൂൺ വിജയനെ ഏൽപ്പിച്ചാമതിയായിരുന്നു. പക്ഷെ അച്ചായി വരുമ്പോ വേണ്ട ഉപചാരം താൻ തന്നെ കൊടുക്കേണ്ടതല്ലേ... കുപ്പി സംഘടിപ്പിക്കാൻ സെക്യൂരിറ്റി ജയനാഥൻനായരോടു പറയാം. എക്സ് മിലിട്ടറിയല്ലേ. വല്ലതുമിരിപ്പുണ്ടാകും. കാശുകൊടുത്തേക്കാം.

ജോണിക്കുട്ടി ജയനാഥൻനായരുടെ നമ്പർ തപ്പിയെടുത്തു വിളിച്ചു.

“ഓക്കെ... ഉസ്കാബ്രാൻഡ് ക്യാഹേ...? ഇതൊരു പൊതു പ്രശ്ന മല്ലേ... കുപ്പി എന്റെ വകയിരിക്കട്ടേ...”

“ആ... ബ്രാൻഡേതായാലും മതി. നല്ല റമ്മൊണ്ടോ...”

“അച്ചാ ക്വവാർഡീസ് റമ്മുണ്ട്... ക്വാട്ടയാ... എന്താ പോരേ...”

“മതി-മതി... എപ്പൊ എത്തിക്കും...?

“നാളെ രാവിലെത്തന്നെ എത്തിക്കാം...”

ജയനാഥൻനായരുടെ സഹൃദയത്വത്തിൽ ജോണിക്കുട്ടി സന്തു ഷ്ടനായി.

ജോണിക്കുട്ടി ഭാര്യ എത്സമ്മയോട് സാവകാശം വിവരങ്ങളെല്ലാം ധരിപ്പിച്ച് ചില ചുമതലകളേൽപ്പിച്ചു. നാളെ ഏതു സമയം ആവശ്യ പ്പെട്ടാലും രണ്ടുമുഴുത്ത പ്ലേറ്റിൽ ബീഫ് വറുത്തു തന്നേക്കണം. അതി നകത്ത് കൊറേ സവാള ചീന്തിയിടണം. നാലഞ്ചു പച്ചമുളക്, രണ്ടോ മൂന്നോ കുപ്പി തിളപ്പിച്ചാറ്റിയ വെള്ളം എന്നിവയും റെഡിയാക്കണം. ഞാമ്പറയുമ്പോ വാതിലും ജനാലയുമൊക്കെയടച്ച് കുറ്റിയിട്ടേക്കണം. വെന്റിലേറ്ററടക്കം." പിള്ളേരെ ശ്രദ്ധിച്ചോണം കേട്ടൊടി കൊച്ചേ..."

പിന്നീട് ജോണിക്കുട്ടി ഒരു തുണിസഞ്ചിയുമെടുത്ത് പുറത്തേക്കി റങ്ങി. "മാർക്കറ്റീ ചെന്ന് സാധനങ്ങൾ വാങ്ങിച്ചേച്ചും വരാം. നാളെ രാവിലെ നേരമൊണ്ടാകത്തില്ല..."

ഒന്നര മണിക്കൂർ കഴിഞ്ഞ് 'വെസ്പ' ജോണിക്കുട്ടിയെ രണ്ടുകിലോ പോത്തിറച്ചിയും അനാദിസാധനങ്ങളുമായി ക്വാർട്ടേഴ്സിനു മുന്നിൽ കൊണ്ടിറക്കി.

നാളെ നടക്കുന്ന ഓപ്പറേഷനിൽ താനുംകൂടി പങ്കെടുക്കേണ്ടി വന്നേക്കുമെന്ന ഉൾവിളി പൊടുന്നനെ ജോണിക്കുട്ടിക്കുണ്ടായി. അതോടെ അയാളുടെ മനസ്സ് അസ്വസ്ഥവും ചഞ്ചലവുമായി. ഉള്ളിലെ പേടി ഭാര്യയോടു മിണ്ടാനാവാതെ നിസ്സഹായനായി. രാത്രിയുറക്ക ത്തിൽ പേടിസ്വപ്നങ്ങൾ കണ്ടു. എന്നാൽ അവയൊന്നും നിലവിളി ക്കാൻ പാകത്തിനുള്ള കൂടിയ ഇനമായിരുന്നില്ല.

ഒരു രാത്രി എത്ര പെട്ടെന്നാണു കടന്നുപോയത്... രാവിലെ ഓഫീസിലേക്ക് വെസ്പയുടെ മുകളിലേറി പായുമ്പോൾ ഒരു നെടുങ്കൻ ഗട്ടറിൽ വീണു. വണ്ടി രണ്ടുതവണ പുളഞ്ഞുപാളി. അയാൾ ശരിക്കും പതറിപ്പോയി. ജോണിക്കുട്ടിയുടെ വെപ്രാളവും പരവേശവും കണ്ട് വെസ്പായൊന്ന് ഇരമ്പിച്ചിരിച്ചു.

വെസ്പ: എടാ നിർഗുണാ, എത്രകൊല്ലമായി ഞാൻ നിന്നെ ചൊമ ക്കുന്നു...?

ജോണിക്കുട്ടി: പതിനാലുകൊല്ലം.

വെസ്പ: എനിക്കെത്ര വയസ്സായി...?

ജോണിക്കുട്ടി: പതിനാലും പിന്നെ പഴയ ആറും... ഇരുപത്.

വെസ്പ: ഇക്കാലമത്രേം ചൊമന്നിട്ടും തന്നെ ഞാൻ എവിടെയെ ങ്കിലും കൊണ്ടിട്ടിട്ടുണ്ടോ...? കേടായി റോട്ടീകെടന്ന് കഷ്ടപ്പെടുത്തി യിട്ടുണ്ടോ...?

ജോണിക്കുട്ടി: അയ്യോ... അപരാധം പറയരുത്... നീയങ്ങനെ

മനസ്സിൽ വിചാരിച്ചിട്ടുപോലുമുണ്ടാവില്ല.

വെസ്പ: അതായത് തനിക്കെന്നെ വിശ്വാസമുണ്ട് അല്ലേ...

ജോണിക്കുട്ടി: ഒണ്ടൊണ്ട്... വിശ്വാസമുണ്ട്..

വെസ്പ: മ്മ്മ്... വിശ്വാസമാണല്ലോ എല്ലാം...

ജോണിക്കുട്ടി: അതൊരു സ്വർണ്ണക്കടേടെ പരസ്യമല്ലേ...

വെസ്പ: സ്വർണ്ണക്കടക്കാരനെന്താ എസ്പാരന്റോയിലാണോ പരസ്യമുണ്ടാക്കിയത്..? മലയാളത്തിലല്ലേ...?

ജോണിക്കുട്ടി: അതിന്...?

വെസ്പ: മലയാളത്തില് അതങ്ങനെയേ പറയാനൊക്കൂ... അതാകാര്യം...

ജോണിക്കുട്ടി: എന്നുവെച്ചാൽ...?

വെസ്പ: ഉണ്ട... എടാ താൻ തന്റെ അച്ചായിയെ നമ്പുക. അത്രത ന്നെ.

അപ്പോഴേക്കും വെസ്പ ഓഫീസിലെത്തി തന്റെ ചുമടിറക്കി മുഴു കുനിവർത്തി.

"ജോണിക്കുട്ടി പോയിരുന്ന് ജോലി ചെയ്യ്... ഡോണ്ട്‌വറീ..."

ആത്മവിശ്വാസത്തിന്റെ താക്കോല്വളരി വിരൽത്തുമ്പിൽ കറക്കി ക്കൊണ്ട് ജോണിക്കുട്ടി അകത്തേക്കു നടന്നു.

വൈകീട്ട് നാലായപ്പോൾ അയാളിറങ്ങി. അച്ചായി ഇതേവരെ വിളിച്ചിട്ടുപോലുമില്ലാ നേരെ ക്വാർട്ടേഴ്സിലേക്കു വണ്ടി വിട്ടു.

ചായയുമായി വന്ന ഭാര്യയെ രണ്ടു വിരട്ടു വിരട്ടി. കാര്യം, ജയനാ ഥൻനായർ രാവിലെ റം കുപ്പി പൊതിഞ്ഞ് കൊണ്ടുവന്ന് എത്സ മ്മയേയാണ് ഏൽപ്പിച്ചത്. സ്ത്രീസഹജമായ കൗതുകത്തിൻപുറത്ത് എത്സമ്മയതു തുറന്നുനോക്കി. ഈശോയേ... അവൾ ആത്മാർത്ഥ മായി നെഞ്ചിൽ കൈവച്ചു. ജോണിച്ചായൻ വീണ്ടും തൊടങ്ങിയോ... അവളോടിച്ചെന്ന് ജയനാഥൻനായരോട് വിവരം തിരക്കി. നായർ സംഗതി സത്യം സത്യമായി പറഞ്ഞപ്പോൾ സമാധാനപ്പെട്ട മനസ്സോടെ കുരിശു വരച്ച് അവൾ ക്വാർട്ടേഴ്സിലെ അടുക്കളപ്പണി യിലേക്ക് തിരിച്ചോടി.

ജോണിക്കുട്ടിക്ക് ഗേറ്റ് തുറന്നുകൊടുത്തപ്പോൾ സത്യംസത്യമായി ജയനാഥൻനായർ വിവരിച്ചു. ഇതാണ് ഇപ്പോഴുള്ള വിരട്ടലിനു പിന്നിൽ.

എത്സമ്മ മൂക്കുപിഴിഞ്ഞ് കെട്ടിയോനെ തെറ്റിദ്ധരിച്ചതിൽ

മനംനൊന്ത് മിക്സിയുടെ ബട്ടൻ ഞെക്കിപ്പിടിച്ചു. ജോണിക്കുട്ടിയുടെ വിരട്ടലെല്ലാം ഈ ഇരമ്പലിൽ വെള്ളത്തിൽ വളിവിട്ടതുപോലെ ശൂവായി.

ഭാര്യയോടു കയർത്തപ്പോൾ തന്റെ ആണത്തവും ശൗര്യവും തിരിച്ചു കിട്ടിയെന്ന ഉത്സാഹത്തിൽ ജോണിക്കുട്ടി പുറത്തേക്കിറങ്ങി. കൃത്യം ഈ നേരത്തു തന്നെ ഫോണിനു നിലവിളിക്കാൻ തോന്നി.

"അച്ചായി..." ആദ്യം സന്തോഷവും പിന്നീട് നെഞ്ചിലൊരു മിന്നലും ജോണിക്കുട്ടിക്കുണ്ടായി.

"അച്ചായി എവിടെയെത്തി?"

"ഞാനിതാ എത്തി. ഒരഞ്ചുമിനിട്ട്.."

"ഓക്കേ..."

കട്ടാകും മുമ്പ് ഫോണിലൂടെ ഓട്ടോയുടെ മുരൾച്ചയും കേട്ടു.

ഇരുത്തഞ്ചു മിനുട്ട് കഴിഞ്ഞാണ് ഓട്ടോ ഗേറ്റിലെത്തിയത്. ജോണിക്കുട്ടി കാശുകൊടുത്ത് റിക്ഷാക്കാരനെ വിട്ടു. എന്നിട്ട് മനസ്സിലെഴുതി- ഓട്ടോ എൺപതു രൂപ.

"ബസ്സ്റ്റാൻീന്നു എത്ര ദൂരമൊണ്ട് ഇങ്ങോട്ട്...?"

"രണ്ടരകിലോമീറ്റർ"

"ആ ഓട്ടോ കണ്ട ഊടുവഴിക്കെല്ലാം കറങ്ങിത്തിരിഞ്ഞാ വന്നേ..."

"അതച്ചായി, ഈ ഭാഗത്ത് ടേണിങ്ങായതിനാൽ ഒട്ടുക്കത്തെ ബ്ലോക്കാ... അതാവും..."

"നേരാ... പത്തിരുപതു കൊല്ലം മുമ്പ് കണ്ണുകെട്ടിവിട്ടാ ഞാൻ നടന്നു പോകുന്ന ടൗണാ.. ഇപ്പോഴെന്തൊരു തിരക്കാ... എത്രയാ ബിൽഡിംഗ്... എന്തോരം റോഡ്... വല്ലാത്തൊരു നാറ്റമാ ജോണിക്കുട്ടീ ഇവിടം..."

"അത്... പൊറത്തേ ഓടയൊന്നും മൂടാത്തതുകൊണ്ടാ അച്ചായീ... അച്ചായി വാ..."

ജോണിക്കുട്ടി അച്ചായിയെ ആദരപൂർവ്വം സോഫയിലിരുത്തി. കുടിക്കാനുള്ള വെള്ളം എത്സമ്മ പകർന്നു.

അടുക്കളയിൽ പോത്തിറച്ചി ഞെരിപിരികൊണ്ടുപൊരിഞ്ഞു. പച്ചമുളക് ഉദ്ധൃതനായി. സവാള കിടന്നു കണ്ണീരൊഴുക്കി. തിളച്ചവെള്ളം മഞ്ഞുപോലെ തണുത്തു...

ഈ നേരത്ത് ലൂക്കാച്ചേട്ടനും ജോണിക്കുട്ടിയും പുളിഞ്ചുവട് സന്ദർശിച്ചു. ലൂക്കാച്ചേട്ടൻ എല്ലായിടവും ചുറ്റിനടന്നു പരിശോധിച്ചു.

സാധ്യതകൾ ചർച്ച വിലയിരുത്തി.

അപ്പോഴേക്കും മറ്റ് അമ്പത്തേഴ കുടുംബങ്ങളും ജാഗരൂകരായി. ഹേമാംബികാദേവി എല്ലാ കുടുംബങ്ങളേയും ഫോണിൽ ബന്ധപ്പെട്ട് ഓപ്പറേഷന്റെ ഗൗരവം വർണ്ണിച്ചു. ദേവി മനസ്സിൽ കുറിച്ചു. ഫോൺ ചാർജ്ജ് നൂറ്റിഎഴുപത്താറു രൂപ.

പത്തരയോടെ ജനവാതിലുകൾ ഭദ്രമായടച്ച ശേഷം സൗകര്യം പോലെ ലൈറ്റണച്ച് ഉറങ്ങിക്കോളൂ എന്നാണ് ലൂക്കാച്ചേട്ടൻ നിർദ്ദേശിച്ചത്. രാവിലെ അഞ്ചുമണിയോടെ ഉണരാം. രാത്രിയിൽ ഏതു സമയത്തും കാര്യം നടക്കാം. അതാരും അറിയേണ്ട. അതു താൻ ചൊവ്വായി ചെയ്തോളും.

അതിനു ശേഷം മൂപ്പർ സോഫയിൽ കിടന്ന് സുഖമായി ഉറങ്ങി. പത്തുമണിക്ക് വിളിക്കണമെന്ന് ജോണിക്കുട്ടിയെ ശട്ടം കെട്ടിയിരുന്നു. ജോണിക്കുട്ടിയുടെ രണ്ട് നരുന്തുപിള്ളേർ 'ലൂക്കാച്ചിയുടെ' മീശയും താടിയും വലിച്ചും പറിച്ചും അവിടെ ചുറ്റിപറ്റി നിന്നു.

വിളിക്കേണ്ടി വന്നില്ല. ലൂക്കാച്ചേട്ടൻ കൃത്യം പത്തിന് ഉണർന്നു. മീശ അഞ്ചാറുതവണ പിരിച്ചുവെച്ചു. ലൂക്കാച്ചായനെ കാണാൻ പലരും ഇതിനിടെ വന്നിരുന്നു. തങ്ങളുടെ രക്ഷകന്റെ ഉറക്കം തടസ്സപ്പെടുത്താതെ എത്സമ്മ കൊടുത്ത ചായയും കുടിച്ച് അവരെല്ലാം മടങ്ങി. പത്തുമണിവരെ അവിടുത്തെ മറ്റ് അമ്പത്തേഴ് കുടുംബവും ചർച്ച ചെയ്തത് ഈ ഒരറ്റ മനുഷ്യനെക്കുറിച്ചാണ്. ലൂക്കാച്ചേട്ടന്റെ വരവിനെക്കുറിച്ച് ന്യൂസ് ചാനലുകൾക്ക് മണത്തറിയാൻ കഴിഞ്ഞില്ല. അല്ലെങ്കിലെന്തായിരിക്കും പുകില്.

മീശപിരിച്ചുപിരിച്ച് അഞ്ചെട്ടുരോമം കളഞ്ഞശേഷം ലൂക്കാച്ചേട്ടൻ എഴുന്നേറ്റു. കൈയും കാലും കുടഞ്ഞു. ദേഹം വില്ലുപോലെ വളച്ചു.

അച്ചായി തന്നെ കൂട്ടുവിളിക്കല്ലേയെന്ന് ജോണിക്കുട്ടി യൂദാശ്ലീഹായോട് നെഞ്ചുരുകി പ്രാർത്ഥിച്ചു. "ഇമ്മാതിരി ചീളുകേസുകൾക്കു വിളിച്ച് ബുദ്ധിമുട്ടിക്കല്ലേ ജോണിക്കുട്ടി... അസാധ്യകാര്യങ്ങളുടെ വക്കാലത്തു പിടിക്കാൻ തന്നെ നേരം തികയുന്നില്ല. നീ പത്രത്തിലൊക്കെ കാണാറില്ലേ. എണ്ണിയാലൊടുങ്ങാത്ത ഉപകാരസ്മരണകള്... ഞാനല്പം തിരക്കിലാ..." എന്നു പറഞ്ഞു യൂദാശ്ലീഹ ഒഴിഞ്ഞു.

അതോടെ പെട്ടുപോയ ജോണിക്കുട്ടി കപ്പിയും അഞ്ചാറു ചപ്പാത്തിയും ഉപദംശങ്ങളുമായി അച്ചായിക്കു പുറകേയിറങ്ങി. ലൂക്കാച്ചേട്ടൻ വീർത്ത തുണിസഞ്ചിയും തൂക്കി മുന്നിൽ വെടിച്ചില്ലുപോലെ വിട്ടു. കൃത്യം പത്തുമുപ്പതിന് പുളിഞ്ചോട്ടിലെത്തി. മേലോട്ട് എവറഡി ടോർച്ചടിച്ചതും എവറെഡിയായിരുന്ന കുടുംബങ്ങൾ മുഴുവൻ

ലൈറ്റണച്ചു. സർവ്വത്ര ഇരുട്ട്. ജോണിക്കുട്ടി കണ്ണ് മുറുക്കെ ചിമ്മിത്തുറന്നു. അപ്പോൾ ഹൈവേയിലൂടെ പാഞ്ഞുപോകുന്ന പാണ്ടിലോറികൾ അയാളെ നോക്കി കണ്ണുരുട്ടി.

പൊട്ടിയ ഒരു കോൺക്രീറ്റ് സ്ലാബിന്മേലിരുന്ന് ലൂക്കാച്ചേട്ടൻ സഞ്ചി തുറന്നു. അഞ്ചു രൂപയുടെ മൊഴുകുതിരിയെടുത്തു കൊളുത്തി. ജോണിക്കുട്ടി സാധനങ്ങളുമായി കുത്തിയിരുന്നു. വലിയൊരു ഗ്ലാസ്സും റംകുപ്പിയുമെടുത്ത് അച്ചായിക്കു കൊടുത്തു. അച്ചായി കുപ്പി പൊട്ടിച്ച് അരഗ്ലാസ്സ് ഒഴിച്ചു. (നേരെ വായിലേക്കു കമഴ്ത്തുമെന്നാണ് നമ്മളെപ്പോലെ ജോണിക്കുട്ടിയും കരുതിയത്. അത് തെറ്റി.) പിന്നെ സ്വന്തം സഞ്ചിയിൽ നിന്ന് ഒരു പ്ലാസ്റ്റിക് കൂടെടുത്തു. നാറ്റം വന്നപ്പോൾ ജോണിക്കുട്ടിക്കു മനസ്സിലായി. നല്ല പച്ചച്ചാണകം!

"ടച്ചിംഗ്സാവും..." ജോണിക്കുട്ടിയിലെ പഴയകുടിയനും പുതിയ മദ്യവൈരാഗിയും ചേർന്ന് ഒരു സുയിപ്പൻ ചിരി പാസ്സാക്കി.

ഒരു ഡപ്പി ഫെവികോൾ, മണ്ണെണ്ണക്കുപ്പി, ഒരു ഉരുള കളിമണ്ണ്, കയ്യുറ എന്നിവയും എടുത്തു നിരത്തി. കൈയ്യുറയിട്ടശേഷം ഒരു ചെറിയ സാണെടുത്ത് കളിമണ്ണ് വാരിയിട്ടു. അതിൽ മണ്ണെണ്ണയൊഴിച്ചു കുഴച്ചു. ഫെവികോൾ തോണ്ടി മറ്റൊരു പിഞ്ഞാണത്തിലാക്കി അതിലേക്ക് നേരത്തേ ഒഴിച്ചുവെച്ച റമ്മെടുത്തു തളിച്ചു. മണ്ണെണ്ണയുറ്റിച്ചു. വീണ്ടും അളമ്പി. മണ്ണെണ്ണയിട്ടു കുഴച്ച കളിമണ്ണെടുത്ത് ഈ കുഴമ്പിലേക്കിട്ട് അമർത്തി ഞെരടി. നല്ല പാകമാക്കി. സാധനങ്ങൾ മാറ്റി ഒതുക്കിവെച്ച ശേഷം കൈയ്യുറ ഊരി. റമ്മെടുത്ത് ഗ്ലാസ്സിലേക്കു പകർന്നു. മുക്കാൽ ഗ്ലാസ്സ് വെള്ളം ചേർത്തു. ഇതെങ്കിലും കുടിക്കുമെന്ന് ജോണിക്കുട്ടി പ്രത്യാശിച്ചു. അതും തെറ്റി. ഗ്ലാസ്സിലെ സാധനം കൈയ്യിലേക്കൊഴിച്ച് നന്നായി കഴുകി. ജോണിക്കുട്ടി ഇതെല്ലാം നോക്കി ഇളഭ്യനായിരുന്നു.

ഈ ക്രിയകളെല്ലാം നടക്കുമ്പോൾ അവർ തമ്മിൽ സംഭാഷണമൊന്നുമുണ്ടായിരുന്നില്ല. കുറേ കീരാംകീരികളും രാപ്പക്ഷികളും രാവണ്ടികളും പശ്ചാത്തല സംഗീതമൊരുക്കിയെങ്കിലും ലൂക്കാച്ചേട്ടൻ അതൊന്നും ഗൗനിച്ചില്ല.

"എസ്സെൻസ് റെഡിയായി. അതു സെറ്റാവാൻ അരമണിക്കൂറെടുക്കും. ജോണിക്കുട്ടി നീ തിന്നാൻ വല്ലതുമെട്... കുടിക്കാനിവനുണ്ടല്ലേ..." ലൂക്കാച്ചേട്ടൻ റമ്മിന്റെ കഴുത്തുപിടിച്ചു ഞെരിച്ചു.

ജോണിക്കുട്ടി വിനീതവിധേയനായി തീറ്റ സാധനങ്ങൾ നിരത്തി. അതെല്ലാം കണ്ട് ലൂക്കാച്ചേട്ടൻ അഭിനന്ദനപൂർവം മീശപിരിച്ചു. ജോണിക്കുട്ടി ഒന്നും മറന്നിട്ടില്ല... നല്ലവൻ...!

മുക്കാൽ ഗ്ലാസ്സ് റമ്മൊഴിച്ച് അതിലേക്ക് നേർപ്പിക്കാൻ രണ്ട് തുള്ളി വെള്ളവും ചേർത്ത് ഒറ്റപ്പിടിത്തം ഒരു പച്ചമുളകെടുത്ത് അണ്ണാക്കിലേക്കെറിഞ്ഞു. അതിന്റെ കാര്യം തീരുമാനമായി. മീശ അഞ്ചാറു തവണ ആവർത്തിച്ച് പിരിച്ചു. അപ്പോഴേക്കും മെഴുകുതിരി ഇരുട്ടോടു സലാം പറഞ്ഞുമടുത്ത് കെട്ടുപോയി.

"ഇനി തിരി വേണ്ട..." ലൂക്കാച്ചേട്ടൻ കൽപ്പിച്ചു. പിന്നൊരു നീണ്ട ഇടവേളയ്ക്കു ശേഷം സംസാരിച്ചു തുടങ്ങി: "എടാ ജോണിക്കുട്ടി, ഞാൻ കടന്നലുകളെ കൊല്ലാറില്ല. പാനീടെ മടയടച്ച് കൊണ്ടോയി കാട്ടി വിടും... കടന്നലുകൾ സാധുക്കളാ. കുത്തിയാപ്പിന്നെ മരണമാണവയുടെ ഗതി. നിന്റപ്പനെ, എന്റാശാനെ കടന്നലുകൾ കുത്തിക്കൊന്നു. എന്തുകൊണ്ടാ...? നിന്റപ്പൻ മഹാപാതകിയാ... അപരാധിയാ... എത്രയെത്ര കടന്നപ്പാനികളാ തീവെട്ടിവെച്ച് കരിച്ചുകളഞ്ഞത്. അവറ്റകളുടെ കൊലം മുടിച്ചത്? എത്ര കടന്നലു കുത്തിയാടാ നിന്റപ്പൻ ഉയിരെടുത്തത്? എന്തായാലും പത്തു മുപ്പതെണ്ണം കുത്തിക്കാണും. ആ മുപ്പതും ചത്തില്ലേടാ... അതിന്റെ മുള്ളുപോയാപ്പിന്നെ കടന്നപ്പാന്നിക്കു പൊറത്താ... ഗതിയില്ലാതെ ചാവും..."

അച്ചായിക്കു പൂസായോയെന്ന് ജോണിക്കുട്ടിക്കു സംശയമായി. ഇരുട്ടിൽ മുഖം വ്യക്തമാകുന്നില്ല. അല്പനേരത്തെ നിശബ്ദത.

"നമ്മളാടാ ഒറിജിനൽ കടന്നല്. ഒരു കൊളവിക്കുട് കണ്ട് പേടിച്ച് ദാ ആ ക്വാർട്ടേഴ്സിലും ഫ്ളാറ്റിലും ജനവാതിലടച്ച് കുത്തിയിരിക്കുന്നോര്. തങ്ങളുടെ നേർക്ക് നിസ്സാരം ഒരു ഫീഷണി വന്നപ്പോ ഉമ്മാണിപോയ പേടിത്തൂറികള്..."

ലൂക്കാച്ചേട്ടൻ ടോർച്ചുവെട്ടത്തിൽ ഒരെണ്ണം കൂടി ഗ്ലാസ്സിലൊഴിച്ച് അടിച്ചു. പച്ചമുളക് നെരുപ്പനെയിട്ട് ചവച്ചരച്ചു. ഒരുപിടി ബീഫ് വറുത്തത് വായിലേക്കു തള്ളി. രണ്ടു സവാളക്കഷണവും പിന്നാലെ കേറ്റി.

"കേട്ടോടാ... പണിയാതെ കഴിയാനാ നമ്മക്കൊക്കെ താല്പര്യം മേലനങ്ങാതെ സമ്പാദിക്കണം. സുഖിക്കണം. അതിന് മറ്റുള്ളോന്റെ എവിടെ വേണേലും കുത്തും, മോട്ടിക്കും... എന്തു തട്ടിപ്പും നടത്തും. പക്ഷേ, കടന്നലും തേനീച്ചയുമൊന്നുമങ്ങനെയല്ല. അധ്വാനമാ അവർടെ ജീവിതം. പണിയാത്തവൻ പൊറത്താ... ഒരുപിടി ബീഫും കൂടി പറന്ന് വായിലെത്തി. ഒപ്പം സവാളയും. ജോണിക്കുട്ടി അസ്തപ്രജ്ഞനനായി തറയിൽ പടിഞ്ഞിരിപ്പാണ്.

"എന്റമ്മച്ചീ എന്തോരം അറിവാ അച്ചായിക്ക്..."

ജോണിക്കുട്ടി നമിച്ചുപോയി... അയാൾ മന്മഥൻ സാറിനെ മറന്ന്

ആവേശത്തോടെ ചാടി കുപ്പിയെടുത്തു. അരഗ്ലാസ്സൊഴിച്ച് ഒറ്റവലിക്ക് അകത്താക്കി.

"പറ അച്ചായീ പറ... കേടക്കട്ടെ..."

"നമ്മടെ മലയോരം കത്തുവാരുന്നെടാ ജോണിക്കുട്ടീ... സർക്കസുവണ്ടി കത്തിച്ചും ആപ്പീസ്കള് തല്ലിപ്പൊളിച്ചും... കടന്നലെളകിയപോലാ നാട്ടാരെളകീത്... യുദ്ധമാര്ന്നു പോലിസും നമ്മളും.. ഗാഡ്ഗില് കസ്തൂരീന്നൊക്കെപ്പറഞ്ഞിട്ടിപ്പം എന്തായീ.. പത്ത് ആയിരത്തഞ്ഞൂറു പോരെ പോലീസ് പൊക്കി. കേസും കുണ്ടാമണ്ടീമായി..."

അച്ചായി തൊണ്ട വിലങ്ങിയതുപോലെ പെട്ടെന്നു നിർത്തി. രണ്ടുമൂന്നുവട്ടം ചുമച്ചു. ഒരു നെടുവീർപ്പ് റമ്മിന്റെ നാടത്തോടൊപ്പം പുറത്തുവന്നു.

"കാട്ടും മലേമൊക്കെ വേണം... നമ്മടെ പിള്ളാർക്കും ജീവിക്കണ്ടേ... ഇനിയങ്ങോട്ട് കുടിയെറക്കത്തിന്റെ കാലവാടാ... കുടിയിറക്കത്തിന്റെ കാലം.

അപ്പോഴാണ് മതിലിനകത്തുള്ള കോളനി ട്രാൻസിഫോമറിനോടു ചേർന്ന് കുറ്റിക്കാട്ടിൽ എന്തോ ഭാരം വന്നു വീഴുന്ന ശബ്ദം കേട്ടത്. പിന്നാലെ ഒന്നുകൂടി വീണു. അച്ചായി ചെവി വട്ടം പിടിച്ചു. ജോണിക്കുട്ടി ടോർച്ചുമായി ചാടിയെണീറ്റ് മതിലിനു നേർക്ക് കുതിച്ചു. പിന്നാലെ ലൂക്കാചേട്ടനും. പരതിനോക്കിയപ്പോൾ കമ്മ്യൂണിസ്റ്റ് പച്ചകൾക്കിടയിൽ ഒരു എയർബാഗ് കിടക്കുന്നു. ഒരെണ്ണം ട്രാൻസ്ഫോമർ കമ്പികളിൽ കുടുങ്ങി ഞാന്നുകിടക്കുന്നതും കണ്ടു. ജോണിക്കുട്ടി കാടു വകഞ്ഞുമാറ്റി റോഡിലേക്കു ടോർച്ചു തെളിച്ചപ്പോൾ ഫുട്പാത്തിൽ രണ്ടു ചെറുപ്പക്കാർ നിന്നു പരുങ്ങിക്കളിച്ചു. വെട്ടം മുഖത്തു വീണതും അവർ ബൈക്കിൽ ചാടിക്കയറി പറപറന്നു.

മതിൽ ചാടാനാഞ്ഞ ജോണിക്കുട്ടിയെ ലൂക്കാച്ചേട്ടൻ ചുമരിൽ മുറുക്കെ പിടിച്ച് തടഞ്ഞു. തെട്ടപ്പുറത്തുള്ള വളവിലേക്ക് മിന്നായംപോലെ കുതിച്ച ബൈക്ക് എതിരേ തിക്ഷ്ണ പ്രകാശത്തിൽ ലളിതമായി, ലക്ഷണയുക്തമായി അലിഞ്ഞുചേർന്നു. ഒരു ചള്ളങ്ങൽ ശബ്ദം സംഗീതത്തികവോടെ കേട്ടു. അതൊന്നും വകവെക്കാതെ പാണ്ടിലോറി അലറിയിരമ്പിക്കടന്നു പോയി. ജോണിക്കുട്ടി സങ്കോചത്തോടെ നിന്നു. അങ്ങോട്ടു പോണോ...? ചത്തിട്ടുണ്ടാകുമോ...?

ഈ നേരം ലൂക്കാച്ചേട്ടൻ അലസമായി രണ്ട് ബാഗുമെടുത്ത് ഇരുന്നിടത്തേക്കു നടന്നു. പിന്നാലെ ആശ്വാസത്തോടെ ജോണിക്കുട്ടിയും. അപ്പോൾ ഒരു പോലീസ് ജീപ്പ് ചീറിപ്പാഞ്ഞ് ബൈക്ക് പോയ ഭാഗത്തേക്കു പോയി.

കുപ്പിയിൽ ബാക്കിയായത് രണ്ടുപേരും കഴിച്ചു. പ്ലേറ്റ് കാലിയാക്കി. എല്ലാം സഞ്ചിയിലേക്കു മടക്കി. ലൂക്കാച്ചേട്ടൻ സാവകാശം ഒരു ബാഗെടുത്ത് സിബ്ബഴിച്ചു തുറന്നു ടോർച്ചടിച്ചു. ഷോട്ടേറ്റതു പോലെ പിന്നിലേക്കു തെറിച്ചു. മറ്റേ ബാഗ് ജോണിക്കുട്ടിയാണ് തുറന്നത്. അയാളും പിന്നാക്കം മലച്ചു.

അഞ്ചുമിനുട്ട് വേണ്ടിവന്നു ഇരുവർക്കും പരിസരബോധം തിരിച്ചു കിട്ടാൻ. "ഏതെങ്കിലും ബണ്ടിചോർ ആയിരിക്കും ജോണിക്കുട്ടീ... ബാഗിൽനിറച്ചു സ്വർണ്ണമാ...? സ്വർണ്ണംതന്നാ ഇതിനകത്തും... ചെലപ്പോ പോലീസ് പിന്തുടരുന്നതു കണ്ട് ഉപേക്ഷിച്ചതാകും... അച്ചായീ..." ജോണിക്കുട്ടിയുടെ ഒച്ചവിറച്ചു. കുറേ നേരത്തേക്ക് ഇരുവരും ഒന്നും മിണ്ടിയില്ല. ജോണിക്കുട്ടിയുടെ തലപെരുത്തു. ഒരു തീരുമാനമെടുക്കാനാവാതെ അയാൾ കുഴങ്ങി.

ലൂക്കാച്ചേട്ടൻ പതുക്കെ ഉടുത്തിരുന്ന കയിലി അഴിച്ച് നിലത്തു വിരിച്ചു. രണ്ടു ബാഗുമെടുത്ത് അടുത്തുവെച്ചു. രണ്ടിൽനിന്നും പാതിയിലേറെ വാരിയെടുത്ത് ലുങ്കിയിലിട്ടു. തുമ്പുകൾ ചേർത്ത് കിഴിപോലെ കെട്ടി. അതപ്പോൾ സാമാന്യം വലിപ്പമുള്ള ഭാണ്ഡമായി. ജോണിക്കുട്ടി ശ്വാസം പിടിച്ച് നിൽപ്പാണ്. അരണ്ട വെളിച്ചത്തിൽ അച്ചായിയുടെ പണിയെല്ലാം ഇരുണ്ടു കാണുന്നുണ്ട്.

"കർത്താവേ, അച്ചായി ഇതെന്തിന്റെ ഒരുക്കമാ..."

"ജോണിക്കുട്ടി ഇവിടെത്തന്നെ നിന്നോണം" പറഞ്ഞ് നിക്കർ മാത്രം ധരിച്ച ലൂക്കാച്ചേട്ടൻ എന്തോ എണ്ണയെടുത്ത് ദേഹത്തെല്ലാം പുരട്ടി ഭാണ്ഡവുമെടുത്ത് നേരെ പുളിമരത്തിലേക്കു വലിഞ്ഞു കയറി. നാലഞ്ചു മിനിട്ടുകൊണ്ടയാൾ കടന്നപ്പാനിക്കൂട്ടക്കലെത്തി. അതിനെ സ്നേഹത്തോടെ തലോടി. കൊമ്പിൽ കവച്ചിരുന്നു.

'മടമടാ' ന്ന് നാലെണ്ണം തൊണ്ട തൊടാതെ വിഴുങ്ങിയതും ആധിയും വായുവിലക്കവും കൂടിക്കലർന്ന് ജോണിക്കുട്ടിക്ക് പരവശത തോന്നി. അയാൾ കുന്തിക്കൈകുത്തി പതുക്കെ മണ്ണിലേക്കിരുന്നു. പുളിമരത്തിലേക്കു കണ്ണുനട്ടു... അച്ചായിയുടെ അനക്കം വല്ലതും കാണുന്നുണ്ടോയെന്നു നോക്കിനോക്കി ഇരുട്ടു കണ്ണിൽ നിറച്ചു. പിന്നെ തീർത്തും ലഘുവായി ഒരു തൂവൽ വീഴുന്നതുപോലെ ചരിഞ്ഞ്, പൊട്ടിയ കോൺക്രീറ്റ് സ്ലാബിന്മേൽ തലവെച്ച് പുളിങ്ങപോലെ നടുവളച്ച് കിടന്നു. പണ്ടത്തെപ്പോലൊരു രസികൻ കിടപ്പ്.

ഇച്ചിരിനേരം കഴിഞ്ഞപ്പോൾ ജോണിക്കുട്ടിയുടെ നോട്ടപ്പാടിൽ ഒരു പുളിങ്ങ സ്വർണ്ണനിറത്തിൽ തിളങ്ങിത്തുടങ്ങി... പെട്ടെന്നതാ രണ്ടാമത്തേതും... അതും മൂന്ന്... അയ്യോ നാല്, അഞ്ച്... അമ്മച്ചീ... എന്തൊരു സ്പീഡാ... പതിനാറ്, പത്തൊമ്പത്... പിന്നീടങ്ങോട്ട്

എണ്ണാൻപറ്റാത്ത വേഗത്തിൽ പുളിങ്ങയെല്ലാം സ്വർണ്ണമായി-വെട്ടിത്തിളങ്ങി... ക്രിസ്തുമസസ്സിന് പൂക്കുറ്റി കത്തിച്ചപോലുണ്ട്... അല്ലാ ക്രിസ്തുമസ്സ്ട്രീ പോലുണ്ട്... എന്നാ അത്ഭുതവാ... എണ്ണാനൊക്കുന്നില്ലല്ലോ... ഒരു ലക്ഷത്തി അമ്പത്തിനായിരത്തിഅറുന്നൂറ്റമ്പത് സൂക്ഷമൊണ്ടാകും... അതൊറപ്പാ... സ്വർണപുളിമരം... എത്സമ്മേ... ദേണ്ട് അതിനകത്ത് ഗബ്രിയേൽ മാലാഖയിരിക്കുന്നേ... കൊച്ചേ... വെള്ളമൊഴി വെള്ളമൊഴി... പുളിയങ്ങു വളരട്ടെ... ഗബ്രിയേൽ മാലാഖേ പോവല്ലേ... വെള്ളെമൊഴി.. തണുത്തവെള്ളം മുഖത്തു തറച്ചു വീണപ്പോൾ ജോണിക്കുട്ടി മുഖം വെട്ടിച്ചു... "വെള്ളമൊഴി കൊച്ചേ ഇനീം... പുളിയങ്ങു വളരട്ടെ..."

തണുത്തവെള്ളവും തഴമ്പിച്ച കൈയ്യും മുഖത്തെ പരിസിരിച്ചപ്പോൾ മറ്റ് പോംവഴിയൊന്നുമില്ലാതെ ജോണിക്കുട്ടി തന്റെ സുന്ദരസ്വപ്നം വിട്ട് ഉണർന്നു. അന്തംവിട്ട് കണ്ണുമിഴിച്ചു..."ജോണിക്കുട്ടീ മോനേ, എണീരെടാ... ഇതു ഞാനാടാ അച്ചായി..." പിൻകഴുത്തിൽ ലുങ്കികൊണ്ടുള്ള മട്ടത്തിൽ കടന്നപ്പാനി തൂക്കി ഭീമാകാരമായി മുന്നിൽ നില്ക്കുന്ന അച്ചായിയെ ജോണിക്കുട്ടി തുറിച്ചുനേക്കി. അപ്പോൾ കൂട്ടുതേടി ഉഴറിപ്പറന്ന ഒരു കൊളവി അയാളുടെ കവിളിൽ ഒരു ചുട്ടചുംബനം കൊടുത്ത് ഒട്ടുക്കത്തെപ്പോക്കു പോയി. ജോണിക്കുട്ടി പുളഞ്ഞു പെട്ടെന്നുതന്നെ മുള്ള് ഇളക്കിയെടുത്തു.

മട്ടം അഴിച്ച് നിലത്തുവെച്ച് അതിലേക്ക് എവറെഡി ടോർച്ച് തെളിച്ചുകൊണ്ട് ലൂക്കാച്ചേട്ടൻ പറഞ്ഞു: "എല്ലാം ഇതിനാത്തൊണ്ട്. കടന്നലുകളുമൊണ്ട്. കർത്താവിന്റെ വീതം ഞാനിങ്ങോട്ടെടുത്തു. നെനക്കറിയാലോ... പാൽച്ചോരത്തേല് വെട്ടമെറങ്ങാത്ത കാടൊള്ളത്. ഇതു ഞാനവിടെയേതെങ്കിലും മരത്തിന്റെ ഉച്ചിയിൽ തൂക്കും. എന്നിട്ടതിന്റെ ഓട്ട തുറന്നു വിടും." തളർച്ചയോടെ ജോണിക്കുട്ടി മൂളി. മുഖം വീങ്ങാൻ തുടങ്ങിയിരിക്കുന്നു. കടച്ചിൽ കലശലായി. കടന്നൽക്കുത്ത് കിട്ടിയതുകൊണ്ട് ജോണിക്കുട്ടിയുടെ ഹൈപ്പോത്തലാമസ് പൂർവ്വാധികം ഉഷാറായി പ്രവർത്തിച്ചു തുടങ്ങി...

"ഇച്ചിരെ ദെവസം കഴിയുമ്പോ സ്ഥലം മാറിയതുകൊണ്ട് കടന്നലൊക്കെ കൂടൊഴിയും. പോയി വേറെ പാനിയൊണ്ടാക്കും. അപ്പഴ് കാട്ടുകേറി ഞാനിതു പൊക്കും...""അച്ചായീ. കൊഴപ്പമാകുമോ... എനിക്കൊന്നും മേലാ, ഞാനൊരു സർക്കാറോഫീസറാ... എന്തേലും അഹിതം പറ്റിയാ കഞ്ഞികുടിമുട്ടും.."

"ഒന്നും പറ്റത്തില്ല. കാര്യങ്ങള് കലങ്ങിത്തെളിയുന്നവരേക്കും കാട്ടിലാവും സാധനം. പിന്നെ ജോണിക്കുട്ടീ, ചാവുന്നവരെ സ്വസ്ഥമായി ഉണ്ണുന്നാ എല്ലാവന്റേയും മോഹം. കുടിയിറങ്ങേണ്ടിവന്നാ

പിന്നെ ഞാനൊന്നാ ചെയ്യും. എനിക്ക് അധ്വാനിച്ച് കഴിയാവുന്ന പ്രായം തീരാറായി. സർക്കാർ ജോലിയൊണ്ടായിട്ടും നീയെന്തൊണ്ടാക്കി... ഞാനിതു മനസ്സാ ചെയ്യുന്നതെല്ലടാ.. വിശ്വസിക്ക്..."

ജോണിക്കുട്ടിക്ക് എവിടെനിന്നോ കുറച്ച് ധൈര്യം കിട്ടി. ശേഷിച്ച സ്വർണ്ണത്തിനുമേൽ സിബ്ബിട്ട് ബാഗ് തൂക്കിയെടുത്തു.

"ഞാനിതെന്നാ ചെയ്യണമച്ചായീ...?"

"നീയിതാ മതിലിനു പുറത്തുള്ള നാറുന്ന ഓടയിലിട്ട് കുപ്പീല് ബാക്കിയൊള്ള വെള്ളം അതിനുമ്പൊറത്ത് കുളുർക്കെ ഒഴിച്ചേക്ക്. അഴുക്ക് വെള്ളത്തിലിത് താണോളും... പോലീസിന് തൊണ്ടികിട്ടിയാൽ മതി. അവരതീന്ന് വീതിച്ചോളും. ജോണിക്കുട്ടീ, മോനേ, നിനക്കുള്ള പങ്ക് എപ്പോ വന്നാലും അച്ചായീടെപക്കൽ ഭദ്രമായൊണ്ടാകും.."

നേരം പുലരാറായിരുന്നു. ലൂക്കാച്ചേട്ടൻ കടന്നപ്പാനി വലിയൊരു പഴഞ്ചാക്കിൽ മുറുക്കക്കെട്ടി ചുമലിലേറ്റി നടന്നു.

വിങ്ങിവീർത്ത മുഖവുമായി രാവിലെ ഓഫീസിലേക്കിറങ്ങിയ ജോണിക്കുട്ടിക്ക് മുതുക് താഴ്ത്തിക്കൊടുത്തുകൊണ്ട് 'വെസ്പ' മന്ത്രിച്ചു: "ജോണിക്കുട്ടീ നിന്റെ വിശ്വാസം നിന്നെ രക്ഷിക്കും."

●

ആകാംക്ഷാഭരിതമായൊരു കഥാജീവിതം

സന്തോഷ് മാനിച്ചേരി

കഥകളവശേഷിപ്പിച്ചുകൊണ്ടു കെ.വി. സുധാകരൻ കടന്നു പോയി. ഈ കഴിഞ്ഞ 15 ാംതീയ്യതിയാണ് നിലമ്പൂർ വെച്ച് ഒരു ടിപ്പർലോറി അവനെ കവർന്നുകൊണ്ടുപോയത്. തലശ്ശേരി ബ്രണ്ണൻ കോളേജ് മലയാളവിഭാഗത്തിലെ അധ്യാപകനെന്ന നിലയിൽ കാലിക്കറ്റ് സർവ്വകലാശാല അക്കാദമിക്ക് സ്റ്റാഫ് കോളേജിന്റെ റിഫ്രഷർ കോഴ്സിൽ പങ്കെടുത്തുകൊണ്ടിരിക്കുകയായിരുന്നു സുധാകരൻ. കോഴ്സിന്റെ ഭാഗമായി സംഘടിപ്പിച്ച യാത്രക്കിടയിലാണ് അവന് അപകടം പിണഞ്ഞത്. ഒരു മികച്ച സാഹിത്യാധ്യാപകനെന്ന നിലയിലും മലയാളകഥാസാഹിത്യത്തിൽ ശക്തമായ ഭാവനാമണ്ഡലം നിർമ്മിച്ചെടുക്കാൻ സാധ്യതയുള്ള ഒരു കഥാകൃത്തെന്ന നിലയിലുമുള്ള ജീവിതം സുധാകരൻ തുടങ്ങിയിട്ടേയുണ്ടായിരുന്നുള്ളൂ. വിദ്യാർത്ഥിജീവിതകാലത്തെ പ്രതിഭാസ്പർശമുള്ള എഴുത്തുകൾക്ക് ശേഷം ഏറെക്കാലത്തോളം നിശ്ശബ്ദനായിരുന്നു സുധാകരൻ . പലവഴികളിലും കഠിനമായ ജീവിതത്തെ ഒരു നിലയിലെത്തിക്കാനുള്ള തീവ്രപ്രയത്നത്തിനിടെ എഴുതിയതൊന്നും പ്രകാശിപ്പിക്കാൻ അവൻ മിനക്കെട്ടിരുന്നില്ല. എന്നാൽ പ്രായോഗിക ജീവിതത്തിന്റെ തിരത്തള്ളലുകളെയും ഒട്ടും അച്ചടക്കമില്ലാത്ത പെരുമാറ്റങ്ങളേയും അപ്രസക്തമാക്കിക്കൊണ്ടു കഥ അവനിൽ ശക്തമായി തിരിച്ചുവന്നത് ഞങ്ങൾ വളരെ ആഹ്ലാദത്തോടെയാണ് നോക്കിക്കണ്ടത്. അനിതരസാധാരണമായ ആഖ്യാനപാടവവും നാട്ടുഭാഷാവഴക്കത്തിന്റെ ഊർജ്ജശേഷിയുമുള്ള മികച്ച പ്രതിഭയായിരുന്നു സുധാകരൻ. ഇതെഴുതുമ്പോൾ ഞാൻ പ്രയാസപ്പെടുന്നുണ്ട്. കാരണം ഔപചാരികമായ വാക്കുകൾക്ക് വഴങ്ങുന്നതായിരുന്നില്ല ഞങ്ങൾ തമ്മിലുള്ള ബന്ധം. തൊണ്ണൂറുകളുടെ പകുതിയിലെ ഒരു ജൂൺമാസക്കാലത്ത് പയ്യന്നൂർ കോളേജിന്റെ വരാന്തയിൽവെച്ചാണ് ഞങ്ങൾ ആദ്യം കാണുന്നത്.

മലയാളബിരുദക്ലാസ്സിലേക്കുള്ള പ്രവേശനം നടക്കുകയായിരുന്നു അവിടെ. രക്ഷിതാക്കളുമൊന്നിച്ച് പ്രവേശനത്തിനുവന്ന വിദ്യാർത്ഥികൾക്കിടയിൽ സുധാകരൻ ഒറ്റയാനായിരുന്നു. സ്വതവേ ഭയവും അന്തർമുഖത്വവും സങ്കോചവുമുള്ള ഞാൻ, നീണ്ട കാലുള്ള കുടയുമെടുത്ത് വെളുത്ത ഷർട്ടും ധരിച്ച് നിൽക്കുന്ന, അല്പം മുതിർച്ചതോന്നിയ അവനെ മാത്രമാണ് പരിചയപ്പെട്ടത്.എല്ലാവരും രക്ഷിതാക്കളുമായാണ് പ്രവേശനത്തിനെത്തിയിട്ടുള്ളത്. രക്ഷിതാവ് വന്നിട്ടില്ലേയെന്നു ചോദിച്ചപ്പോൾ എനിക്ക് കിട്ടിയ മറുപടി ഞാൻ തന്നെയാണ് എന്റെ രക്ഷിതാവ് എന്നായിരുന്നു. ദൃഢമായ ശബ്ദത്തിലുള്ള ആ മറുപടി എനിക്ക് നന്നേ ബോധിച്ചു. പക്ഷേ സൗഹൃദപ്പെടാനുള്ള അവസരമൊന്നും നൽകാതെ അഡ്മിഷനുശേഷം അവൻ അവന്റെ വഴിക്കുപോയി. മാത്രവുമല്ല, ഇങ്ങോട്ടുമിണ്ടി ഉണർത്തിയെടുത്താൽ മാത്രം തെളിയുന്ന ദുർബ്ബലനായിരുന്നു, ഞാൻ. പിന്നീട് ക്ലാസ്സുകൾ ആരംഭിച്ചശേഷം കോളേജിന്റെ ചിട്ടവട്ടങ്ങളിൽ നിന്നു പതുക്കെ നാട്ടിലേക്കു വലിയുന്ന എന്നെ പിടിച്ചുകൊണ്ടു വന്നു വെളിച്ചത്തിലേക്കു നിർത്തിയത് അജിത്താ(തിരൂർ ഗവ. കോളേജ് മലയാളം ആധ്യാപകൻ)യിരുന്നു. അജിത്ത് തന്നെയാണ് സുധാകരനിലേക്ക് പാലം പണിഞ്ഞത്. വളരെപെട്ടെന്ന് ഞങ്ങൾ മൂന്നുപേരുടെ മൈത്രി കോളേജ് വേദികളിൽ പ്രത്യക്ഷമായിത്തുടങ്ങി. മൂന്നുപേരും വളരെ വ്യത്യസ്തരായ മനുഷ്യരായിരുന്നു. വ്യത്യസ്ത അഭിരുചികളും ദർശനവുമുള്ളവർ. എന്നാൽ നമ്മളെ ഒന്നിപ്പിക്കുന്നചിലതുണ്ടായിരുന്നു. അജിത്തിന്റെ മികച്ച സംഘാടനശേഷി അതിനെ ശക്തമാക്കി. ഞങ്ങളിൽ നിന്നു വ്യത്യസ്തമായി ഒരു വികസിച്ച മധ്യവർഗ്ഗകുടുംബത്തിൽനിന്നു വരുന്നയാളായിരുന്നു. അജിത്ത്. ആ കുടുംബത്തിന്റെ സ്പേസ് എന്റെയും സുധാകരന്റെയും സ്പേസായി മാറി. ബി.എ ക്ലാസ്സുമുതൽ സർവ്വകലാശാലാ മലയാളവിഭാഗത്തിലെ എം.എ കാലവും സ്കൂൾ ഓഫ് ലെറ്റേഴ്സിലെ പിഎച്ച്.ഡി വരെയുള്ള വിദ്യാഭ്യാസക്കാലവും തുടർന്നുള്ള അധ്യാപകജോലിക്കാലവും അജിത്തിന്റെ പാതി സാംസ്കാരികമൂലധനം ഞങ്ങൾ പകുത്തതിന്റെയും പ്രതിഫലനമായിരുന്നു. അജിത്തിന്റെ ബഹുതലത്തിലുള്ള ഇടപെടൽ ഞങ്ങളുടെ കൂട്ടത്തെ വലുതാക്കി. കോളേജിനകത്തും പുറത്തും സാഹിത്യതൽപരരുടെയും എഴുത്തുകാരുടെയും വലിയൊരു കൂട്ടം തന്നെയുണ്ടാക്കി. മനോജും പത്മനാഭനും യു.രാജീവും രാജശ്രീയും ജയസ്മിതയും സോനയുമൊക്കെയുൾക്കൊള്ളുന്ന വിദ്യാർത്ഥിക്കൂട്ടവും പവിത്രൻമാഷും മുരളിമാഷും ശ്രീഹരിമാഷു(കവി. എ.സി. ശ്രീഹരി) മാലതിടീച്ചറുമൊക്കയുൾപ്പെടുന്ന വിപുലമായ സാഹിത്യവേദിക്കൂട്ടം അകത്ത്. പുറത്താകട്ടെ ഒ.എം. രാമകൃഷ്ണനെന്ന വൈകാരികകേന്ദ്രത്തിനു

ചുറ്റുമായെത്തിച്ചേരുന്ന ശിവകുമാർ കാങ്കോലും ഹരിദാസനും സികെ വിശ്വനാഥും അശോകനു (നോവലിസ്റ്റ്) മൊക്കെയുൾപ്പെടുന്ന അനവധിയാളുകളുടെ മറ്റൊരു കൂട്ടം. ഈ കാലത്ത് കഥയും കവിതയുമായി സുധാകരൻ സമ്മാനങ്ങൾ വാരിക്കൂട്ടി. സി. രാധാകൃഷ്ണൻ ഭാഷാപോഷിണിയുടെ ചുമതലയേറ്റപ്പോൾ ഏർപ്പെടുത്തിയ ഭാഷാപോഷിണി സാഹിത്യപ്രതിഭാപുരസ്കാരം 1996 ലും 1997ലുമായി എനിക്കും അവനും ലഭിക്കുകയുണ്ടായി. ഭാഷാപോഷിണി ക്യാമ്പിൽ വെച്ച് കെ.എം. വേണുഗോപാലുമായി ദൃഢമായ ഒരു സൗഹൃദം രൂപപ്പെടുകയുണ്ടായി.വേണുവേട്ടൻ സുധാകരനോട് വാൽസല്യത്തോടെയുള്ള ഇഷ്ടം പുലർത്തിയിരുന്നു. സുധാകരന്റെ കഥകളോടും അദ്ദേഹത്തിനു വലിയ താൽപ്പര്യവുമായിരുന്നു. അതേ ക്യാമ്പിൽ എസ്. ഹരീഷും സുധാകരനോടൊപ്പം ഉണ്ടായിരുന്നുവെന്നാണ് ഓർമ്മ. കോളേജുകളിലെ സാഹിത്യക്കൂട്ടായ്മകൾക്ക് ക്ഷതം സംഭവിച്ചുകൊണ്ടിരുന്ന കാലമായിരുന്നു അത്. കവിതയിലും കഥയിലുമുള്ള ഭാവുകത്വപരമായ പ്രതിസന്ധികളെ മറികടക്കാൻ ചെറുപ്പക്കാർ യത്നിക്കുന്ന സമയമായിരുന്നു അത്. തീർച്ചയായും അതിന്റെ സംഘർഷങ്ങളും തിളക്കങ്ങളും പ്രതിസന്ധികളും സുധാകരന്റെ എഴുത്തിലുമുണ്ടായിരുന്നു. എന്നാൽ അക്കാലത്തുയർന്നുവന്നുകൊണ്ടിരുന്ന പുതുസമൂഹത്തിൽ എഴുത്തിനെ പാർശ്വവൽക്കരിക്കുന്ന പലതുമുണ്ടായിരുന്നു. പലതിന്റെയും അളവുകോലുകളും സമീപനരീതികളും പതിയെ മാറുന്നുണ്ടായിരുന്നു. നമ്മുടെ എഴുത്തുകൂട്ടത്തിലെ സ്വയംവിമർശനങ്ങളും വിമർശനാത്മക സമീപനവും കൂടിയായപ്പോൾ പലരും എഴുത്തു നിർത്തി. എന്നാൽ അജിത്തിനെയും ആർ.രാജശ്രീയെയും സുധാകരനെയും പോലുള്ള പ്രതിഭകൾ എഴുത്തു തുടരേണ്ടതായിരുന്നു. അഥവാ അവരെഴുഴുതിയിരുന്നുവെങ്കിൽ പിൽക്കാലത്തെ മിന്നുംതാരങ്ങളായി അവർ മാറിയേനെയെന്ന് ഞാനെപ്പോഴും ഓർക്കാറുണ്ട്. സുധാകരനെ സംബന്ധിച്ചിടത്തോളം എഴുത്തിലുണ്ടായ നഷ്ടം പത്രപ്രവർത്തനത്തിന് നേട്ടമായി. മാതൃഭൂമിയിലെ കരാർജോലിക്കാരനായിരുന്നെങ്കിൽക്കൂടി എണ്ണപ്പെട്ട പത്രപ്രവർത്തകനായിരുന്നു സുധാകരൻ. മൂന്നു വർഷത്തോളമുണ്ടായിരുന്ന പത്രപ്രവർത്തനജീവിതം അവനെ മറ്റൊരാളാക്കി. ഈ കാലയളവിൽ എൻഡോസൾഫാൻ വിഷയവുമായി ബന്ധപ്പെട്ടു ഒരുപിടി എഴുത്തുകൾ സുധാകരന്റേതായിരുന്നു. എൻഡോസൾഫാൻ വിഷയവുമായി ബന്ധപ്പെട്ടുവന്ന ആദ്യകാല റിപ്പോർട്ടുകളും ഫീച്ചറുകളും മുഖ്യമായും സുധാകരന്റേതായിരുന്നു. അക്കാലത്തെ അനുഭവങ്ങൾ ഫേസ്ബുക്കിൽ ചെറുകുറിപ്പുകളായി അദ്ദേഹം എഴുതാൻ തുടങ്ങിയതായിരുന്നു. അതും തുടങ്ങിവെച്ചതേയുള്ളൂ. വളരെ വ്യത്യസ്തമായ

അനുഭവങ്ങൾ സുധാകരന് പറയാനുണ്ടായിരുന്നു. പറഞ്ഞവയുടെയും പറയാത്തവയുടെയും ശേഷിപ്പുകളുമായി അവൻ കടന്നു പോയിരിക്കുന്നു.

കഥയായിരുന്നു സുധാകരന്റെ പ്രിയപ്പെട്ട മാധ്യമം. കവിതയോടും നല്ല ഭ്രമമുണ്ടായിരുന്നു. കാലിക്കറ്റ് യൂണിവേഴ്സിറ്റികലോൽസവത്തിൽ സമ്മാനാർഹമായ 'ദുർവൃത്തം' എന്ന കവിത 'ഇനിയുള്ള കാലം, ഗുണമില്ല ചാത്തു' എന്ന വരിയലിലവസാനിച്ച കവിതയാണ്. എന്നാൽ കവിതയല്ല , കഥയാണ് സുധാകരന്റെ മാധ്യമമെന്ന് ഞാൻ ഇടക്കിടെ പറയാറുണ്ടായിരുന്നു. കാരണം അവന്റെ കഥകളിലെ ശില്പമികവും ആഖ്യാനവൈദഗ്ധ്യവും കഥയെഴുത്തിലെ പുതിയ കാലത്തെ വിളിച്ചു പറയുന്നുണ്ടായിരുന്നു. 2000 ത്തിലെ വിഷുപ്പതിപ്പിൽ സമ്മാനാർഹമായ 'ജാനറ്റ് തബലയിലലിഞ്ഞു' എന്ന കഥമുതൽ അവസാനം പ്രസിദ്ധീകരിച്ച 'എളയാട്ടെ മാജിക്പാലം' (ഭാഷാപോഷിണി 2017 ഫെബ്രുവരി) വരെയുള്ള കഥകളിൽ ആഖ്യാനത്തിലെ ഈ വൈദഗ്ധ്യം ദർശിക്കാനാവും. കഥപറയാനുള്ള മികച്ച പാടവം സുധാകരന് സ്വതേയുണ്ടായിരുന്നു. അവന്റെ എളയാടെന്ന മലയോരഗ്രാമവും അതിന്റെ ചുറ്റുപാടുകളും തീവ്രമായ പ്രതിധ്വനികളുയർത്തിക്കൊണ്ടു ആ കഥയിൽ വന്നും പോയ്ക്കൊണ്ടുമിരുന്നു. എളയാട്ടെ രാത്രികളുടെ കഥകൾ അവനേറെ പറയാനുണ്ടായിരുന്നു. കഥകളിലെ ഗ്രാമീണ മനുഷ്യരുടെ ഗഹനതയുള്ള പെരുമാറ്റങ്ങൾ ഈ അനുഭവങ്ങളിൽനിന്നായിരുന്നു. ഭാഷാപോഷിണി പ്രസിദ്ധീകരിച്ച 'കടന്നപ്പാനി' ഇത്തരമൊരു കഥയായിരുന്നു. ചന്ദ്രികയിൽ വന്ന 'മീൻവേട്ട'യും ഈ വഴിയിൽത്തന്നെ. കഥാപാത്രങ്ങളുടെ ചിത്തവൃത്തികളുടെ സങ്കീർണ്ണതകൾ സ്വാഭാവികതയോടെ പകർത്തുന്നതിൽ സുധാകരന് വളരെയധികം മികവുണ്ടായിരുന്നു. സംഭാഷണങ്ങളിലൂടെ വികസിക്കുന്ന കഥപറച്ചിൽ അവന്റെ ഇഷ്ടരീതിയായിരുന്നു. ഗ്രാമീണമായ ഊർജ്ജം പ്രസരിപ്പിക്കുന്ന ഭാഷാശൈലികളെ വലിയൊരളവോളം അവൻ ആഖ്യാനത്തിൽ ഉപയോഗപ്പെടുത്തി. ദേശാഭിമാനിവാരികയിൽ പ്രസിദ്ധീകരിച്ച 'ദ്രബോൾജിനം' എന്ന കഥയാകട്ടെ വ്യത്യസ്തവഴികളിൽ പ്രകൃതിയും മനുഷ്യനും തമ്മിലുള്ള വിനിമയങ്ങളെ കഥാത്മകമാക്കുന്നതാണ്. തവളയും കഥയിലെ ആഖ്യാതാവും തമ്മിലുള്ള ഭാഷണങ്ങളാണ് ആ കഥയുടെ ജീവൻ. മഹാഗണിമരത്തിന്റെ കുഞ്ഞുങ്ങൾ എന്ന പുതിയകഥയിലും കാണാം സുധാകരന്റെ മുദ്രകൾ. അതിലെ കുഞ്ഞൂട്ടന്റെ മരണം ഒരു നിഗൂഢതയുണ്ടാക്കുകയല്ല, അനുഭവങ്ങളെ തുരന്നുനോക്കാൻ പ്രേരിപ്പിക്കുകയാണ്. ആഖ്യാനവൈദഗ്ധ്യവും നാട്ടുമൊഴിയുടെ ഊർജ്ജവുമാണ്

സുധാകരന്റെ കഥകൾക്ക് ആധാരം. പ്രമേയങ്ങളെ സൂക്ഷ്മതയോടെ പരിചരിക്കുന്ന രീതി ആ കഥകളിലുണ്ട്.

പയ്യന്നൂർ കോളേജിൽ നിന്ന് ഒന്നരമണിക്കൂർ ബസ്സിൽ യാത്രചെയ്യുവേണം എളയാട്ടെത്താൻ. കവിതാവായനയും കഥപറച്ചിലും നാട്ടുവർത്തമാനവുമെല്ലാം കഴിഞ്ഞ് 6 മണിയെങ്കിലുമാവും കോളേജിൽ നിന്നിറങ്ങാൻ. 6.25 നുള്ള ഒരു ബസ്സിൽ കയറിപ്പറ്റിയാൽ എട്ടൊമ്പതുമണിയാകുമ്പോ എളയാട്ടെത്താം. ചിലദിവസങ്ങളിൽ ഞങ്ങളും പോകും, ഏളയാട്ടേക്ക്. അവൻ കൈയ്യിൽ ഒരു മെഴുകുതിരി കരുതിയിട്ടുണ്ടാവും. ബസ്സിറങ്ങിയാൽ അതു കത്തിച്ചുപിടിച്ചു മുന്നിൽ നടക്കും. ഒരു കുന്നിന്റെ മുകളിലാണ് സുധാകരന്റെ ചെറിയ മൺവീട്. കാട്ടിലകൾ വീണുകിടക്കുന്ന വഴിയിലൂടെ നടന്നുപോകുമ്പോൾ ഇഴജന്തുക്കൾ അരികിലൂടെ കടന്നു പോവുന്നുണ്ടാവും. ആദ്യമൊക്കെ ഭയമായിരുന്നു. എന്നാൽ തമാശയും ജാഗ്രതയുള്ള നോട്ടത്തിനൊപ്പം ഞങ്ങളും നടക്കും. ചെറിയ മണ്ണെണ്ണ വിളക്കിന്റെ വെളിച്ചത്തിൽ അമ്മയും അച്ഛനും ഒറ്റമകനെ കാത്തിരിക്കുന്നുണ്ടാവും. അവർ വിളമ്പിത്തന്ന ഭക്ഷണം കഴിക്കും. ഒറ്റപ്പായിൽ മുട്ടിയുരുമ്മിക്കിടന്നുറങ്ങും. രാത്രിയിൽ ആ മണ്ണെണ്ണ വിളക്കിന്റെ വെളിച്ചത്തിൽ ഉമ്മറത്തിരുന്ന് അവനോടൊപ്പം താഴ്‌വാരത്തിലേക്ക് നോക്കുമ്പോൾ ഇരുട്ടും അവിടവിടെ വെളിച്ചവുമായി ഒരു ഗ്രാമം ശ്വസിക്കുന്നതു കാണാം. ആ കാഴ്ചയിൽനിന്നാണ് സുധാകരനും എനിക്കും എഴുതണമെന്നും വായിക്കണമെന്നും പുതിയവഴി തേടണമെന്നുമൊക്കെയുള്ള തീവ്രമായ ആഗ്രഹം ജനിച്ചത്. അതീവദരിദ്രവും പാർശ്വവൽകൃതവുമായ ജീവിതപ്രാന്തങ്ങളിൽനിന്നുവരുന്ന ഏതുവിദ്യാർത്ഥിക്കുമുണ്ടാവുന്നതുപോലെ തീവ്രമായ ജീവിതത്വര ഞങ്ങൾക്കുമുണ്ടായിവന്നു. കാഞ്ച ഐലയ്യ അദ്ദേഹത്തിന്റെ ആത്മകഥയിൽ അമ്മയെക്കുറിച്ചു പറയുന്ന ഒരു ഭാഗമുണ്ട്. തീവ്രവേദനകളുടെ ഒരു സ്മൃതി. അതിനോടുതാരതമ്യമില്ലെങ്കിലും ഓമനയമ്മയുടെ (സുധാകരന്റെ അമ്മയുടെ പേര് ഓമനയെന്നാണ്) വട്ടങ്ങളിൽ നിന്നും സുധാകരൻ പുറത്തേക്കുപോയി. അമ്മ കണ്ട ലോകങ്ങളിൽനിന്നു വ്യത്യസ്തമായി അമ്മയേക്കാൾ വിപുലമായ ലോകങ്ങളിലേക്ക് സഞ്ചരിച്ചു. (അത്യാവശ്യം പുസ്തകങ്ങളൊക്കെ വായിക്കുന്ന ശീലമുണ്ടായിരുന്നു അമ്മക്ക്) പറ്റാവുന്നിടത്തോളം തണലായി. എങ്കിലും പ്രതിഭയുടെ ധൂർത്ത് അവനുണ്ടായിരുന്നു. എത്രയോവട്ടം കലഹിച്ചിട്ടുണ്ട്, കുറ്റപ്പെടുത്തിയിട്ടുണ്ട്. വിചിത്രമായ പെരുമാറ്റങ്ങളിൽ മനംനൊന്ത് ഒഴിവാക്കിയിട്ടുണ്ട്. എങ്കിലും ഒടുങ്ങാത്ത സൗഹൃദത്തിന്റെ ഊർജ്ജം ഞങ്ങൾക്കിടയിലുണ്ടായിരുന്നു. ആംബുലൻസിൽ ചേതനയറ്റ ആ ശരീരത്തിനൊപ്പം

സഞ്ചരിക്കുമ്പോൾ സൗഹൃദങ്ങൾക്കൊപ്പം കലഹങ്ങളുമെല്ലാം മനസ്സിൽ വന്നു നിറഞ്ഞു. സ്നേഹിച്ച നിമിഷങ്ങളെക്കാൾ മരണത്തിൽ സമീപസ്ഥമായിരിക്കുക കലഹിച്ച നിമിഷങ്ങളാണെന്നു തോന്നി. കുഞ്ഞുങ്ങളില്ലായിരുന്ന അവന്. അതുകൊണ്ടു തന്നെ ഞങ്ങളുടെ കുട്ടികളോടു തീവ്രമായ ഇഷ്ടമുണ്ടായിരുന്നു. ഒരുൾനാടൻമനുഷ്യന്റെ എല്ലാ ആലഭാരങ്ങളും അവനുണ്ടായിരുന്നു. ചലനമറ്റ ആ ശരീരത്തിലേക്ക് നിസ്സംഗനായി നോക്കി നിന്നപ്പോൾ ജീവിതം കഥതന്നെയെന്ന തോന്നലിലായി ഞാൻ. അജിത്തിനും അങ്ങനെതന്നെ തോന്നിക്കാണണം. സുധാകരൻ കഥാവശേഷനായിരിക്കുന്നു. (മനോരമ തകഴി മരിച്ച സന്ദർഭത്തിൽ ഉപയോഗിച്ച തലക്കെട്ട്. ഈയിടെ സുധാകരന്റെ അസാധാരണറിപ്പോർട്ടിംഗ് മികവിനെക്കുറിച്ചും തലക്കെട്ടുകൾ രൂപപ്പെടുത്താനുള്ള വൈദഗ്ധ്യത്തെക്കുറിച്ചും ജി.ബി. വൽസൻമാഷ് ഫേസ്ബുക്കിലെഴുതിയപ്പോൾ ഉപയോഗിച്ച തലവാചകം ഇതായിരുന്നു.) വലിയതാരതമ്യങ്ങളില്ല എങ്കിലും സുധാകരൻ പ്രസിദ്ധീകരിച്ചതും അച്ചടിച്ചതുമായി ഒരുപറ്റം കഥകൾ അവശേഷിച്ചിട്ടുണ്ട്. അവ വായനക്കാരിൽ അടുത്തു തന്നെ എത്തിച്ചേരും. ആകാംക്ഷാഭരിതമായ ജീവിതമായിരുന്നു അവന്റേത്. അടുത്ത നിമിഷം വന്നുചേരാവുന്ന നല്ലതോ ചീത്തയോ എന്നു വേർതിരിവില്ലാതെ കാര്യങ്ങളിലേക്ക് അവൻ കണ്ണും കാതും കൂർപ്പിച്ചു. ആ കൂർപ്പിക്കൽ കഥയിലും അനുഭവപ്പെടും. അവൻ ആരെയും കൂസാത്തമട്ടിൽ ജീവിച്ചു, മറഞ്ഞു.

www.ingramcontent.com/pod-product-compliance
Lightning Source LLC
LaVergne TN
LVHW100307051026
849517LV00006B/2215
9789389155785